தாழப் பறக்காத பரத்தையர் கொடி

பிரபஞ்சன்

டிஸ்கவரி பப்ளிகேஷன்ஸ்
எண்: 9, பிளாட் எண்: 1080A, ரோஹிணி பிளாட்ஸ்
முனுசாமி சாலை, கே.கே.நகர் மேற்கு,
சென்னை – 600 078. பேச: 99404 46650

தாழப்பறக்காத பரத்தையர் கொடி (கட்டுரைகள்)
ஆசிரியர்: **பிரபஞ்சன்**©

THAZHAPARAKKATHA PARATHIYAR KODI (Essays)
Author: **Prapanchan**©

Printed at : Ramani Print solutions, Chennai - 5.
First Edition: September - 2021
வெளியீட்டு எண்: 0046
ISBN: 978-93-84302-07-8
Pages: 160

Rs. 180

Publisher • *Sales Rights*

Discovery Publications	**Discovery Book Palace (P) Ltd**
No. 9, Plot,1080A,	No. 6, Mahaveer Complex,
Rohini Flats,	Munusamy Salai,
Munusamy Salai,	K.K.Nagar West,
K.K.Nagar West,	Chennai-600 078.
Chennai - 600 078.	Ph: (044) 4855 7525
Mobile: +91 99404 46650	Mobile: +91 87545 07070

discoverybookpalace@gmail.com
WWW.DISCOVERYBOOKPALACE.COM

இந்த நூலில் பிரசுரமாகியுள்ள எந்த ஒரு பகுதியையும் பதிப்பாளரின் எழுத்துபூர்வமான முன்அனுமதி பெறாமல் எடுத்தாள்வதோ, மறுபிரசுரம் செய்வதோ, மொழியாக்கம் செய்வதோ, அச்சு மற்றும் மின்னணு ஊடகங்களில் மறுபதிப்புச் செய்வதோ, காப்புரிமைச் சட்டப்படி தடை செய்யப்பட்டுள்ளது. இந்த நூலிலிருந்து குறிப்பிட்ட பகுதிகளை மேற்கோள்காட்டி புத்தக விமர்சனம் செய்ய, ஊடகங்களுக்கு மட்டும் அனுமதி உண்டு.

உங்கள் மொபைல் போனிலிருந்து ஸ்கேன் செய்து 'டிஸ்கவரி புக் பேலஸ்' மொபைல் ஆப்பை டவுன்லோடு செய்து, புத்தகங்களை வாங்குங்கள்.

முன்னுரை

நாம் வாழும் சமூகம், மனிதர்கள் சுயமரியாதையோடும், மனிதத் தனத்தோடும் வாழத் தக்கதாக இருக்கிறதா என்றால் இல்லை. சக மனிதன் பற்றிய புரிதல், பரிவு, அன்பு அனைத்தும் குறைந்து வருவதுகூட இல்லை, முரண்பட்டு வருவதுகூட இல்லை, மனிதர் பிறரைப் பகைக்கும் – காரணம் இல்லாமல் பகைக்கும் – நிலைக்கும் செலுத்தப்பட்டிருக்கிறார்கள் என்பது எனக்கு மிகவும் கவலை தருகிறது. சமூகம் என்கிற திரள் உணர்வு குறைந்துவிட்டது.

உலகம் தழுவிய உயர் தத்துவங்களைப் பேசுபவர்கள், தொழில் என்று வரும்போது இழிந்து போகிறார்கள்.

இன்றும் கூட பால் இரண்டு என்று வகுப்பறைகளில் பேசிக்கொண்டிருக்கிறார்கள் நம் தமிழாசிரியர்கள் பலர். உலகம் திரும்பினாலும் நாங்கள் திரும்ப மாட்டோம் என்கிறார்கள் நம் கல்வித் துறை விற்பன்னர்கள். ஆண் என்று தொடங்கக் கூடாது. பெண் என்றே தொடங்கி, பெண், திருநங்கையர்கள், திருநம்பியர்கள், மற்றும் ஆண் என்றே பால்களைச் சொல்ல வேண்டும். சொல்லி, இவர்கள் மனிதர்கள் என்று நிறைவு செய்ய வேண்டும். அதே சமயம், திருநங்கையர்கள் படைப்புகளை கவனம்கொண்டு பேசும் நிலைமைக்கு நாம் வர வேண்டும்.

அந்தந்தக் காலத்தில் என்னைப் பெரிதும் பாதித்த விஷயங்களின் எதிர்வினையே இக்கட்டுரைகள். இப்போது திரும்பிப் படிக்கையில் எனக்கு மிகவும் திருப்தியாகவே இருக்கிறது.

எழுத்துக்களில் மட்டுமல்ல, எல்லாத் தொழிலுக்கும் அடிப்படைப் பண்பாக இருப்பது 'அறம்'. என் அளவில் இக் கட்டுரைகள் என் அறம்.

இக்கட்டுரைகளைப் பிரசுரித்த உயிர்மை இதழுக்கும், நண்பர் கவிஞர் மனுஷ்யபுத்திரனுக்கும் என் மனம் நிறைந்த நன்றி. இப்போது செழுமையாக, புதிய கட்டுரையுடனும், சிறப்பாக வெளியிடுகிற நண்பர் 'டிஸ்கவரி புக் பேலஸ்' வேடியப்பன் அவர்களுக்கும் என் மனம் நிறைந்த நன்றிகள்.

தோழமையுடன்,
பிரபஞ்சன்
சென்னை.

வீடிடிந்து விழும் முன்னால் ஒரு முன்னுரை

முதற் பதிப்பின் முன்னுரை

இருள் அடர்ந்த, ஒளி புகாத வனாந்தரத்துக்குள் இருப்பது மாதிரி உணர்கிறேன். வெளிறிய கறுப்பு மை காகிதத்தில் படர்ந்தாற்போல இருண்டு கிடக்கிறது உலகம். கடந்த ஒரு வாரமாக இப்படித்தான் இருக்கிறது. இது பனிக்காலமாக இருப்பினும் மழைக்காலமாக மருவி இருக்கிறது நமக்கு வெளியே இருக்கும் வெளி. மழைத்துளிகள் விழும்போதெல்லாம் என் ஆசிரியப் பெருமக்கள் என் நினைவுக்கு வருகிறார்கள். அவர்கள் பேசிய வார்த்தைகள்போல இருக்கிறது மழை. ஆனால் மழையின் அருமை தெரியாத மக்கள், என்னைச் சுற்றி வாழ்கிறார்கள். அவர்கள் மத்தியில்தான் நானும் வாழ வேண்டி இருக்கிறது.

பிரபஞ்சத்தின் முதல் அழகே மழைதான். மழையை மாமழை என்று போற்றுகிறான் நம் முன்னோடி ஒருவன். புத்தனின் பேச்சைக் கருணை மழை என்கிறார் ஒரு கவி. ஆனாலும் மழையைச் சாக்கடையாக மாற்றிக் கடலில் சேர்க்கிற சாதி தமிழ்ச்சாதி. மூடர்களுக்குச் சொன்ன கவிதைகளைப்போல, மழை பாழாகிக்கொண்டிருக்கிறது. மழையின் குடிநீர், விவசாயப் பயன்பாட்டைப் பற்றி நான் பேசவில்லை. மழை என்கிற அற்புதமே வியப்புதான். மழையின் ஒரு துளி, இம் மா உலகை நிகழ்த்த பெருமை அடர்ந்தது என்பதை நாம் என்று அறியப் போகிறோம்.

மழைநீர் எங்கெல்லாம் அடர்ந்திருக்கிறதோ, அங்கெல்லாம் அழகின் ஆளுகை நடக்கிறது. ஏரி என்கிறோம். குளம் என்கிறோம். குட்டை என்கிறோம். அவைகளின் அருகே கோயில் அமைக்கிறோம். மழைநீர் மண்ணில் படர்ந்து பரவி நடந்து சென்று சேரும் பள்ளம் வரைக்கும் மனிதர்கள் நீருடன் துணை சென்று, அது தேங்கி நிற்கும் இடத்தைக் கண்டடைந்து அதையே ஏரி என்று அமைத்தார்கள். ஏர் என்ற சொல்லுக்கே தமிழில் அழகு என்று பொருள். 'ஏர் ஆர்ந்த கண்ணி' என்று யசோதையை ஆண்டாள் வியக்கிறாள். ஏர் + ஆர்ந்த + கண்ணி என்பதுக்கு, அழகு நாளாந்தமாக வளரும் கண்ணை உடையவள் என்பது பொருள். அழகு நாளுக்கு நாள் எப்படி வளர்ந்துகொண்டே இருக்கும்? கண்ணன் நாளுக்கு நாள்

வளர்ந்துகொண்டே இருக்கிறானே, அதைப் பார்த்துப் பார்த்து யசோதையின் கண்கள் அழகு வளர்கின்றனவாம். இப்படி அனுபவிப்பவர்களே நீரை அறிந்தவர்கள்.

அழகு நுணுக்கங்களில் இருக்கிற வஸ்து. அது மேற்பூச்சில் இல்லை. உள்ளார்ந்து கிடப்பதே அழகு. கண்ணுக்கு மை அழகல்ல. கண்ணுக்கு அணிகலன் கண்ணோட்டம். பொருளின் மேற்புறம் அல்ல, அகப்புறம் பார்ப்பதே நுணுக்கம். அது காமத்தைப்போல. கழுத்தில் 'போர்டு' மாட்டிக்கொண்டு அது தொங்காது. அது மலரினும் மெல்லியது. எல்லாக் காலத்திலும் அது சில – வெகுசில – பேர்களுக்குத்தான் சாத்தியம் ஆகி இருக்கிறது. அந்த வெகு சில பேர்களுக்குத்தான் கவிதை, இலக்கியம், கலை, இசை எல்லாம். அவர்கள் வெகுசிலராக இருப்பதால்தான் ஏரிகள் மேலே கட்டிடங்கள் கட்டப்படுகின்றன. தமிழகத்தின் கடந்த இருபது ஆண்டுகளில் உருவான பல பேருந்து நிலையங்கள், ஏரிகள் மேல் கட்டப்பட்டவை. வள்ளுவர்கோட்டமே ஒரு ஏரி இருந்த இடம்தான். புதுச்சேரியின் பேருந்து நிலையம், நான் பார்த்து வளர்ந்த ஒரு ஏரியின் மேல்தான் இருக்கிறது. நுணுக்கம் அற்ற சமூகம், செத்த சமூகம், நமது பெரும்பான்மைக் கசடுகளின் அடர்த்தியே நம் நிகழ் உலகம். அற்புதமான சிற்பக் கருவூலங்கள் பிறந்த மண்ணில் என் தலைமுறையில் மூத்திரம் இருக்கும் இடங்களில் எல்லாம் ஆபாச, கலை அழகற்ற சிலைகள். எது அழகுத்தன்மை அல்லது நுணுக்கம் அற்றதோ அது ஆபாசம். நம் சினிமா ஒரு பேரவலம். இன்றும் 'ஆம்பிளையை' அழைத்துக்கொண்டிருக்கின்றன நடன உருப்படிகள். நம் கலைகள் தவிடுகள். சாரம் அற்றவை. 'தெருவில் வாரானோ என்னைத் திரும்பிப் பார்ப்பானோ' என்று ஆடுகிறார் ஒரு பெண்மணி. எத்தனை காலத்துக்கு? வாசனைக்கு மல்லிகை. தாமரைப்பூவுக்கு மணம் உண்டு என்பது நம்மில் எத்தனை பேருக்குத் தெரியும்?

நம் வாழ்வில் வாசனைகள் இல்லை. பரீட்சார்த்தம் இல்லை. யுகம் யுகமாக எந்த சுயமும், எந்தச் சுவையும் அற்ற இட்லி என்கிற வஸ்துவைத் தினம் தினம் எந்தச் சலிப்பும் இன்றித் தின்னுகிற இனம் நாமாகத்தான் இருப்போம். நம் உணவில் பரீட்சார்த்தங்கள் இல்லை. ஆடைகளில் நாம் இல்லை. வசிப்பிடங்களில் நம் பண்பு இல்லை. சதுரம் சதுரமான அறைகளில் எந்த ரசனையும் அற்று ஒரு ஆயுள் வாழ்கிறோம். வீட்டுச் சுவர்கள்கூட மாறுதல் வேண்டித் தவிக்கிறது. நாம் தவிப்பதில்லை.

பழமையைச் செரித்துத் துப்பி, புதுமைகளை ஆக்கும் சிருஷ்டிக் கரம் நம்மிடம் இல்லை. நமது வரலாறு நம்மைக் கொல்கிறது.

நம் ஜீவத் துடிதுடிப்பைச் சுட்டுக் கருக்குகிறது குடும்பம் என்கிற அமைப்பு. நம் சிறகுகளை நாமே அரிந்து வீசுகிறோம். பிணம் தழுவுகிறதாய் இருக்கிறது நம் தாம்பத்யம். உழப்படாத பூமிகள், நிரப்பப்படாத வெளி, துழாவப்படாத வானம் நமக்காகக் காத்திருப்பதை நாம் உணரத் தொடங்குவது எப்போது?

வெளியே வெகு இனிமையாக மழை பெய்கிறது. எம்.டி.ராமநாதன் மழைக்குள் அமர்ந்து பாடிக்கொண்டிருக்கிறார். மழை சங்கீதம். என் வீடு ஒழுகுகிறது. என் புத்தகங்கள் நனைந்து கெடுகின்றன. கடந்தவாரம் முழுக்க ஒழுகாத இடம் என் வீட்டில் இல்லை. கால் வைக்க உலர்ந்த நிலம் இல்லை. மேல் தளம் விரிசல் விட்டு காரை பெயர்ந்து அம்மணமாக நிற்கிறது. அம்மணம் எல்லா நேரத்திலும் அழகு இல்லை, எனக்கு அம்மணம் பிடிக்கும் என்றாலும்கூட, என்றாவது ஒரு நாள் விழ நேரும். ஒரு தமிழ் எழுத்தாளன் வீடு இடிந்து அமரனான வரலாறு என்னிடம் இருந்துதான் தொடங்கப்போகிறது. கடந்த நான்கு வருடங்களாக வீட்டை மாற்றித்தர அமைச்சுப் பெருமக்களிடமும், அதிகாரப் பெரும்பேர் மக்களிடமும் கோரிக்கை வைத்துக்கொண்டே இருக்கிறேன். After all another Tamil writer.

நல்லது.

நிகழ்வது, நிகழ்ந்தது எல்லாம் நல்லபடியாகவே இருக்கிறது என்று நான் நம்பத் தயாராக இல்லை.

உயிர்மையில் இக்கட்டுரைகளை வெளியிட்ட கவி மனுஷ்ய புத்திரனுக்குத் தோழமையுடன் கூடிய நன்றியையும் வணக்கத்தையும் தெரிவித்துக் கொள்கிறேன். அவர் அன்பு பெரிது. என் மேன்மை சிறிது.

நாம் தொடர்பில் இருப்போம். —

16.12.2009 தோழமையுடன்,

ராயப்பேட்டை **பிரபஞ்சன்**

பொருளடக்கம்

1. பகவத் கீதை பாடமும் பலான படங்களும் — 9
2. குமுதத்தின் கதை — 16
3. இன்னும் வராத தொலைபேசி — 23
4. பானு உன் புத்தகப்பை அண்ணனிடம் இருக்கிறது — 32
5. தாய்ப்பாலும் தென்னம்பாலும் — 41
6. இரண்டு பிரஞ்சுப் பெண்கள் — 51
7. மது நமக்கு மது நமக்கு மது நமக்கு உலகெலாம் — 62
8. தெருப்பாடல்கள் — 71
9. ஒரு அரவாணியின் முதல் தமிழ் நாவல் — 80
10. மனதில் புகுந்தது மா மத யானை — 90
11. 4 பேராசிரியர்களும் ஒரு பதிப்பகமும் — 100
12. அதிகாரத்துக்கு எதிரான சில குரல்கள் — 110
13. அபாயகரமானது கவிதை — 118
14. காடுகளை மனக்கும் முகைப் பூக்கள் — 129
15. உலகத் தமிழ் மாநாடு செய்ய வேண்டியது என்ன? — 139
16. பரத்தையரும் கலைஞர்களும் — 148
17. தாழப் பறக்காத பரத்தையர் கொடி — 152

பகவத் கீதை பாடமும் பலான படங்களும்

ஏதோ ஒரு வெள்ளிக்கிழமை மாலை குழந்தைகள் பள்ளிக்கூடம் விட்டுத் திரும்பிக்கொண்டிருந்தார்கள். கொத்துக் கொத்தாக அவர்கள் தெருவைக் கடந்து போகச் சௌகரியமாக வண்டியை நிறுத்தினார் பால்யூ. ஸ்கூட்டரின் பின்னால் நான் உட்கார்ந்திருந்தேன். தெருவின் இரண்டு பக்கமும் முருங்கை மரங்கள். அவரவர் வீடுகளுக்கு முன்னால் வளர்ந்திருந்த முருங்கை மரங்கள். கே. கே. நகர் என்று சுருக்கப்பட்ட கலைஞர் கருணாநிதி நகருக்குள் மூன்று நகர்கள் இருந்தன. மூன்று பொருளாதாரத் தரத்தினர் வாழ்ந்த நகர்கள். தனித்தனியாக வீடுகள் கட்டிக்கொண்டு வாழும் அல்லது கடன் அடைத்துக்கொண்டு சிரமப்படும் உயர் மற்றும் கீழ் நடுத்தர வர்க்கத்தினரின் நகர். அரசுக் குடியிருப்புகளாலான நகர். குடிசைகள் மற்றும் சின்னஞ் சிறிய கல்வீடுகள்கொண்ட ஒண்டுக் குடித்தனங்களால் ஆன, தொழிலாளர்களின் நகர். மூன்றாம் நகரின் ஒரு வீட்டு மாடியில் குடி இருந்த என்னை உறக்கத்திலிருந்து எழுப்பிக் குமுதம் ஆபீசுக்கு அழைத்துப் போகிறார் சர்வ வல்லமை பொருந்திய குமுதம் பத்திரிகையாளரான பால்யூ.

ஆக, நான் குமுதம் பத்திரிகையில் இணையப் போய்க்கொண்டிருக்கிறேன். என் விதிக்கப்பட்ட வாழ்க்கை திணித்து வைக்கப்பட்ட ஆயிரம் அனுபவங்களால் ஆன ரகசியப் பெட்டியிலிருந்து சிலவற்றை உருவி என் முன் வீச இருக்கிறது. நிறைய மண்டை ஓடுகள், நிறைய அறுந்த செருப்புகள், நிறைய பழைய கிழிந்த சட்டைகள், நிறைய நடை வண்டிகள், நிறைய மரப்பாச்சி பொம்மைகள், நிறைய காதல் கடிதங்கள், பழிகள், பகைகள், கொலை வெறிகள், கூடிக் குசுகுசுத்துக் குருட்டறையில் இட்ட கருக்கள் என்று நீண்டுகொண்டே போகும் உன்னதமும் சின்னத்தனமும்கொண்ட ஜாபிதாக்களின் கொள்கலன் அந்த ரகசியப் பெட்டி.

வண்டி போய்க்கொண்டிருந்தது. ‘அதிர்ஷ்டசாலி ஐயா, நீர்’ என்றார் பால்யூ. இதை அவர் எட்டாவது தடவையாகச் சொன்னார்

என்பதை உறுதியாக என்னால் சொல்ல முடியும். கதவைத் தட்டிய சப்தம் கேட்டு எழுந்து போய்க் கதவைத் திறந்தபோது இதே வார்த்தையைத்தான் சொல்லி அப்புறம் விஷயத்தைச் சொன்னார். 'ஆசிரியர் எஸ்.ஏ.பி. என்னைக் கையோடு அழைத்து வரச் சொன்னார். குமுதத்தில் உமக்கு ஆசிரியர் குழுவில் வேலை' என்று சொல்லி முடிக்கும் முன், 'சரியான அதிர்ஷ்டசாலி ஐயா, நீர்' என்றார். நான் குளியல் அறையில் சிறுநீர் கழிக்கும்போதும் அந்த வார்த்தைகள் என் பிடறியில் வந்து தாக்கின. முகம் கழுவி வந்து துடைத்துப் பவுடர் போட்டுக்கொள்ளும்போதும் பேண்ட் போட்டுக் கொள்ளும்போதும், புறப்படும்போதும் ஸ்கூட்டர் பத்து உதைகளைக் கோரி அதன் பிறகு ஸ்டார்ட் ஆனது எனக்கு மகிழ்ச்சியாக இருந்தது.

இப்போது நாங்கள் புரசைவாக்கத்துக்குள் பிரவேசித்துக் கொண்டிருந்தோம்.

ஒரு காலத்தில் புரசை மரங்களால் நிறைந்த பகுதி இது. கடற்கரையை ஒட்டிய ஊர்கள் பாக்கம் என்ற பெயரைப் பெறுகிற நியதியை ஒட்டி இது புரசைப் பாக்கம் ஆகி புரசைவாக்கம் ஆயிற்று. ஊர்ப் பெயர்களில் எனக்குக் கவர்ச்சி உண்டு. பழைய தமிழ் மரபில், ஊர்களின் பெயர்கள், நிலம் சார்ந்து, நிலத்தின் முக்கியத்துவம் சார்ந்து ஏற்பட்டன. ஆளுமைகள் சார்ந்து நேரு நகர், அண்ணா நகர், காந்தி நகர் என்பது அண்மை மரபு. அதிகாரம், ஆதிக்கத்தைக் கட்டமைத்த மன்னர்கள் பழைய ஊர்ப் பெயர்களை மாற்றித் தங்கள் பெயர்களை ஊருக்கு வைத்தார்கள். குறிப்பாகச் சோழ, பாண்டியர்கள். இது இடைக்கால மரபு. புரசைவாக்கம், ஆயிரத்து தொள்ளாயிரத்து எண்பதுகளின் இடைப்பகுதியில், அதாவது நானும் பால்யூவும் பிரவேசிக்கும் அந்தக் காலத்திலும், இப்போது மாதிரியேதான் அப்போதும் இருந்தது. மேலே எழுந்துவரும் புழுதி, தெருவோரம் மேடிட்ட குப்பைகள், ஜனக்கூட்டம் எல்லாம். அபிராமி தியேட்டரில் இருந்து ஒரு கூட்டம் வழிந்து வெளியேறிக்கொண்டிருந்தது. அபிராமிக்குப் பக்கத்துக் கட்டிடம்தான் குமுதம் அலுவலகம். குமுதத்துக்குப் பக்கத்துக் கட்டிடம்தான் அபிராமி என்று சொல்ல வேண்டுமோ? இரண்டுக்கும் என்ன பெரிய வேறுபாடு?

அழகற்ற வலிந்த தகரத்தால் ஆன வாயிலின் ஓரம், திட்டிக் கதவின் வழி நான் குமுதம் அலுவலகத்துள் பிரவேசிக்க, பால்யூ, திறக்கப்பட்ட வாயில் வழி உள்ளே வந்து, அங்கிருந்த பெரிய மாமரத்து நிழலில் தன் ஸ்கூட்டரை நிறுத்தினார். மரங்கள் வயசானவை. இவைகளின் எதிரில்தான், கோவலனும் கண்ணகியும் மாதவியும் காதலித்திருக்கிறார்கள். பி. யூ. சின்னப்பாவும்,

கண்ணம்பாவும் நடித்த கண்ணகி திரைப்படம் உருவான ஸ்டுடியோவைத்தான் குமுதம் வாங்கியதாகப் பால்யூ சொன்னார். ஆசிரியர், பூஜையில் இருப்பதாக யாரோ சொன்னார்கள். நாங்கள் காத்திருந்தோம். நாங்கள் வந்திருக்கும் செய்தியை ஆசிரியருக்கு யாரோ சொல்லி இருக்கிறார்கள். எங்களை மேலே வரச் சொன்னார். உலகத்தில் இருக்கும் எல்லா ஆண் மற்றும் பெண் சாமிகளின் பெரிய சைஸ் படங்கள் மாலை சூட்டப்பட்டு இருந்தன. அவைகளின் எதிரே குமுதம் பத்திரிகை (அடுத்த நாள் வெளியாக இருக்கும் இதழ்) இருந்தது. இந்தப் பூஜை புனஸ்காரங்கள் பற்றித் தனியே பிறகு எழுதுவேன்.

எஸ்.ஏ.பி.க்கு முன் நான் நிறுத்தப்பட்டேன். நாங்கள் இருவரும் வணங்கிக்கொண்டோம். முதல்முறை நாங்கள் சந்திக்கிறோம். சராசரிக்கும் கொஞ்சம் குள்ளமான உயரம். கதர் சட்டை, கதர் வேட்டியில் இருந்தார். எப்போதும் இந்த ஆடைதான். 'வாருங்கள்' என்றபடி தன் அறைக்கு அழைத்துச் சென்றார். அலங்காரமற்ற அறை. சாதாரணமான மேசை, நாற்காலிகள். எதிரில் உட்காரச் சொன்னார். அதற்கு முன் வந்திருந்த என் கதைகள் பற்றிச் சிலாகித்துப் பேசினார். அவைகள் அக்காலத்து இலக்கியப் பத்திரிகைகளில் வந்தவை. கணையாழி, கண்ணதாசன், தாமரை, மற்றும் தினமணி கதிரில் வந்தவை. மிகுந்த நுட்பத்தோடு கூடிய பார்வை இலக்கியத்தில் அவருக்கு இருந்தது கண்டு எனக்கு ஆச்சரியமாக இருந்தது. புதுமைப்பித்தன், கு. அழகிரிசாமி, தி. ஜானகிராமன் பற்றியெல்லாம் பேசினார். எதுவும் மேலோட்டமான விமர்சனமோ, படித்ததை மீண்டும் ஒப்பித்தலோ இல்லை. சுயமாக உருவாக்கிக்கொண்ட விமர்சனங்கள். தெருப்புறம் பார்த்த ஜன்னல்வழி காற்று வந்துகொண்டிருந்தது. இடையில் ஒருமுறை, ஒரு சின்ன டம்ளரில் இளநீர் வந்தது. குமுதம் அலுவலகத்துக்குள் தேநீர், காபி போன்ற அன்னிய பதார்த்தங்கள் பகிஷ்கரிக்கப்பட்டவை. மிக முக்கியமான விருந்தினரிடம்கூட ஐந்து நிமிஷங்களுக்கு மேல் எஸ்.ஏ.பி. அண்ணாமலை பேசுவதில்லை. பத்து நிமிஷம் பேச நேர்ந்தால்; இளநீர் வரும். எனக்குத் தெரிந்து லால்குடி ஜெயராமன் இந்த உபசாரத்தை ஒருமுறை பெற்றார்.

குமுதம், தன் ஆசிரியர்குழுவில் இளைய தலைமுறை எழுத்தாளர்களைச் சேர்த்துக்கொள்ள முடிவெடுத்து இருப்பதாகச் சொன்னார். அவருக்கு மிகவும் பிடித்த எழுத்தாளனாகிய நான், ஆசிரியர் குழுவில் இணைவது அவருக்கு மகிழ்ச்சி என்றார். மறுநாள், என்னைப் பணியில் சேரச் சொன்னார்.

நான் அறையை விட்டு வெளியே வந்தேன். பால்யூ காத்திருந்தார். நான் சமாச்சாரத்தைச் சொன்னேன். 'எனக்குத் தெரியும்' என்றார்.

‘எப்படி’ என்றேன். ‘முதலில் இன்று வெள்ளிக்கிழமை. அதோடு முதன் முதலில் ஆசிரியரைப் பூஜையில் வைத்து, அத்தனை தெய்வ சான்னித்யங்களுக்கு முன்னால் பார்க்கும்படியாக நேர்ந்த போதே என் மனசுக்குள் பட்டுடுத்து, இது ஜெயம்னு’ என்றார். தெய்வ சான்னித்யங்களுக்கு முன், குமுதம் இருந்தது என் நினைவுக்கு வந்தது. தெருவுக்கு வந்தோம். ‘டீ சாப்பிடலாமா’ என்று பால்யூவைக் கேட்டேன். அவர் வேணாம் என்றார். என்னைச் சாப்பிட அனுமதி தந்தார். தெருவோரம் கடைகளில் டீ சாப்பிட்டுக்கொண்டு நிற்பது கௌரவமான பழக்கமல்ல என்பது அவர் எண்ணமாக இருந்திருக்கலாம். எனக்கு எந்தக் காலத்திலும் கௌரவபுத்தி இருந்தது இல்லை. அபிராமி தியேட்டர் வாசலில் இருந்த பெட்டிக்கடையில் டீ சொல்லிவிட்டு, ஒரு சிகரட்டை வாங்கிப் பற்றவைத்துக்கொண்டேன். ‘சிகரட் பிடியுங்கோ... தப்பு இல்லை... அது உங்க ஹாபிட். ஆனா, ஆசிரியர் பார்க்கும்படியாகப் பண்ணிடப்படாது’ என்றார். ஆசிரியர் பார்க்காத படிக்கு நிறைய காரியங்களை நான் செய்ய வேண்டி இருக்கிறது என்றபடி என் எண்ணம் ஓடியது.

இந்த முதல் நாள், பால்யூ என் மேல் செலுத்திய அக்கறையை நான் குமுதத்தில் இருந்த இரண்டாண்டுக் காலமுழுதும் காண்பித்தார் என்பதை மனம் நிறைவோடு நான் இங்கு குறிப்பிடவேண்டும். எத்தனையோ பிரச்சினைகளில் நான் சிக்குண்டு மனம் நொந்த போதெல்லாம், எனக்கு ஆறுதலாக இருந்தவர் பால்யூ. குமுதம் தொடங்கப்பெற்று (1947ஆம் ஆண்டாக இருக்கும்) இரண்டாம் இதழில் அவர் கதை வந்தது. ராகி படம் வரைந்திருந்தார். அட்டைப்படக் கதை அது. அதன் பின் எஞ்சிய சுமார் 50 ஆண்டுக்காலம், குமுதத்துடன் தன் வாழ்க்கையை ஒப்படைத்துக்கொண்டவர் அவர். தன் வாழ்க்கையைக் குமுதத்துக்கு அர்ப்பணித்த அவர் பெற்றது குறைவு. மிகவும் குறைவு. ‘இந்த விசுவாசம், வைக்கக்கூடிய பாத்திரமா ஒரு ஸ்தாபனம்’ என்று நான் ஒருமுறை கேட்டேன். அவர் வழக்கமாகச் சிரித்தபடி, ‘ராம, ராம என்பவனுக்கும் மோட்சம். மரா மரா என்பவனுக்கும் மோட்சம்’ என்றார். தொடர்ந்து உவமையில் இருந்த அதிகப்படி அவருக்கே புரிந்து தொடர்ந்தார். ‘ராமனிடத்தில் நான் ஆசிரியரை வைத்திருக்கிறேன்’ என்றார். ஆசிரியர் இவரை எவ்விடம் வைத்திருந்தார்?

குமுதத்தில் நடந்தது பற்றி என் மனைவியிடம் சொன்னேன். அவர் நிம்மதி அடைந்தது தெரிந்தது. மாதாந்திரப் பிரச்சினைகளின் பயங்கரம் எங்களுக்குத் தெரியும். அந்த நிம்மதி எனக்கு வருத்தத்தைத் தந்தது.

அன்று இரவுக்கு முந்தைய மாலையில் சுப்ரமண்ய ராஜூவைச் சந்திக்கப் போனேன். வழக்கமான சந்திப்பு அது. வாரத்தில் நாலைந்து நாட்களாவது நாங்கள் சந்தித்துக்கொண்டிருந்த காலமது. அவர் பணி ஏழு அல்லது ஏழரை மணிக்கு முடியும். அதன் பிறகு, டி. டி. கே. வுக்குப் பக்கத்திலும், சோழாவுக்கு முன்னும் இருக்கும் ஓட்டலுக்குச் செல்வோம். முதல் மாடி 'பாரில்'தான் எங்கள் மாலைகள் இனிய போதையோடு மெல்ல நடக்கும். வழக்கம்போல முதல் லார்ஜ் விஸ்கி வந்தது. துணைப் பதார்த்தங்களோடு முதல் விழுங்கலைச் செய்து முடித்து, நான் விஷயங்களைச் சொல்லத் தொடங்கினேன். ராஜூவுக்கு நான் குமுதத்தில் வேலைக்கு முயற்சித்தது தெரியும். எனக்கு அங்கு வேலை கிடைக்காது என்று அவர் நிச்சயமாக இருந்தார். என்னிடமும் சொன்னார். கடுமையான என் விமர்சனங்கள், மறைவும் நாசுக்குமற்ற என் பேச்சும் எனக்கு எதிரானவை என்று அவர் கருதினார். என் மேல் மிகுந்த அக்கறைகொண்ட சென்னை நண்பர்களில் முதல்வராக ராஜூ இருந்தார். எனக்கு மட்டுமல்ல, சென்னையில் இன்றுள்ள முக்கியமான மூத்த மற்றும் என் சமகாலத்து எழுத்தாளர் பலர்க்கும் அவர் பெரும் உதவிகள் செய்துகொண்டிருந்தார். விஷயத்தைக் கேள்விப்பட்டதும், வழக்கத்துக்கு மாறாக இரண்டு கூடுதலான லார்ஜூகளில் அவர் மிதந்தார். உடனடியாக அவருக்குக் கவலையும் ஏற்பட்டுவிட்டது. சென்னையில் வாழ மனிதர்கள் கடைப்பிடிக்க வேண்டிய சில தர்ம சூத்திரங்களை அவர் சொல்லத் தொடங்கினார். 1. எதைப் பற்றியும் அபிப்பிராயம் சொல்லாதிருத்தல். 2. சொல்ல நேர்ந்தால் ஆகா, பேஷ், பிரமாதம் போன்ற விஷயங்களாகவே சொல்லுதல். 3. பாராட்டுக்கு அல்லாமல் வேறு எதற்கும் வாயைத் திறக்காமல் இருத்தல். 4. பிரமுகர்கள் என்கிற மூடர்களுக்கு அவர்கள் மூடமையை இனம் காட்டாமல் விலகிச் செல்லுதல். 5. இரத்தத்தை எப்போதும் குளிர்ச்சியாக வைத்துக்கொண்டு எந்தச் சமூக இழிவுக்கும் மனம் பொங்காமல் இருத்தல். 6. சண்டைக்கார இலக்கியக்காரர்களுடன் பொது இடங்களில் காணப்படாதிருத்தல் போன்றவைகளை எனக்கு ஓதினார். 'இதெல்லாம் இல்லாமல் இருப்பதால் தானே என்னை நீங்கள் மதிக்க நேர்ந்தது' என்று நான் கேட்டேன்.

மறுநாள் காலை பத்து மணிக்குமுன் அலுவலகம் வந்து சேர்ந்தேன். ஆசிரியர் அறைக்கு அடுத்த அறை துணை ஆசிரியர்களுடையது. வலது பக்கத்தில் நுழைவாயிலையொட்டி முதல் இருக்கை சண்முக சுந்தரத்துடையது. அடுத்த இருக்கை ஜ.ரா. சுந்தரேசனுடையது. இந்த இருக்கைகளுக்குப் பின் பலகைத்

தடுப்புக்கு உள்ளே ரா. கி. ரங்கராஜன். சுந்தரேசனுக்கு பக்கத்தில் என் இருக்கை.

சரியாகப் பத்து ஐந்துக்கு ஆசிரியர் வருகை புரிந்தார். கதவைத் திறந்துகொண்டு எட்டிப் பார்த்தார். நாங்கள் உள்ளே வரலாம் என்பதன் சமிக்ஞை அது. அறையின் உள்ளே நுழைவதையும் ஒரு ஒழுங்கோடு செய்ய நேர்ந்தது. முதலில் சீனியரான ரா. கி. ரங்கராஜன். அதன்பிறகு சின்ன சீனியரான சுந்தரேசன். அதன்பிறகு சின்னச் சின்ன சீனியரான சண்முக சுந்தரம். அதன்பிறகே படு சின்னப் புதுமுகமான நான். ஆசிரியர் இருக்கைக்கு முன் எங்கள் நாற்காலிகள். அதிலும் ஒரு ஒழுங்கு கடைப்பிடிக்கப்பட வேண்டும். முதல் நாற்காலி சீனியருடையது. அடுத்து அடுத்து உள் நுழைந்த வரிசைப்படி அமரவேண்டும். என் நாற்காலியில் நான் மட்டும் அமரலாம். ஒழுங்கு. ஒழுங்கு. ஒழுங்கு உயிரினும் மேலானது. ஆசிரியரை முதன்முதலில் பார்க்கும்போது, 'ஹரிஓம்' என்று சொல்லி வணங்குவதே குமுத மரபு. வணக்கம் என்பதுக்குப் பதில் ஹரி ஓம். ஹரி ஓம் என்றதும் அவரும் ஹரி ஓம் என்று வணங்குவார். முதல் நாள் ஆகையால், ஆசிரியர் எனக்கு பகவத் கீதை – திருச்சி திருப்பராய்த்துறைப் பதிப்பு – ஒரு பிரதியும் ஒரு ரைட்டர் பேனாவும் அன்பளிப்பு தந்தார்.

குமுதத்தில் ஒரு நாள் இப்படித் தொடங்கும். எனக்கும் முதல் நாள் இப்படித் தொடங்கியது.

முதலில் ஆசிரியர், பகவத் கீதையின், முதல் தொடக்கப் பாடல்களில் ஒன்றான 'ஓம் பார்த்தாயா பிரதி யோதிதா, பகவதாம்... நாராயணேனஸ்வயம்' என்று தொடங்கும் பிரார்த்தனைப் பாடலைக் கண்ணை மூடிக்கொண்டு பக்தி பாவத்தோடு பாடுவார். ஆசிரியர் குழு தாமும் சேர்ந்து பாடும். பாட வேண்டும். நானும் சில நாட்களில் அதை மனப்பாடம் செய்துகொண்டேன். அதன் பிறகு, முந்தைய இடத்தில் நிறுத்தி இருந்த பகவத் கீதை பாடல் வரியிலிருந்து தொடங்கி ஆசிரியர் பாடம் நடத்தத் தொடங்குவார். ஆசிரியர் கீதைமேல் மிகுந்த மரியாதை கொண்டவராக இருந்தது தெரிந்தது. ஒவ்வொரு சுலோகமாக, முதலில் சமஸ்கிருதம், அதன் பிறகு தமிழ் பொருள் முதலானவற்றைச் சொல்லி விளக்க உரை ஆற்றத் தொடங்குவார் ஆசிரியர். நாலைந்து சுலோகத்தைப் படித்துப் பொருள் சொல்லிக்கொண்டு வரும்போது ஆசிரியர் குழுவினர் இடையிட்டு ஐயங்களைக் கேட்டுக் கொள்ளலாம். ஐயம் கேட்பவனே சிறந்த சாதகன். பெரியவர்களில் யாரேனும் ஒருவர், கர்மத்தைப் பண்ணிப்பிட்டு பலனை எதிர்பாராமல் இருக்கிறது பெரியவாளுக்கு சரி, சின்னவாளுக்கு எப்படிப் பொருந்தும்

என்பதுபோல் கேள்வி எழுப்புவாரெனில், ஆசிரியர் நிஜமாகவே சாட்சாத் பரமாத்மா ஆகவே மாறிவிடுவாரென எனக்குத் தோன்றும் படி, ஒரு பரவசத்துடனும், மந்தகாசப் புன்னகையுமாக அழகான விளக்கங்களைச் சொல்லத் தொடங்குவார். நாங்கள் அர்ஜுனர்கள் இல்லை. அவர் கிருஷ்ணராக இருக்க என்ன தடை?

இடையில் பதிப்பாளர் பார்த்தசாரதியும் வந்து சதசில் கலந்து கொள்வார்.

பகவத் கீதை முடிந்த பிறகு திருக்குறள் வாசிப்பு தொடங்கும். திருக்குறள் ஆங்கில மொழி பெயர்ப்பு மற்றும் தமிழ் உரைப் பதிப்பு ஆகியவைகளுடன் திருக்குறள் படிக்கத் தொடங்குவார் ஆசிரியர். முதலில் ஒரு குறள். அதன் சுருக்கமான, அகன்ற பொருள். மொழி பெயர்ப்பில் அதன் அர்த்தம், ஆராய்ச்சி என்ற வகுப்பு தமிழமுதம் சொட்டச் சொட்ட நடைபெறும். இதில் ஐயம், சந்தேகம் உள்ளவர்கள் ஆசிரியரிடம் தெளிவு பெறலாம். ஐயம் உள்ளவர்கள் பாக்கியவான்கள்.

திருக்குறள்களில் சில படித்து முடித்தபின், சில வேளைகளில் ஒரு பிரார்த்தனை இப்படி இடம்பெறும்.

தொல்காப்பியர், சங்கப்புலவர், திருவள்ளுவர் முதலாகப் பாரதி வரையிலான புலவர்கள் ஆசிர்வாதம் காரணமாகக் குமுதம் சர்க்குலேஷன் அடுத்த ஆண்டுக்குள்... லட்சம்கூட வேண்டும்...

ஒரு வழியாகப் பத்தரை மணியளவில் இறை வணக்கம், பக்தி வியன்யாசம் முடியும். அதன் பின் நித்திய அலுவல். குமுதம் புகைப்படக் கலைஞர் கொண்டுவந்த சினிமா நடிகைகளின் புகைப்படங்கள் மேசைமேல் பரப்பப்படும். ஒரு மாதிரியான படங்கள். அட்டைக்கும், 36-ம் பக்கத்துக்கு மூலைக்குமான படங்கள். அந்தப் படங்களில் பெரும்பாலும் பெண்கள் பக்கவாட்டில் காணப்படுவார்கள். குறைந்தபட்ச ஆடைகளுடன் இருப்பார்கள். குனிந்தபடி, அப்படி இப்படித்தான். ஆசிரியர், பகவத்கீதை படித்த அதே 'ஒருமை' உணர்வோடு படங்களைத் தேர்ந்தெடுத்துக் கொடுப்பார்.

அந்த நேரம் பலமுறை அவர் முகத்தை நான் கவனித்து இருக்கிறேன். எங்கேயாவது கேலி, கிண்டல், நகை ஆகியவற்றின் ஒரு ரேகையாவது தென்படுகிறதா என்று கூர்மையாக நான் கவனித்து இருக்கிறேன். இல்லை.

நிஷ்காம்ய கர்மம் என்பது இது தானோ?

- ஆகஸ்ட், 2008

குமுதத்தின் கதை

குமுதம், வானத்திலிருந்து உடைந்து விழுந்த நட்சத்திரத் துண்டு அல்ல. தமிழ் மண் உருவாக்கி வைத்திருந்த அத்தனை கரடு கட்டிகளையும் தட்டிப் பிசைந்து தன்னை உருவாக்கிக்கொண்டது அது. இந்தியச் சுதந்திர ஆண்டை ஒட்டி அது பிறந்தபோது, அதன்முன் ராட்சசச் செடியாக நின்ற பத்திரிகைகள் விகடனும் கல்கியும். இருபதாம் நூற்றாண்டின் முப்பதுகளில் பிறந்த விகடன் தனக்கென்று அழுத்தமானதும் கலைக்க முடியாததுமான வாசகர்களால் முன்னணியில் நின்றது. சென்னைப் பல்கலைக்கழகம் உருவாக்கியிருந்த பட்டதாரிகளும் திண்ணைப் பள்ளிக்கூடப் படிப்பாளிகளும், உயர்சாதிப் பெண்களுமாக அதன் வாசகர் பரப்பை நிரப்பி இருந்தார்கள். விகடனிலிருந்து பிரிந்த கல்கி, தன் சொந்தப் பெயரில் கல்கியைத் தொடங்கி, நாற்பதுகளில் வாசகர் அரங்கத்துக்கு வந்தார். விகடனின் வாசக தொகுதியில் இருந்தே, கல்கி தன் வாசகர்களைப் பிய்த்து எடுத்தார். கல்கிக்கு உருவாகி இருந்த எழுத்தாளர் என்ற புகழ், கல்கிக்குப் பெரிதும் உதவியது. தவிரவும், கல்கியின் சரித்திர நாவல்கள் என்று புனையப்பட்டவை, மிகப்பெரிய வீச்சை ஏற்படுத்தி, கல்கியை நிலைபெற வைத்தது. மிக முக்கிய அம்சம், இந்த விகடன், கல்கி இரண்டுமே பிராமண ஆசிரியத்துவங்களைப் பெற்றவை. இந்த இரு பத்திரிகைகளுக்குமே காஞ்சிப் பெரியவாள் என்று சொல்லப்படும் சந்திரசேகரர், தன் அருளாசிகளைப் பண்டிகைகள் தோறும் அள்ளி வழங்கிக்கொண்டே இருந்தார். கல்கிக்கு விசேஷமாக மேற்படி ஆசியோடு, ராஜாஜி என்கிற மிகப்பெரிய அரசியல் ஆகிருதியின் துணை வாய்த்தது. ஒரு மிகப் பெரிய வியக்தியாக வளர்ந்து வந்த எம். எஸ். சுப்புலட்சுமியின் கியாதியும், வசதியும் கல்கிக்குப் பெரும் துணை செய்து அதன் இடத்தை நிர்ணயம் செய்தது. அடிப்படையில் இரண்டு பத்திரிகைகளுமே காங்கிரஸ் கட்சியையும், அதன் அரசியல் செயல்பாடுகளையும் ஆதரித்தவை. வாசன் நேரிடையாகக் காங்கிரஸ் தியாகி இல்லை எனினும், அதாவது சிறை ஏகியவர் அல்லர் எனினும், காங்கிரசுக்குப்

பெரும் பொருள் உதவியவர். கல்கியும் ராஜாஜியும் சதாசிவமும் சிறைசென்ற அசல் காங்கிரசினர். பிற்காலத்தில் கல்கி, ராஜாஜியின் காங்கிரஸ் எதிர்ப்பு நிலைப்பாட்டை எடுத்தது, சுதந்திராக் கட்சியின் பிரச்சார பீரங்கியாகத் தன்னை வெளிக்காட்டியது எனினும், தமிழர்கள் சுதந்திராக் கட்சியை ஒரு பொருட்டாக எடுத்துக்கொண்டதே இல்லை. அது, பதவி சுகம் கண்ட ஒரு அரசியல் பெருச்சாளியின் வயிற்றெரிச்சலின் பௌதிக விளைவு என்றே கருதினர். பிராமண வட்டத்தைக் கடந்து ராஜாஜிக்குத் தமிழ்நாட்டில், ஒரு தம்பிடி அளவுக்கும் செல்வாக்கு இல்லை என்பது தமிழர் மகிழ வேண்டிய விஷயம். முதலில் சதாசிவம் அப்புறம் கல்கி ஆகியோரின் ராஜாஜி விசுவாசம், கல்கி என்கிற பத்திரிகையின் வளர்ச்சிக்கு உதவும் படியாக இருக்கவில்லை. சுதந்திரத்துக்கு முன்னரும் பின்பும் இவ்விரு பத்திரிகைகளும் தேசியப் பத்திரிகைகள் எனவே கருதப்பட்டன.

விகடன், கல்கி, இடையில் ஒரு சிறு வட்டத்தில் செல்வாக்கு பெற்றிருந்த கலைமகள் ஆகிய பத்திரிகைகள் வீறு பெற்றிருந்த காலத்தில் அவைகளின் செல்வாக்குப் பின்னணி எதுவும் இல்லாத, பிராமணர் அல்லாதார் ஒருவரிடமிருந்து தோன்றிய பத்திரிகையாகக் குமுதம் பிறந்தது. அண்ணாமலை அரசர், வள்ளல் அழகப்பர் ஆகியோரின் குடும்பப் பின்னணியிலிருந்து வந்த ஒரு செட்டியார் குடும்பத்து இளைஞர், ஒரு ஐயங்கார் நண்பரைத் துணைக்கு வைத்துக்கொண்டு தொடங்கிய பத்திரிகையாக, நிலம் தோயாமல் அந்தரத்தில் நின்றது குமுதம்.

பள்ளி, கல்லூரிக் காலங்களில் வாசிப்பில் ஈடுபாடுகொண்ட அண்ணாமலை என்கிற இளைஞர், படிக்கும் பழக்கம் தந்த உற்சாகத்தில் கதைகள் எழுதத் தொடங்கி இருக்கிறார். அவர் கதையை அக்காலத்திய புகழ்பெற்ற எழுத்தாளரும் பத்திரிகையாளருமான நாரண துரைக் கண்ணன் (ஜீவா), தன் பத்திரிகையில் பிரசுரம் செய்திருக்கிறார். எம். ஏ. பி. எல். படித்த, பணக்காரக் குடும்ப இளைஞர், இன்னொரு முதலாளியிடம் சென்று பணியாற்றிச் சம்பளம் பெற விருப்பம் இன்றி, வள்ளல் அழகப்ப செட்டியார் துணையோடு தானே பத்திரிகை தொடங்கிச் சொந்த வியாபாரியாகவும், முதலாளியும் ஆனார், எஸ். ஏ. பி. அண்ணாமலை என்கிற இளைஞர். கல்லூரி நண்பராக இருந்த கூரிய மூளையும் உழைப்பும் மிகுந்த பார்த்தசாரதியைப் பிரசுரிப்பாளராகக்கொண்டு குமுதத்தைத் தொடங்கிய எஸ். ஏ. பி. க்குத் தெருவடைச்சான் சந்துகளாக விகடனும் கல்கியுமே இருந்தன, அவருக்கு முன்னால்.

குமுதத்தின் ஐம்பதுகள் கால இதழ்களைப் பார்க்கிற எவரும் ஆச்சரியப்படுவார்கள். ஏதோ இலக்கியப் பத்திரிகையைப் படிக்கிற எண்ணத்தைத் தோற்றுவிப்பன அவ்விதழ்கள். வையாபுரிப் பிள்ளை முதலான அக்காலத் தமிழ் அறிஞர்கள் குமுதத்தில் எழுதினார்கள்.

அரசியலில், குமுதம் எடுத்த மிக முக்கிய நிலைப்பாடு, அதன் வளர்ச்சியைத் தீர்மானிக்கும் விஷயமாக மாறியது. விகடனும் கல்கியும் காங்கிரஸ் மற்றும் தேசிய இயக்கங்களை ஆதரிக்கும் வேளையில் குமுதம், 1949இல் அரும்பி வளர்ந்து வந்த திராவிட இயக்கச் சாயலுடன் இணைந்துகொண்டது. என்றாலும் கடவுள் மறுப்பு போன்ற பிரச்சினைகளில் குமுதம் தலையிடாது. வாசகர்கள் கடவுள் மறுப்பாளர் அல்லவே. அந்த வகையில் தினத்தந்தியின் ஆசிரியக் கொள்கையையே குமுதமும் மேற்கொண்டது எனலாம். வெகு மக்களால் தேர்ந்தெடுக்கப்பட்டு எந்தக் கட்சி ஆட்சியைப் பிடிக்கிறதோ, அக்கட்சியைச் சார்ந்ததாகத் தினத்தந்தி தன்னை தகவமைத்துக் கொள்ளும். குமுதம், பெருகி வந்த திராவிட இயக்க ஆதரவுக் குரலை, சுமார் 1955–வாக்கிலிருந்தே நுணுக்கமாகக் கேட்கத் தொடங்கியது. வெளிப்படையாகப் பிராமண எதிர்ப்பு என்பது குமுதத்துக்கு இல்லை. உள்ளேயும் இல்லை. என்றாலும், அப்பிராமணர்களிடம் இருந்து வெளிப்படும் பத்திரிகை என்கிற ஒரு பெயரையும் பார்வையையும் அது பெற்றது. தமிழகத்தில் காங்கிரஸ் தேய்வும், தி. மு. கழக வளர்ச்சியும் அரங்கேறிய காலகட்டத்தில் குமுதம் வளர்ச்சியோடு தன்னை இனம் கண்டது. 1957, 1962, 1967–ல் தி. மு. க. வின் வளர்ச்சி உச்சத்தை நோக்கியதுபோல, மிகவும் சிரமதசையிலிருந்து (விற்பனையில் மட்டும்) குமுதம், கழக வளர்ச்சிப் போல்த் தன்னை வளர்த்துக்கொண்டது.

தமிழ் மரபில் சுவை எட்டு. வடமொழியில் ரஸம் ஒன்பது. சாந்தி என்பதை ரஸமாகக் கொண்டார்கள் அவர்கள். தமிழ்ப் பத்திரிகைகள், நாற்பதுகள் மற்றும் ஐம்பதுகளில் புதிதாக ஒரு ரஸத்தைக் கண்டுபிடித்தார்கள். 'புகழ்' பெற்ற கொலை வழக்குகளைப் புனைவுடன் சேர்த்து எழுதி, வாசகர்களுக்குக் கொலை, வதந்தி, காமம், பிறர் மறைபொருள் பற்றிய தூண்டுதல் மிகுந்த ஆர்வம், புகழ்பெற்ற மனிதர்களின் அந்தரங்கம் அறிதல் முதலான தாழ்ந்த இச்சைகளால், சில பத்திரிகைகளால் வடிவமைக்கப்பட்டன. முதலில் கொலை வழக்குகளே இந்த வகையான சுவைகளின்பால் தமிழர்களை ஈர்த்தன. இவைகளில் மிக முக்கியமான கொலை வழக்கு, மஞ்சள் பத்திரிகைக்காரர் லட்சுமிகாந்தன் கொலைவழக்கு. காரணம், குற்றவாளிகளாகக் கைது

செய்யப்பட்டவர்களில் சிலர் சினிமாவில் புகழ் பெற்றவர்களாக இருந்த தியாகராஜ பாகவதரும், என். எஸ். கிருஷ்ணனும், தயாரிப்பாளர் ஸ்ரீராமுலுநாயுடுவும் ஆவார். லட்சுமி காந்தன், தான் நடத்திய சினிமா தூதன் மற்றும் இந்து நேசன் என்ற பத்திரிகைகளில் சினிமா நடிக, நடிகையரின் அந்தரங்கம் என்ற பெயரில் அவர்களைப் பற்றி இழித்தும் பழித்தும் எழுதி, பிளாக் மெயிலும் செய்து பணம் பறித்து வாழ்ந்தவன். அவன் கொலை விசாரணை மற்றும் நீதிமன்ற நடவடிக்கைகள் மிகப்பிரபலமாக வெளியிடப்பட்டு, பத்திரிகைகளின் விற்பனை பெருகியது, தொழில் லாபம் பற்றிய நுணுக்கமான மற்றுமொரு தகவலையும் பத்திரிகை முதலாளிகளுக்கு உணர்த்தியது.

புகழ் பெற்றவர்களின் அந்தரங்கங்களை எழுதுவதன்மூலம், வாசகர் கற்பனையில் இணைகோடுபோல மற்றுமொரு காம நாடகம் நிகழ்த்தப்பட்டு, அதன்மூலம் வாசகர்களின் ஈர்ப்பையும் ஆதரவையும் நிலை நிறுத்திக்கொள்ள முடியும் என்பது கண்டுபிடிக்கப்பட்டது. பாரதியும் பெரியாரும் சுப்ரமண்ய சிவாவும் திரு.வி.க.வும் ஆசிரியர்களாக இருந்து பத்திரிகை நடத்தியது போக, சுதந்திரத்துக்குப் பிறகு, முதலாளிகள் சம்பளத்துக்கு ஆசிரியர்களை அமர்த்திக் கொள்ளும் நிலை வந்தபிறகு, விற்பனை என்பதே வெற்றி என்றாகியது. ஆசிரியர்கள் விபசாரம் செய்வதில்லை. ஆனால் விபசாரத்துக்குத் துணை செய்யும் செய்திகளைப் போடலாம் என்றாகியது. ஆசிரியர்கள் கொலை செய்வது இல்லை. ஆனால் கொலை, வல்லாங்கு (ரேப்) பற்றி எழுதலாம். இது இன்வெஸ்டிக்கேட்டிவ் ஜர்னலிசம் எனலாம். ஆக, பத்திரிகைகளின் உள்ளடக்கத் தோரணைகள் மாறின.

'**கிசு** கிசு' என்ற அரிய சொல்லாக்கத்தைப் புழக்கத்துக்குக் கொண்டுவந்த சிறப்பு குமுதத்துக்கு உரியது என்றால், புகழைப் பங்கு கொள்ள யாரும் வரமாட்டார்கள் என்றே நம்புகிறேன். 60-களின் தொடக்கத்தில் இது தமிழுலகுக்கு வந்தது. என் செவிக்கு வந்த, இந்த வரலாற்றுச் செய்தியின்படி முதல் கிசுகிசுவில் சிக்கியது ஏ. வி. எம். ராஜனும் புஷ்பலதாவும் என்று அறிகிறேன். குமுதத்துக்கு நெருக்கமான சிலரே இந்த வரலாற்றுக் கல்வெட்டுகளை எனக்கு அறிவித்தார்கள். கிசு கிசு, நேரடியாகச் சொல்லாமல், சுற்றிச் சுற்றி ஆனால் புரிந்து கொள்ளும் விதத்தில் இருக்கும். உதாரணத்துக்கு அரசர் எனும் சொல்லுக்கு வடமொழியில் என்ன பெயரோ அந்தப் பெயரைக்கொண்ட நடிகருக்கும், பூவுக்கு வழங்கும் வேறு பெயரைக்கொண்ட நடிகைக்கும் இதுவாம் – என்பதுபோல அச்செய்தி வந்திருக்கும் என்று நினைக்கிறேன். செய்தி வந்த அன்று

காலையே நடிகை, எஸ். ஏ. பி. வீட்டுக்கு வந்து தன் கௌரவம் பாதிக்கப்பட்டதாக வருந்தினார் என்றும் எனக்குச் சொன்னார், அந்த சரித்திராசிரியர். சொற்ப காலத்துக்குள், நடிகர் நடிகையும் திருமணம் செய்து கொள்ளவே, தம் செய்தி உண்மைதான் என்ற நிரூபணம் கிடைத்ததன் பேரில், கிசு கிசு வெளியிடும் ஒரு தார்மீக உரிமையைக் குமுதம் பெற்று, அதைத் தொடர்ந்தது. அனேகமாக எல்லா ரஞ்சகப் பத்திரிகைகளும் ஒன்று கிசு கிசுவையோ அல்லது நடிக நடிகையரின் வாழ்க்கையையோ – அல்லது அவர்களைப் பற்றிய கற்பனையையோ எழுதித் தீர்த்துக்கொண்டிருப்பதற்கு மூல முதற் காரணமாகச் சொல்லலாம். இன்று வரை இது தொடர்கிறது. நடிகைகள், நம் வீட்டுப் பெண்கள் இல்லை. நடிகர்கள் நம் சகோதரர்கள் இல்லை. எனவே, அவர்களைப் பற்றி எது வேண்டுமானாலும் எழுதலாம். எழுதி விட்டு, மரியாதைக்குரிய வாழ்க்கையைச் சகல வசதியோடு, எந்த உறுத்தலும் இன்றி வாழலாம். பல லட்சங்கள் விற்றுப் பிழைக்கலாம்.

சுப்ரமண்ய ராஜு, சாவியால் நிறையப் பயன்படுத்தப்பட்ட எழுத்தாளர். சாவி, சுஜாதாவுக்கு ஒரு நட்சத்திர அந்தஸ்தையே ஏற்படுத்திக் கொடுத்தார். சாவியே, அடுத்த தலைமுறையினராகக் கருதப்பட்ட பாலகுமாரன் மற்றும் மாலன் முதலான பலருக்கும் பல வாய்ப்புகள் வழங்கி பிரபலம் பெறத் துணையாக நின்றார். அவர் நடத்திய சாவியின் அட்டைப்படத்தில் ஒரு கார்ட்டூன் வந்தது. அனேகமாக இப்படி இருந்தது அது.

முதல் இரவு போன்று அலங்கரிக்கப்பட்ட ஒரு அறைக்குள் மணப் பெண் ஆடை இன்றி நுழைகிறாள். பதறிப்போகிறான் மணமகன். 'ஆடை இல்லாமல் பால் கொண்டு போகச் சொன்னார்களாம். அதனால் இப்படியாம்' என்பதுபோல் அவள் பேசுவதாகக் கார்ட்டூன் பேசியது. பெண்கள் இயக்கம் போராட்டம் செய்து சாவியைச் சிறைக்கு அனுப்பியது என்று நினைவு. சூழல், ஆபாசத்தின் உச்சிக்குக் கொண்டு போகப்படுகிறது, பத்திரிகைகளில் என்பது மட்டுமல்ல, அறுபதுகளிலும் எழுபதுகளிலும் பத்திரிகை வளர்ச்சி எந்தத் திக்கில் என்பதை அறியவும் இதைக் குறிப்பிடுகிறேன்.

ராஜு, சாவியில் சினிமா விமர்சனமும் எழுதிக்கொண்டிருந்தார். ஒரு சினிமா விமர்சனம் இப்படி இருந்தது.

படத்தில் ஒரு பெண் வருகிறாள். அவள் கல்லூரி மாணவியாம். படத்தில் ஒரு நடுவயதுக்காரன் வருகிறான். அவன் மாணவனாம். இருவரும் சந்திக்கிறார்கள். காதலிக்கிறார்கள். பாட்டுப் பாடுகிறார்கள். இடைவேளை. அப்புறம்? எவன் பார்த்தான்?

ராஜுவுக்கு நல்ல கதைகள், நல்ல சினிமா பற்றிய புரிதலும் அவை பற்றிய நிறைய தகவலும் தெரிந்திருந்தன. நல்ல ரசிகர். ஆசிரியருக்கு நெருக்கமாகவும் இருந்தார். ஆசிரியர் விரும்பிச் சந்திக்கும் சில எழுத்தாளர்களில் அவரும் ஒருவர். இருவரும், புதிய தலைமுறையினர் சிற்றிதழ்களிலும் இலக்கியப் பத்திரிகைகளிலும் எழுதிக்கொண்டு வரும், பல பரீட்சார்த்த கதைகள் பற்றிப் பேசுவார்கள். ஆசிரியருக்கு, புது இலக்கியப் பரிச்சயம் சிறப்பாகவே இருந்ததை நானும் அறிவேன். வண்ணதாசன், வண்ணநிலவன், பூமணி, ஜெயப்பிரகாசம், ராஜேந்திர சோழன் முதலான பலரின் மேலும் மிகுந்த அபிமானம் இருந்தது. எனக்குப் புரியாத விஷயம், இதில் என்னைச் சிரமப்படுத்திய விஷயமும் இதுதான். மிக நல்ல எழுத்தாளர்களின் எழுத்தை ரசிக்கும் ஆசிரியர் ஏன் அவர்களின் கதைகளை வாங்கிப் போடக்கூடாது. ஒரு நேர்ப் பேச்சில் ஆதவன், நாகராஜன் முதலிய சிலரின் பெயர்களைக் குறிப்பிட்டு இவர்களின் கதைகளை வாங்கிப் போடலாமே என்றேன். ஆசிரியர் சிரித்தபடி 'போடலாம்' என்றார். அத்துடன் அந்த உரையாடல் வேறுபக்கம் திரும்பியது.

இந்தச் சூழலில்தான் 'சோமனதுடி' படம் பார்க்கக் கிடைத்தது. சென்னைக் கலைவானர் அரங்கில் இந்தப் படத்தை ஆசிரியர் பார்த்திருக்கிறார். ராஜுவிடம் படம் பற்றி மிகவும் சிலாகித்துப் பேசி இருக்கிறார். மாலை நேரச் சந்திப்பில் ராஜு இதை என்னிடம் சொன்னார். குறிப்பாக, இசை அந்தப் படத்தில் உணர்ச்சிக்கு இசைவாக, நுட்பமாகப் பயன்படுத்தப்பட்டதை அவர் பாராட்டியதையும் நான் அறிந்தேன். தமிழ் சினிமா செல்லவேண்டிய திசை, செய்ய வேண்டிய காரியம் பற்றி அவர் கொண்டிருக்கும் கருத்துகள் பற்றியும்கூடச் சொல்லி இருக்கிறார்.

சீக்கிரமே குமுதத்தில் அரசு பதிலில் இது பற்றிய கேள்வி பதில் வெளிவந்தது. (அரசு என்பது ஆசிரியர் மட்டும்தான்)

கேள்வி: மோசனதுடி பார்த்தீர்களா?

பதில்: இல்லை. ஆனால் சோமனதுடி பார்த்து, துடிதுடி என்று துடித்தவர்களைப் பார்த்தேன்.

திடுக்கிட்டுப் போனார் ராஜு. ஒரு நாள் ஆசிரியரைச் சந்தித்து, 'என்ன இப்படி எழுதி இருக்கிறீர்கள்' என்று கேட்டதற்கு, ஆசிரியர் இப்படி சொல்லி இருக்கிறார்.

'என் ரசனை வேறு. என் வாசகர்கள் ரசனை வேறு. என்ன நம் ஆசிரியர் இந்த மாதிரிப் படத்துக்கெல்லாம் போகிறாரே என்று என் வாசகர்கள் நினைத்துவிடக்கூடாது என்பதற்கு நான்

பார்க்கவில்லை என்பது பதில். என் வாசகர்களுக்கு, அவர்களில் சிலர் அதைப் பார்த்திருந்தால், துடி துடித்துப் போவார்கள். அவர்கள் இந்த பதிலைக் கண்டு மகிழ்ச்சியடையலாம், நம் ஆசிரியரும் நாமும் ஒரு மாதிரிதான் சிந்திக்கிறோம், என்பது அவர்களை சந்தோஷப்படுத்தும். நான் நன்றாக இருக்கிறது என்று எழுதப்போக, பிடிக்காத வாசகர்கள், என்ன இதுமாதிரி படத்தை எல்லாம் ரசிக்கிறார் நம் ஆசிரியர் என்று என்னோடு முரண்படுவார்கள். எனக்கும் வாசகர்களுக்கும் இடையே விலகல் ஏற்பட்டுவிடும். விரிசல் ஏற்படும். நம் ரசனை வேறு, பத்திரிகை வேறு ராஜு.'

எனக்கு நேர் அனுபவம் ஒன்றைச் சொல்ல முடியும். ஆசிரியர் மகள் திருமணத்தை முன்னிட்டு, வருகிறவர்களுக்கு வழங்க 'பை' செய்யப்பட்டது. பிளாஸ்டிக் பைகள். அதில், குமுதம் பத்திரிகைச் சின்னம் அச்சேற்றப்பட்டது. ஆசிரியர், அப்பைகளை வழங்க மறுத்துவிட்டார். 'என் குடும்ப விஷயம் வேறு. பத்திரிகை வேறு' என்றார். சின்னம் இல்லாத பைகளே வழங்கப்பட்டன.

- செப்டம்பர், 2008

இன்னும் வராத தொலைபேசி

கீழ்ப்பாக்கத்தில், மனநலம் குன்றியோர் மருத்துவமனைக்கு எதிரே குமுதம் குவார்ட்டர்ஸ் இருந்தது. குமுதத்தில் பணியாற்றுவோர் பலரும் அங்கே குடியிருந்தார்கள். எனக்கும் ஒரு வீடு கிடைத்தால் சௌகரியமாக இருக்கும். மனைவி, குழந்தைகளை அழைத்துக்கொண்டு விடலாம். சென்னை வந்த ஏழு ஆண்டுகளில் மேன்ஷன்களிலேயே வாழ்ந்து, மேன்ஷன்கள் உருவாக்கி இருந்த கொஞ்சம் விட்டேற்றித்தனம், கொஞ்சம் காமம், கொஞ்சம் துறவு, கொஞ்சம் கோபம், கொஞ்சம் எதிர் உணர்வு, லேசான ரௌடித்தனத்தின் கலவையாக உருவாகி இருந்த என் மன உணர்வுக்கு வீடு ஒரு மாற்றாக இருக்கக்கூடும் என்று, பணியில் சேர்ந்த முதல் மாதத்திலேயே ஆசிரியரிடம் போய், வீடு கேட்டேன். சில வருஷங்கள் பணி செய்த பிறகே குவார்ட்டர்ஸில் வீடு கொடுக்கப்படும் என்ற விதியைச் சொல்லி குமாஸ்தாக்கள் என்னைப் பின்வாங்க வைத்தாலும், முயற்சிக்கலாமே என்ற எண்ணத்தில்தான் ஆசிரியரிடம் கேட்டேன். இரண்டே நாட்களில் வீட்டுச்சாவியைத் தந்தார். எல்லா விதிகளும் தளர்த்தப் பட்டன. எனக்காக.

முதல் மாடியின் இடப்புற வீடு. இரண்டு பெரிய அறைகள்கொண்ட வீடு. பெரிய ஹால். அறுபதுகளில் அரசாங்கத் தங்கும் விடுதிகளில் இருப்பதுபோல பெரிய குளியல் அறை என்று அளவுக்கு மீறியதாக இருந்தது அந்த வீடு. வாழ்க்கையில் முதல் முதலாக எனக்கு வாய்த்த வாடகை வீடு அது. தீப்பெட்டி தீப்பெட்டி அளவு இருந்தாலும், சோப்புப் பெட்டி சோப்புப் பெட்டி அளவு இருந்தால் நியதி என்பது மாதிரி வீடு எனக்கு அடக்கமாக இல்லையோ என்று நினைக்கத் தோன்றியது. அந்தப் பெரிய பெரிய அறைகளில் எனக்குத் தெரியாமல், உடம்பில்லாத அரூபமாகப் பலர் வாழ்வதாக ஒரு பிரமை எனக்குத் தோன்றியபடியே இருந்தது. என் மனைவிக்குத் தகவல் தந்து சென்னைக்கு வரலாம் என்றேன். ஒரு நவம்பர் மாதத்தில் எனக்கு வீடு வந்தது. குழந்தைகளைப் பள்ளியிலிருந்து பாதியில் நிறுத்தி சென்னைக்குக் கொண்டுவர முடியாது என்று அவர்

உணர்த்தினார். உண்மைதான். அதோடு மனைவி, குழந்தைகளோடு ஒரு குடும்பத்தை நடத்தும் யோக்கியதை எனக்கிருப்பதாக என் அப்பா நம்பவில்லை. (1998-ல் அப்பா காலமானார். அப்போது என் வயது 53. இந்த வயதிலும் என்னைக் குடும்பஸ்தன் என்ற நிலையில் வைத்துப் பார்க்க அவர் மனம் ஒப்பவில்லை.) ஆக, வீடு கிடைத்தும் தனியாகவே வாழ நேர்ந்தது. அந்த வீட்டின் முழுப் பிரதேசத்திலும் நான் வாழ்ந்ததாகச் சொல்ல முடியாது என்பதோடு, இரவுகளில் அது எனக்கு அனாவசியமான பயத்தைத் தந்தது. என் அறைக்குப் பக்கத்து அறையில் பல அமானுஷ்ய சக்திகள் வாழ்வதாகவே நான் நம்பத் தொடங்கி இருந்தேன்.

சுமார் ஏழு ஆண்டுகள், வீடு கிடைக்கும் முன்பு நான் மேன்ஷன் அறைகளிலேயே வாழ நேர்ந்தது. சென்னை வாழ்க்கையில், கடந்த முப்பது ஆண்டுகளில் அதன் சரிபாதி ஆண்டுகள் மேன்ஷன் அறைகளில்தான் வாழ்தல் நேர்ந்தது. மேன்ஷன் அறைகள், சவப்பெட்டி போன்றவை. ஒரு நபர் நீட்டிப்படுக்கும் அளவே கொண்ட சவப்பெட்டிகள். சவப்பெட்டி நபர்கள் திரும்பிப்படுப்பதில்லை. கால் கைகளை அகலப்படுத்திக்கொண்டு ஓய்வை அனுபவிக்கும் வாய்ப்பு சவங்களுக்கு இல்லை. மேன்ஷன் அறைகளும் கட்டில் அளவே இருப்பவை. ஒற்றைக் கட்டில்கள். முழுமையான ஒற்றைக் கட்டில்களும் இல்லை. முக்கால் கட்டில்கள் எனலாம். மனிதர்கள் ஒருக்களித்துப் படுத்தலே உடம்புக்கு நல்லது என்று வலியுறுத்துபவை. கட்டிலுக்கும் அடுத்த சுவருக்கும் இரண்டடிகள் விடப்பட்டிருக்கும். இரண்டடிகளில் ஒன்றரை அடி நீள அகலமுள்ள மேசைகள் போடப்பட்டிருக்கும். இந்திய மரபார்ந்த வீடு கட்டுதல், மரச் சாமான்கள் செய்தல் போன்ற பல தொழில் நுட்பங்களின் வடிவங்களை மாற்றியமைத்த பெருமை மேன்ஷன்களுக்குண்டு. எல்லாமே குட்டி குட்டியாக வடிவம் பெற்றிருக்கும். கழிப்பறைகள் இணைந்த ஒற்றை அறைகள், எழுபதுகளில் அறிமுகம் ஆயின. இந்தக் கழிப்பறைகள் சரியாக ஒரு ஆளை மட்டுமே உள்ளே நுழைய அனுமதிப்பவை. கொஞ்சம் வேகமாகத் திரும்புதலோ, புகுதலோ உடம்பைச் சிராய்ப்புக்குட்படுத்தும். அதோடு, திரும்புதலுக்கான அவசியம்தான் என்ன என்று கேட்பவை அவை. சில அறைகளில், கதவைத் திறந்து, கட்டிலின் மேல் கால்வைத்து ஏறிப்படுத்துக் கொள்ளும் அளவே இடம் அமைக்கப்பட்டிருக்கும். வெளிச்சம் மற்றும் காற்று வரும் ஜன்னல் உள்ள அறை கிடைப்பது என்பது, சம்பந்தப்பட்ட நபர்களின் அதிர்ஷ்டத்தைப் பொறுத்த விஷயம். உங்கள் மூச்சு உங்களுக்கானது. உங்கள் மூச்சைப் பிறர்மேல் விடுகிற, அல்லது வெளிக்காற்று மண்டலத்தில் கலக்க விடுகிற

அநாகரிக வழக்கத்தை மேன்ஷன்கள் அனுமதிப்பதில்லை. உங்கள் மணம் அல்லது நாற்றத்தை உங்களையே அனுபவிக்கச் செய்யும், உங்களை மையப்படுத்திய தனி உலகம் மேன்ஷன் அறைகள்.

பிரம்பூரில் இருந்து காலடிப்பேட்டை வரை, திருவல்லிக்கேணியிலிருந்து திருவான்மியூர் வரை வட, மத்திய, தென் சென்னைப் பகுதிகள் அத்தனையிலும் நான் வாழ்ந்திருக்கிறேன். (வாழ்வு என்று இதை ஏற்றுக் கொள்வதாக இருந்தால்.) இங்குள்ள அனைத்துப் பகுதியிலும் உள்ள நல்ல மற்றும் மோசமான உணவு விடுதிகளை நான் அறிவேன். ஒரு நல்ல காபி கிடைக்காத பகுதிகள் சென்னையில் ஏராளமாக உண்டு. ஆனால் சாராயம், கஞ்சா, விபச்சாரம் போன்ற லாகிரி வஸ்துகள் சகல தரத்திலும் எல்லாப் பகுதிகளிலும் கிடைக்கிற வசதிகொண்ட ஊர் இது. எந்த வருமானத்திலும் வாழ முடிகிற ஊரும் இது.

மேன்ஷன் அறைகளின் முக்கிய தாதுப் பொருள், அவைகளில் நிரந்தரம் பெற்றுவிட்ட, உள்ளீடற்ற வெறுமையும், எந்நேரமும் பேரொலி எழுப்பிக்கொண்டிருக்கும் சத்தமற்ற வெளியும்தான். சுமார் முப்பதுக்கும் மேற்பட்ட அறைகளில் வாசம் செய்திருக்கிறேன். புதிய அறையை வாடகைக்கு எடுத்துக்கொண்ட முதல் நாள் இரவே, அந்த அறையில் எனக்கு முன் தங்கி இருந்தவர்களின் மூச்சுக் காற்றின் உஷ்ணம், மேலே சுற்றும் மின்விசிறிகளின் ஊடாக வந்திறங்கும். விளக்கை நிறுத்திய உடனே, பேரவலத்தின் வாசனை பரவ ஆரம்பிக்கும். பல விதமான ஓசைகள், காமத்தின் வளைந்த கொடூர கொடுக்குகள் கவ்விப் பிடிக்கும். அவமானங்களின் ரத்தக் கவிச்சை நெடி அறைமுழுவதும் பரவும். நிராசைகள், ஏக்கங்களின் அழுகைக் குரல் அதிகாலையில் அமைதியைக் கிழித்துக்கொண்டு எழுகிற சேவலின் கூக்குரல்போல இரவை மென்று கிழிக்கும். உடம்பிலிருந்து முட்கள் முளைக்கும். அது சதையை மட்டுமல்ல, நினைவுகளைக் கீறி ரத்தம் பீறிட வைக்கும். அமைதி அல்லது நிசப்தத்தை, மவுனத்தை அல்லது ஒலி ஒழிந்த சூனியச் சுழற்சியை நான் ஒருபோதும் மேன்ஷன் அறைகளில் அனுபவித்ததில்லை. கையாலாகாத்தனத்தின் பேரோசையை உமிழ்ந்தபடி தகிப்பவை அந்தப் பிரதேசங்கள்.

ஜானி ஜான்கான் தெருவில் நான் இருந்தபோது, அடிக்கடி சந்திக்கிற நண்பர் அவர். பின்னாளில் நாவலாசிரியராக முகிழ்த்தவர். பிரம்பூர் பேரக்ஸ் பகுதியில் தூய்மை பணியாளர்களின் அதிகாரியாக இருந்தவர். நான் என்றும் நேசிக்கிற, மறக்க முடியாத நண்பர். ஒரு நாள் என் அறையில் நண்பர்கள் குழுமி,

உட்கார வைக்க இயலாத சூழலை அவர் பார்த்தார். அவர் பணி செய்த பகுதியில் ஒரு குடோன், பயன்பாடற்ற நிலையில் இருந்தது. அதை ஒட்டிய வீட்டில் நான் இருந்து கொள்ளலாம் என்று என்னை அழைத்தார். அவர் அன்பினால்தான் என்னை அழைத்தார். எனக்கும் புதிய பிரதேசம் புதிய சூழல் புதிய நண்பர்கள் எப்போதும் அவசியமாக இருந்து வந்தது. உடனே புறப்பட்டுவிட்டேன். வீட்டுக்குப் பின்னால், அடர்ந்த காடுமாதிரிப் பிரதேசம். வெகு அருகிலேயே ரயில்வே ஸ்டேஷன். அந்தப் பகுதியே ரயில் நிலையத்தைச் சார்ந்ததுதான். ஒரு மாலை நேரத்தில் புது வீட்டுக்குச் சென்று பார்த்தேன். எனக்கு மாலை வேளைகளிலும் குளியல் பழக்கம் இருக்கிறது. கழிப்பறைக்குச் சென்று, அப்படியே குளித்துவிட்டு வரலாம் என்று சோப்பு, பேஸ்ட், பிரஷ், துண்டு சகிதம் புறப்பட்டேன். தோட்டத்துப் பக்கம் பெரிய கதவைத் திறந்தால், அடர்ந்த காட்டுப் பிரதேசத்தின் நடுவே அந்தக் கழிப்பறை இருந்தது. வெளியே இருட்டி இருந்தது. நண்பர் சொன்னார்,

‘மனிதர் குடி இருந்து பல காலம் ஆன வீடு இது. பூச்சி பொட்டுகள் இருக்கும். எதற்கும் கை தட்டியபடியே போங்கள்’ என்றார்.

போவதற்கான அவசியம் சட்டென்று எனக்கு நீங்கிவிட்டது. மின்சார விளக்கு வேலை செய்யவில்லை. ஆனால், போய்த்தான் ஆகவேண்டும். கழிப்பறைக் கதவைத் திறந்து வைத்துக்கொண்டு அறையை உபயோகிக்க ஆரம்பித்தேன். கையிலிருந்த தீக்குச்சியைக் கிழித்து மேற்படி பூச்சி பொட்டுகளின் வருகையைக் கன்காணித்துக்கொண்டெ இருந்தேன். என் நினைவுகளில் பலவிதமான பாம்புகள் ஊர்ந்தன. அந்த அறைக்குப் பக்கத்திலேயே குளியல் அறை இருந்தது. ஒரு வழியாகக் குளித்து, அறைப்பகுதிக்கு வந்தேன். உடை மாற்றிக்கொண்டு, என் மெத்தைப் படுக்கையை விரித்துப் படுத்துக்கொண்டு படிக்கலாம் என்று ஒரு புத்தகத்தை எடுத்துப் படிக்கத் தொடங்கினேன். நண்பர், விடைபெற்று வீட்டுக்குச் சென்றார். படிக்கும்போது, ஏதோ ஒன்று என் கவனத்தைக் கவர்ந்தது. ஏதோ ஒரு அசைவு. என் காலுக்கு ஓரடி தூரத்தில் சுமார் ஒன்றரை அடி நீளப் பாம்பொன்று மிகச் சாவதானமாக அசைந்தபடி போய்க்கொண்டிருந்தது. நான் இருப்பதையோ, என் கால்களுக்கு ஓரடி தூரத்திலேயே தான் போகிறோம் என்ற நினைப்போ இல்லாமல் போய்க்கொண்டிருந்தது அது. எனக்கு, என்னைச் சுற்றியுள்ள ஜீவராசிகளில் மிகுந்த கலக்கத்தை விளைவிப்பது பாம்பு ஒன்றே. பயம் அல்ல. பயம் மட்டும் அல்ல. ஒரு அருவருப்பு. நான் செய்வதறியாமல் இறுகிப்

போய்க் கிடந்தேன். ஏதோ ஒரு வழியைக் கண்டுபிடித்துக்கொண்டு பாம்பு மறைந்து போனது. எனக்குள் ஏராளமான பாம்புகள் ஊர்ந்துகொண்டே இருந்தன. மேலே கூரையிலிருந்து தொங்கிய ஒட்டடைகள், ஜன்னல் ஓரத்தில் கட்டப்பட்ட கயிறு எல்லாம் பாம்புகளாகவே தெரிந்தன. புத்தகத்தின் பக்கங்களில், எழுத்துக்கள் பாம்புகளாக உருமாறி ஊரத் தொடங்கின. பாம்பு என் அமைதியைக் கெடுத்து விட்டதாக உணர்ந்தேன். உண்மையில் பாம்பின் அமைதியைத்தான் நான் கெடுத்துக்கொண்டிருந்தேன். வெகுவிரைவில் அந்த இடத்தைக் காலி செய்து விட்டு, மீண்டும் ஜானி ஜான்கான் தெருவுக்கே வந்துவிட்டேன். வெகு நாட்கள் வரையிலும், பார்க்கும் இடங்களில் எல்லாம் எனக்குப் பாம்புகளே நெளிந்தன. கனவுகளில் நிறைய பாம்புகள் வந்தன. பயப்பொந்தில் இருந்து அல்லது அச்சப் புற்றிலிருந்து எழுந்து வந்த பாம்புகள். அடிக்கடி கட்டிலுக்குக் கீழ், தண்ணீர்ப் பானைக்குக் கீழே பாம்புகள் தென்படுகிறதா என்று பார்ப்பேன். பாம்புகள் என்னைத் தொடர்ந்துகொண்டே இருக்கின்றன.

என் பிறந்த ஊரில் நான்காவது வீட்டில் என் குடும்பம் வாழ்ந்துகொண்டிருக்கிறது. முதல் வீடு என் இளம்பிராயத்து வீடு. எனக்கு மிகவும் பிடித்த வீடும்கூட அது. வீட்டிலிருந்து பார்த்தால் நகரின் தாவரப் பூங்கா தெரியும். ஒரு பிரஞ்சுக்காரர் ஏற்படுத்திய பூங்கா. மிகப் பெரிது. ஐரோப்பிய மரங்கள் மற்றும் தாவரங்களைக் கொண்டுவந்து இங்கு பதியம் செய்யப்பட்டன. அந்தப் பூங்காவுக்கு ராமலிங்க அடிகள் வந்து போயிருக்கிறார். அவர் உலவிய காலத்தில் அவருக்கு முன் ஒரு நல்லபாம்பொன்று படம் எடுத்து நின்றது. அதைப் பார்த்து 'பீச்' என்றார் அவர். நாகம் அவரை வணங்கிவிட்டு சென்றதாம். அதன் பிறகு பூங்காவுக்குள் பாம்பு கடித்து யாரும் செத்ததில்லை என்கிறார்கள் பெரியவர்கள். பாம்புகள் திருவருட்பா படித்திருக்கின்றன. பூங்காவின் வாயிலில் இரண்டு மகிழ மரங்கள். மிகப்பெரிய வயசான மரங்கள். பூத்துச் சொரியத் தொடங்கினால் மண் தெரியாது. மலர்களால் ஆன ஜமக்காள விரிப்பெனத் தோன்றும். மூன்றாவதாக ஒரு கொடுக்காபுளி மரம். உதிர்ந்த காய்களைப் பொறுக்கினால், வயிறு நிறையத் தின்னலாம்.

என் வீட்டுத் திண்ணை கூம்பு வடிவில் சாய்மனையுடன் தொடங்கி சமதளத்தில் சரியும். வழவழ என்று சிவப்பு வண்ணத்தில் மிளிரும். ஒரு சாய்வு நாற்காலியின் சௌக்கியத்தைத் திண்ணையில் ஏற்படுத்தி இருந்தார்கள் அக்காலத்துக் கொத்தனார்கள். அப்பா, பெரும்பாலும் வீட்டில் இருந்தால் திண்ணையில்தான் இருப்பார். மதியம் உணவுக்குப் பிறகு, சுருட்டு பிடித்துக்கொண்டு

திண்ணையில் சாய்ந்து இருக்கும்போது எந்த அனுமதி கேட்டாலும் உடனே கிடைக்கும். எனக்கு கிடைத்த வரங்கள் எல்லாம் அந்தத் திண்ணையின் மகிமையே ஆகும். மொத்தம் ஆறு அறைகள் இருந்த வீடு அது. ஆறில், இரண்டை நெல் மூட்டைகள் அடைத்துக் கொள்ளும். என் பக்கத்து வீடும் எங்களது போலவே திண்ணைகளும் அமைப்பும் கொண்டவை. ஊரின் பெரிய மனிதர் ஒருவர் அதில் இருந்தார். கள்ளுக்கடை உரிமையாளர். ஐம்பது அறுபதுகளில் பணக்காரர் என்பவர்களில் பலர் கள்ளுக்கடை உரிமையாளர்கள். பணமும் அது தரும் பலவித ருசிகளும் அனுபவித்தவர் அவர். அந்த ருசிகளில் ஒன்று குஸ்தி. அந்தக் காலத்துப் பயில்வான்களில் அவரும் ஒருவர். ஒருமுறை அந்த வீட்டு மாடியில் பி. யூ. சின்னப்பா என்கிற நடிகர் வந்து தங்கி இருப்பதாகச் சிறுவர்களாகிய எங்களுக்குச் சொல்லப்பட்டது. அந்த வீட்டு ஆண் பெண் குழந்தைகளுடன்தான் என் பொழுது போகும். பெண் குட்டிகளுடன் விளையாடினால் காது அறுந்து விழுந்துவிடும் என்று என்னை எச்சரித்திருந்தாள் என் பாட்டி. காதா அல்லது பெண்களுடன் விளையாட்டா என்ற தேர்வில் இரண்டாமாவதைத் தேர்ந்தேன். ஆனாலும் காதைப் பிடித்துக்கொண்டே, மாறிமாறி வலதையும் இடதையும் பிடித்துக்கொண்டே ராஜா ராணி விளையாட்டு ஆடுவேன். மதிய நேரங்களில், சின்னப்பாவுக்குக் கலயத்தில் சில்லென்ற ஒருமரத்துக் கள் போகும். ‘பையா’ என்று மாடியிலிருந்து குரல் வந்தால், அதுக்கு அர்த்தம் எனக்குத் தெரியும். அக்கா மொண்டு கொடுக்கும் கள் மொந்தையை எடுத்துக்கொண்டு ‘இதோ வந்துட்டேன் மாமா’ என்றபடி மாடிக்குப் போவேன். அவருடன் ஒரு அம்மாள் இருந்தார். அவர் சின்னப்பாவின் மனைவி என்றும் சகுந்தலா என்று அவர் வழங்கப்படுவதாகவும் அத்தை சொன்னது நினைவில் நிற்கிறது. மாலைகளில் நாடகம் பார்க்கப் போவோம். கிருஷ்ணபக்தி நாடகம். மதியம் என் கைகளால் கள் குடித்தபோது இருந்த மனிதர் வேறு. இப்போதுள்ள சின்னப்பா வேறு. இப்போதுள்ள மனிதர் பளபள என்று ஜிகினாவிலும் வேஷத்திலும் ஜொலித்துக்கொண்டிருந்தார். வேஷம் போட்டால் பளபளப்பாகலாம். மதிய நேரங்களில், அந்த வீட்டுக்காரரும், சின்னப்பாவும் குஸ்தி போடுவார்கள். பிரமாண்டமான உடம்புகொண்டவர்கள் அவர்கள். ஒருவரை ஒருவர் மோதி, ஒருவரை ஒருவர் தூக்கிப் போடுவதைக் கண்டால் ஆச்சரியமாக இருக்கும்.

எங்கள் வீட்டு வாசல் கம்பி அழி போடப்பட்டது. உட்கார்ந்தால் வானம் தெரியும். காற்று சிலுசிலு என்று வரும். படிப்பது, வீட்டுப்பாடம் எழுதுவது எல்லாம் வாசலில்தான். சென்னையில்

வானம் பார்க்கிற அறைகள் எனக்கு லபிக்கவே இல்லை. கட்டில், குட்டி மேசை, சிகரட் துண்டுகள், மண்பானை, குளிக்க உபயோகிக்கும் பிளாஸ்டிக் வாளி இவைகளே கண்ணுக்குள் விழும் காட்சிகள். கண்கள் அறையைப் போலவே சதுரமாகி விடுமோ என்று பயம் தோன்றும்.

எங்கள் வீட்டு விளக்கு மாடங்கள், அம்மாவுக்கு பணம் போட்டு வைக்கும் அலமாரியாக இருந்தது. ரூபாய் நோட்டுக்களைச் சுருட்டிச் சுருட்டி மாடத்தில் போட்டு வைப்பார். எத்தனை ரூபாய் என்று அம்மாவுக்குத் தெரியாது. வெகுகாலம் வரைக்கும் பத்து ரூபாய்க்கு மேல் அவர் செலவுக் கணக்கு சென்றது இல்லை. கல்லூரிக்குக் கட்டணம் வேண்டும் என்றால், எத்தனை பத்து என்று கேட்கும் என் அம்மா. அந்த வீட்டை, அப்பா வெறும் ஏழாயிரத்தைநூற்றுக்கு விற்றார். கல்லூரியை முடித்து, ஆசிரியர் பயிற்சிப் பள்ளியில் சேர விரும்பினேன். கல்லூரிக்குக் கட்ட பணம் கொடுக்கும் நிலையில் அப்பா இல்லை.

திருவல்லிக்கேணியில் ஒரு மேன்ஷன் மொட்டை மாடியை ஒட்டிய அறை. அந்தச் சமயத்தில்தான், நண்பர் தமிழ்ப் புத்தகாலயம் கண்ணன் ஒரு மதியம் தொலைபேசியில் அழைத்தார். அப்போது என் புத்தகங்களை கண்ணன்தான் பதிப்பித்துக்கொண்டிருந்தார். பதிப்பாளர்களைப் பொறுத்தமட்டில் எனக்கு அவர்கள் நிறைய உதவி இருக்கிறார்களே தவிர நான் மோசம் போனதில்லை. (என் அண்மை அனுபவம் வேறு) முதல் புத்தகம் போட்ட நர்மதா ராமலிங்கம், தமிழ்ப்புத்தகாலயம் கண்ணன், இப்போது என் பெரும்பான்மை புத்தகங்களைப் பிரசுரித்த கவிதா சொக்கலிங்கம் எல்லோருமே கணக்குக்கு மேலாகவே எனக்குக் கொடுத்திருக்கிறார்கள்.

மேன்ஷன் பையன், எனக்கு போன் வந்துள்ளதாகக் கதவைத் தட்டிச்சொன்னான். நான் ஆபீஸ் ரூமுக்கு இறங்கி வந்தேன். கண்ணன், மகிழ்ச்சியுடன் என் நூலுக்குச் சாகித்ய அகாதமி பரிசு கிடைத்திருப்பதாகச் சொன்னார். மதியம் வானொலியில் செய்தி அறிவிக்கப்பட்டது. மாலையில் நண்பர் காதர் (பெயர்கள் மாற்றப்பட்டுள்ளன) தொலைபேசியில் என்னை அழைத்து, மாலை 6-30 மணிக்குள் அறைக்கு வருவதாகச் சொன்னார். நான் வரச் சொன்னேன்.

காதரைப் பற்றிச் சொல்ல வேண்டும். நகரின் பெரிய நகைக்கடைகளின் சொந்தக்காரர். என் மேலும், எழுத்தாளர்கள் மேலும் மிகுந்த பரிவுகொண்டவர். எனக்கு, எனக்குகந்த நான் விரும்புகிற மொட்டை மாடியோடு கூடிய அறை ஒன்றை ஏற்பாடு

செய்துகொண்டிருப்பதாகச் சொல்லியிருந்தார். அவருடைய சொந்த வீடு அது. குடி இருப்பவர்க்கு நோட்டீஸ் கொடுத்தும் விட்டார். எனக்குப் பல சமயங்களில் பல உதவிகள் செய்தவர். இந்தச் சமயத்தில் அவர் வருகை பல நலங்களைச் செய்ய இருந்தது.

இடைப்பட்ட நேரத்தில் பல நண்பர்கள் வந்து பாராட்டிவிட்டுச் சென்றார்கள். மணி ஆறினை நெருங்கிக்கொண்டிருந்தது. நான் காதரை வரவேற்கத் தயாரானேன். கதவு தட்டப்பட்டது. காதரை வரவேற்க நான் கதவைத் திறந்தேன். காதர் இல்லை. வேறு ஒரு நண்பர். பத்திரிகை உலகத்துச் சகா. எனக்கு மிகவும் வேண்டியவர். தற்போது ஒரு பெரிய பத்திரிகையின் பொறுப்பாளர். அவர் தலைக்குப் பின் இருவர் நின்றனர். இருவர் கைகளிலும் ஆறு ஆறு பீர் பாட்டில்கள். இரண்டு கிரேடில் வைத்துக்கொண்டு வந்திருந்தார்கள். அதில்லாமல் நண்பர் கேசவன் தன் விஸ்கி பாட்டிலை எடுத்துக் கட்டிலின் மேல் வைத்தார்.

'என்ன கேசவன், தடபுடல் எல்லாம்?'

'கொண்டாடத்தான். நண்பர்க்கு ஒரு சிறப்பு வந்திருக்கிறது. அதைக்கொண்டாட வேண்டாமா?'

அவர் மேலும் சொன்னார்.

'எனக்கு கொஞ்சம் வேலை இருக்கிறது. பாரம் முடிக்கணும். சரியா எட்டு மணிக்கு வந்துடறேன். இன்னும் நாலைஞ்சு பேர் வருவாங்க. கொறிக்க எல்லாம் வாங்கிட்டு வந்துடறேன். இங்க சாப்பிட்டு, டின்னருக்கு வெளியே போகலாம்.'

அவர் போய்ச் சேர்ந்தார்.

இப்போதுள்ள என் பிரச்சினை. இந்தப் பாட்டில்களை என்ன செய்வது என்பது. காதர், பார்க்கும்படி இப்படியே வைத்துவிடலாமா அல்லது ஒளித்து வைக்கலாமா என்று யோசிக்கத் தொடங்கினேன். குடியைப் பாவம் என்று நினைக்கிற, குடிப்பவர்களோடு சினேகம் செய்யமாட்டேன் என்கிற காதருக்கு இது தெரியவேண்டாம் என்று முடிவு எடுத்தேன். பணி நேரத்திற்குப் பிறகு குடிக்கிறார்கள் என்று தெரிந்து இரண்டு பணியாளர்களை வேலை நீக்கம் செய்ததை நானே பார்த்தேன். அவர்களுக்குப் பரிந்து பேசிய ஒரு காரணத்தால் ஒரு வாரம் என்னிடம் பேசுவதைக் காதர் தவிர்த்தார் என்பதெல்லாம் என் நினைவுகளில் வந்துபோயின. நான் குடிக்கிறவன்தான். ஆனால் குடிகாரன் அல்லன் என்று சொல்வதுதானே நேர்மை என்பதெல்லாம் எனக்குள் வந்து வந்து போய்க்கொண்டிருந்தன.

நேரம் கடந்துகொண்டிருந்தது. பாட்டில்களை எடுத்துக் கட்டிலின் கீழே வைத்தேன். ஆனாலும் சமாதானம் ஆகவில்லை. எதிரில் அமர்கிறவருக்குத் தெரியும்படியாக இருப்பதாக எனக்குச் சந்தேகம் வந்தது. ஆகவே, பாட்டில்களை எடுத்து கழிப்பறைக்குள் வைத்துக் கதவை மூடினேன். நிம்மதியாக இருந்தது. உலகத்தில் யாரும் இதைக் கண்டுபிடிக்க முடியாது என்பதில் நான் தெளிவாக இருந்தேன்.

சரியாக ஆறரை மணிக்குக் காதர் வந்து சேர்ந்தார். கையில் மாலை, பூங்கொத்து, போர்வை, பழங்கள் என்று நிறைய கொண்டு வந்தார். அவர் தான் மகிழ்ச்சியாக இருந்தார். விஷயங்களை நேரிடையாகப் பார்க்கிறவர் அவர். உலகம் தட்டையாக, வெகு நேராக, கோணல்களே இல்லாமல் இருந்தது அவருக்கு. ‘உழைத்தால் முன்னேறலாம்’ என்றார். யார் முன்னேறலாம் என்று நான் கேட்கவில்லை. உழைப்பின் பலன் வந்தே தீரும் என்றார். யாருக்கு என்றுதான் கேட்டிருக்க வேண்டும். நிறைய, மன நிறைவோடு பேசிக்கொண்டிருந்தார். டிரைவரைக் கூப்பிட்டு காபி வாங்கி வரச் சொன்னார். இருவரும் சாப்பிட்டோம். வீடு அனேகமாக இன்னும் ஒரு வாரத்தில் கிடைத்துவிடும் என்றார். என் மனம் விரும்பும் வீடு. மணி ஆனதே எனக்குத் தெரியவில்லை. கதவைத் திறந்துகொண்டு திபுதிபு என்று நண்பர்கள் உள் நுழைந்தார்கள். ஒருவர் படியேறி வரும்போதே பாட்டிலை திறந்து விட்டிருந்தார் போலும். கையில் வைத்தபடி வந்தார். சூழலைக் கவனித்து, காதர் புறப்படத் தயார் ஆனார்.

’சரி, சந்தோஷம். நான் புறப்படறேன். நான் போன் செய்கிறேன்’ என்றார் காதர்.

புறப்பட்டவர் திரும்பி என்னிடம் ‘உங்க டாய்லட்டை நான் உபயோகிக்கலாமா?’ என்றார். ‘சேச்சே... அதெல்லாம் கூடாது’ என்றா சொல்லமுடியும். சிரமப்பட்டுப் புன்னகை பூத்து, ‘ஷுர்’ என்றேன். நான் உறைந்து நின்றிருந்தேன். வந்தவர்கள் தீனிப் பொட்டலங்களாகப் படுக்கை மேல் பரப்பினார்கள். அறை சடுதியில் வித்தியாசமான முகம்கொண்டது. ஒரு நண்பர் ‘பீரின்’ பாதியில் இருந்தார்.

காதர் கதவைத் திறந்துகொண்டு வெளியே வந்தார். என்னிடம் ஏதாவது பேசுவார் என்று எதிர்பார்த்தேன். இல்லை. பதின்மூன்று ஆண்டுகள் ஆகிவிட்டன. நண்பர் காதரின் போன் இன்னும் வரவே இல்லை.

- அக்டோபர், 2008

பானு உன் புத்தகப்பை அண்ணனிடம் இருக்கிறது

நானும், என் தங்கை பானுவும், தம்பி மூர்த்தியும் எங்கள் வீட்டு நடையில்தான் விளையாடுவோம். மூன்று இடங்களில் விளையாடுவது எங்களுக்குப் பிடிக்கும். ஒன்று நடை. எத்தனை மணிநேரம் விளையாடினாலும் அம்மா எங்களைத் தடையே பண்ணாது. குழந்தைகள் எப்போதும் தன் கண்முன்னே விளையாடிக்கொண்டு இருக்கவேண்டும். அடிக்கடி துண்டு எடுத்து வந்து, எங்கள் வியர்வையைத் துடைத்துவிட்டுச் செல்லும். அப்பாவின் துண்டு. அதில் வீசும் சுருட்டு மணம் எனக்குப் பிடிக்கும். இரண்டாவது இடம், வீட்டுப் புழக்கடை. பெரிய நிலப்பரப்பு இல்லை. ஒரு கிணறு. வலது ஓரத்தில் கழிப்பறை. கிணற்றை ஒட்டி எட்டுமுழ வேட்டியை அகல விரித்தது மாதிரி ஒரு பிரத்யேக இடம். துவை கல் மிகவும் பெரிசு. ஒளிந்து பிடியாட்டம் விளையாட மிகவும் சௌகர்யம். பெரிய கல் எங்களைக் காட்டிக் கொடுக்காது. அடுத்த வீட்டு நுணா மரம், தன் பரட்டைத் தலை முழுவதையும் எங்கள் வீட்டுப் பக்கமே சாய்த்துக்கொண்டிருக்கும். அம்மா, ஒரு முல்லைக் கொடி போட்டிருந்தது. அம்மாவுக்குக் கோபம் வர ஒரே காரணம், பந்தல் காலை நாங்கள் தட்டிச் சாய்க்கும்போதுதான். கூடுமானவரை, நாங்கள் எங்கள் அம்மாவுக்கு கோபம் வருவிப்பதில்லை. மூன்றாவது இடம், எங்கள் தெரு முனையில் இருக்கும் தோட்ட வாசலில் இருந்த கொடுக்காப்புளி மற்றும் மகிழ மரத்தடி. அதிகாலையில், அணில் கடித்துப் போட்ட கொடுக்காப்புளிக் காயைப் பொறுக்க ஓடுவோம். அப்படியே மகிழ மரத்தின் அடியில் சிந்திக் கிடக்கும் மகிழம் பூக்களைத் திரட்டிக்கொண்டு வருவோம். மகிழம் பூக்களைக் கோர்த்து பானுவின் தலையில் வைக்கும் அம்மா.

எனக்கு எட்டு வயதும், பானுவுக்கு ஐந்து வயதும், மூர்த்திக்கு நான்குமாய் இருந்தோம். எங்கள் மூவர் விளையாட்டின்போது, நாலாவதாக ஒருவர் விளையாடுவதை நான் அறியவில்லை. அறிந்து கொள்ளும் வயதும் இல்லை. நாங்கள் ஒளிந்து விளையாடும்போது மரணமும் எங்களோடு ஒளிந்திருந்தது எனக்குத் தெரியாது. மகிழம்

பூக்களை நாங்கள் திரட்டும்போது அது எங்களை வேடிக்கை பார்த்திருக்குமோ? இருக்கும். அதுவும் எங்களோடு சேர்ந்து சுளைகளைத் திரட்டிக்கொண்டு போயிருக்குமோ? இருக்கும். இரவு நேரங்களில் முல்லைப் பந்தல்கால் கீழே விழுந்து கிடப்பதை விடிந்து நாங்கள் பார்ப்போம். பானுதான், சட்டென்று ஓடிப்போய், காலை நிறுத்துவாள். தரை மண் படிந்த கொடியின் முதுகைத் துடைத்துவிடுவாள். பானு, அம்மாவைக்கொண்டு வந்ததாக அம்மா சொல்லும். பானுவுக்கு, இரவில் வந்து பந்தக்காலைத் தள்ளிவிட்டுப் போனது பக்கத்து வீட்டு நுணா மரப் பேய்தான் என்பதில் அசாத்தியமான நம்பிக்கை. நாங்கள் கைரேகை மறையும் நேரத்துக்கு மேல், தோட்டத்துக்குப் போக மாட்டோம். பேய், விளையாடும் நேரம் அது.

பானுவின் புகைப்படம் எங்கள் வீட்டில் வெகு காலம்வரை இருந்தது. ஒரு கழுத்தளவு கிருஷ்ண பொம்மை அவள் பக்கத்தில் இருக்கும். கிருஷ்ணர் தோளில் கைவைத்துக்கொண்டு சிரித்தபடி பானு நிற்பாள். பானுவின் முகம் அம்மாவுடையதல்ல. லேசான அப்பா சாயல். பள்ளம் விழுந்த முகவாய். பெரிய கண்கள். வெற்று மார்பில் சங்கிலி தொங்கும். மூர்த்தியைப் படம் எடுக்க வாய்க்கவில்லை போலும். அன்றைய தமிழர்கள் அனேகமாக இரண்டு முறை புகைப்படம் எடுத்துக்கொண்டார்கள். திருமணத்தில் ஒரு முறை, மரணத்தோடு ஒரு முறை. என் தம்பி மூர்த்தி படம் எடுக்கப்படவில்லை. தேவைப்படவில்லை போலும். அம்மா, ஒரு இடுப்பில் பானுவையும், ஒரு இடுப்பில் மூர்த்தியையும் வைத்திருக்கும். பழுத்து தொங்கும் பலா மரம் போலிருக்கும் அம்மா.

கோடை விடுமுறை வந்தது. கோடை விடுமுறை என்பது முழுப்பரீட்சைக்குப் பிறகு வரும் மூன்று மாத விடுதலை. வாத்தியார்களின் சகல அதிகாரங்களும், மூர்க்கங்களும் பறிக்கப்பட்டு, சற்றேறக் குறைய தெருப்பூனைகள் மாதிரி, வீதிகளில் அலைவார்கள். கோடை விடுமுறை என்றால், எனக்குத் தாத்தா வீடுதான். விருத்தாசலத்தில்தான் என் தாத்தா வீடு. மேட்டுத் தெருவில் இருந்தது. இந்த வீட்டின் விசேஷம், அதன் தோட்டம்தான். பிரமாண்டமான தோட்டம். அங்கும் ஒரு கிணறு இருந்தது. துவை கல் இருந்தது. அதன் அருகே, எங்களுக்குச் சொந்தமான பெரிய இலந்தை மரமும், கல்யாண முருங்கையும் இருந்தது. அப்புறம் எனக்கு விளையாட்டுத் தோழியாக மாதவியும் அங்கு இருந்தாள்.

விடுமுறைக்கு முதல்நாள் என் தாய்மாமன் பழமலை புதுச்சேரிக்கு வந்திருந்தார். விருத்தாசலத்தில் பழமலை என்ற பேர் பலருக்கும் உண்டு. மன்னார்குடியில் ராஜகோபாலன் மாதிரி. (தி.ஜானகிராமன் இந்தப் பெயர்ப் பன்மையை வைத்து ஒரு கதை

எழுதி இருக்கிறார்) கவிஞர் பழமலையின் தாய்மாமன் வீடும், எங்கள் தாத்தா வீட்டுக்குப் பத்துவீடு தள்ளி இருந்தது. அந்த வீட்டுக்கு எதிரில் இரண்டு கறுப்பு நிற வெள்ளாடுகள் எப்போதும் இருந்தது எனக்கு நினைவில் இருக்கிறது. விருத்தாசலத்துக் கோயில் சிவனுக்குப் பழமலைநாதர் என்று பெயர்.

மாமா திரும்பும்போது, நானும் அவருடன் தாத்தா வீட்டுக்குப் புறப்பட்டேன். உறவினர் வீட்டுக் கல்யாணத்தை முடித்துக்கொண்டு பின்னால் அப்பாவும் அம்மாவும் பானுவும் மூர்த்தியும் பிறகு விருத்தாசலத்திற்கு வருவதாகத் திட்டம். அம்மா என் துணிச்சுமையைப் பையில் அடுக்க ஆரம்பித்தது. பானுவின் முகம் சுண்டிப் போயிற்று. "நானும் அண்ணன்கூடப் போறேன்" என்றது. "சூ... குழந்தைகள் தனியாப் போறதாவது. அம்மாகூடத்தான் வருவியாம்" என்றது அம்மா. தம்பி பழமலையிடம், "குழந்தையைப் பார்த்துக்கோ... புதனும் சனியும் எண்ணெய் தேச்சுவிட அம்மாகிட்ட சொல்லு..." என்றது. "தனியா கினியா வெளியில போயிடப் போறான்" என்று நூறு முறை சொல்லியது. பழமலை சிரித்துக்கொண்டார். நான் புறப்படும்போது, எங்கிருந்தோ ஒரு நாய்த்தோல் பந்தொன்றைக் கொண்டுவந்து என்னிடம் தந்தது பானு. பாருங்களேன். இத்தனை காலமும் நான் பந்தைத் தேடி திரிந்திருக்கிறேன். அவள் ஒளித்து வைத்திருக்கிறாள். இப்போது எடுத்துக்கொண்டு வந்து தருகிறாள். அம்மா என் பாக்கெட்டில் பணம் வைத்தது. என் நெற்றியில் முத்தம் வைத்தது. அம்மா வெற்றிலையோடு கிராம்பு போடும். பானு அழுதுகொண்டே தெரு முனைவரை வந்தாள். மூர்த்தி, இடுப்பில் இருந்துகொண்டே எனக்கு 'டாடா' காட்டினான். பானு அழுதது எனக்குச் சிரிப்பு சிரிப்பாய் இருந்தது. அம்மா அப்பா இல்லாமல், நான் ஊருக்குக் கிளம்பினேன். நான் பெரியவன் ஆகிட்டேனாக்கும். நாய்த்தோல் பந்து, வெள்ளையாக, புதுசுக்கென்று இருக்கிற ஒரு தனி வாசனையோடு இருந்தது.

கர்ணம் பக்கிரிசாமிப்பிள்ளை என்பது என் தாத்தாவின் பெயர். பக்கிரிசாமி கிராமணிதான் அவர். கிராமணி தாழ்ந்த சாதியாம். ஆகவே தன்னைப் பிள்ளை ஆக்கிக்கொண்டார். கணக்குப்பிள்ளை வேலைபார்த்துக்கொண்டிருந்தார். அது சம்மந்தப்பட்ட அச்சிட்ட பெரிய பெரிய தாள்கள், பைண்ட் செய்யப்பட்ட நோட்டுகள் வைத்திருப்பார். ஒரு சாய்வு நாற்காலியில், நீண்ட பலகையின் மேல், 'பேடை' வைத்து எழுதிக்கொண்டு இருப்பார். வீட்டில்தான் வேலை. துறைசார்ந்த தொழிலாளர்கள் அளவைச் சங்கிலி, தடிகளோடு வந்து பேசிக்கொண்டிருப்பார்கள். தாசில்தார், ஜமாபந்தி நடக்கும்போதுமட்டும் தாத்தா, புத்தகக்கட்டுகளை வெட்டியானோ, தலையாரியோ சுமந்து வர, குடை பிடித்துக்கொண்டு கச்சேரிக்குப்

புறப்படுவார். தாத்தாவுக்கு நொண்டிக் கணக்குப் பிள்ளை என்று ஒரு பேர் இருந்தது. நான் பிறந்த அன்றே, அவர் பயணம் செய்த வண்டி குடை சாய்ந்து அவர் கால்கள் உடைந்து போயின. இரண்டில் ஒன்று சரிப்படவே இல்லை. ஆகவே விந்தி விந்தி நடந்து போவார். 'என் ஜாதகம்' அப்படி.

தாத்தா, ஜில்லாவிலேயே பெரிய ஜோஸ்யர். அவர் சம்பாதனை என்பது ஜோஸ்யத்தில்தான். எப்போதும், தெருவை ஒட்டி இருந்த மூன்று திண்ணைகளிலும் ஜனங்கள் வண்டி கட்டிக்கொண்டு வந்து அமர்ந்திருப்பார்கள். குறிஞ்சிப்பாடி, முன்னஞ்சாவடி, நெய்வேலி, இந்தப் பக்கம் தொழுதூர் முதலான பல இடங்களில் இருந்தும் மக்கள், ஜாதகக் காகிதங்களுடன் வருவார்கள். குழந்தைகள் பிறந்தால், ஜாதகம் கணிப்பார். வருபவர்கள் வாழை இலைக்கட்டுகள், பூசணிக்காய், சுரைக்காய், சுண்டைக்காய் மற்றும் வாழைப்பழம் மரியாதைகளோடு வருவார்கள். அவர்களின் உறவு, ஜோசியக்காரன் பார்க்க வருபவர்கள் என்பதாக இருக்காது. நெருங்கிய ரத்த பந்துக்காரர்களாக அவர்கள் சம்பாஷிப்பது மிகவும் ரம்மியமாக இருக்கும். தாத்தாவுக்கு, அவரது ரசிகர்களின் குடும்பச் சங்கதிகள் அத்தனையும் அத்துபடி. பிறந்த குழந்தைக்கு ஜாதகம் எழுதிய அவரே, அந்தக் குழந்தையின் குழந்தைக்கும் அந்தக் குழந்தையின் குழந்தைக்கும் ஜாதகம் எழுதியதை நான் அறிவேன். எனக்கும் தாத்தா ஜாதகம் எழுதி இருக்கிறார். பச்சை அட்டை போட்ட பவுண்ட் நோட்டில் எழுதியது இன்னும் என் மனைவியிடம் பத்திரமாக இருக்கிறது. அதில் என்னுடைய 33வது வயதில் உலகையே சுற்றி வருவேன் என்றும், யோகப் பிரசித்தனாகி, உலகையெல்லாம் ஜெயித்து விக்கிரமாதித்த மகாராஜா மாதிரி சிங்காசனம் ஏறுவேன் என்றும், செல்வத்தில் குபேரனாகவும், அழகில் மன்மதனாகவும், எட்டுத்திக்கும் விட்டெறிய ஆட்சிப் பரிபாலனம் பண்ணுவேன் என்று எழுதி இருக்கிறார். இடை இடையே கவிதையாகவும் (எண்சீர் விருத்தத்தில்) புனைந்து தள்ளி இருக்கிறார்.

பாரப்பா புதபகவான் பாரு பாரு
பார்ப்பதனால் ஜாதகனின்
ஆயுள் ஓங்கி
பாருலகில் பிரசித்தி தேஜஸ் செல்வம்
பனிபுத்ரி ஜல புத்ரி நிலத்துப் பெண்கள்
பணிபூண்டு பார்யைகளாய் விளங்கி ஒன்று
நூறாண்டு ஆயுளிலே ஜகத்தை வென்று
ஆறோடு இரண்டுமான திக்கை எல்லாம்
காலடியில் இருக்குமாறு கண்பா ரப்பா...

என்ற கவிதைகள் போகும். பனிபுத்ரி என்றது மலைநாட்டுப் பெண்கள். ஜலபுத்ரி என்றது, கடற்கரை நாட்டுப் பெண்கள். நிலத்துப் பெண்கள் என்றது குறிஞ்சி, முல்லை, மருதம், நெய்தல், பாலைப் பிரதேசத்துப் பெண்கள். இவர்கள் எல்லாம் என் மனைவிகளாக அமைந்து குடும்பம் (எத்தனை குடும்பம்?) நடத்துவார்களாம். ஆயுசு நூறாம். எட்டுத் திக்கும் என் காலடியிலாம். இதற்கு புத பகவான் அருள் செய்வாராம். தாத்தாவின் ஆசை அப்படி இருந்திருக்கும் போலும். தனக்குக் கிடைக்காதது தன் பேரனுக்காவது கிடைக்கட்டுமே என்கிற பேருள்ளம். யதார்த்த நிலைமை என்னவென்றால், தீபாவளியைத் தள்ள நண்பர்களிடம் இருந்து 'செக்கை' எதிர்பார்த்துக் கொண்டிருக்கிறேன் என்பதுதான்.

எனக்கு ஜோசியத்தில் நம்பிக்கை இல்லாமல் போனது, என் தாத்தா எனக்குத் தந்த ஞானம்தான்.

தாத்தா வீடு இத்துடன் முடிந்துவிடவில்லை. அவர் படித்த புத்தகங்கள் கொண்ட கறுப்புநிறத் தேக்கு அலமாரி. அலமாரியின் மேல் இருக்கும் புத்தகங்களை ஸ்டூல் போட்டு ஏறித்தான் பார்க்க வேண்டும். வடுவூர் துரைசாமி அய்யங்கார், ரங்கராஜு, கோதைநாயகி என்று பலரும் அங்கே இருந்தார்கள். தமிழில் வந்த விசித்திரமான துப்பறியும் நாவல்கள், அரேபிய தேசத்து அற்புதக் கதைகள், பஞ்ச தந்திரக் கதைகள், தமிழ் நாட்டுக் கதைகள், முதல் உலக மகா யுத்தம் என்று வகைவகையான புத்தகங்கள். மேல் அடுக்கில் மிகவும் பத்திரமாக இருந்த கொக்கோகத்தைக் கண்டுபிடித்து, ரகசியமாகப் படித்தேன். படித்தேன் என்றால் சாதாரணமாக அல்ல. எழுத்தெண்ணிப் படித்திருக்கிறேன். பல பாடங்கள் இன்றும் எனக்கு மனப்பாடமாக இருக்கிறது.

நான் தாத்தா வீடு வந்து பல நாளாகியும் அப்பாவும் அம்மாவும் தங்கையும் தம்பியும் வரவில்லை. ஊரில் தேர்தல் அறிவிக்கப்பட்டதாம் தாத்தா சொன்னார். எங்கள் மாநில விடுதலை நெருங்கிக்கொண்டிருந்தது. பிரிட்டிஷ்காரன் பெட்டி படுக்கையோடு கப்பல் ஏறிப்போனாலும், புதுச்சேரியை விடப்போவதில்லை என்று பிரஞ்சுக்காரன் முரண்டு பண்ணிக்கொண்டிருந்தான். ஏகாதிபத்யவாதிகளிலேயே மிக மோசமான ஏகாதிபத்யவாதி பிரஞ்சுக்காரன் என்பது என் அபிப்ராயம். உண்மையும்கூட அதுதான். நேரு மிக நிதானமாக, மீண்டும் ஒரு இந்திய பிரஞ்ச் யுத்தம் வந்துவிடக்கூடாது என்று பட்டேலைச் சாந்தப்படுத்தி விட்டுக் காய் நகர்த்திக்கொண்டிருந்தார். 1954 நவம்பர் முதல் தேதியாகிய எங்கள் சுதந்திரதினம் நெருங்கிக்கொண்டிருந்தது. அப்பா, காங்கிரஸ்காரர் என்ற முறையில் கட்சி வேலைகளைப் பார்த்துக்கொண்டிருந்தார்.

எனக்கு எந்தக் கவலையும் இல்லை. பின்னாளில் நர்சாகிய மாதவி எனக்குக் கிடைத்திருந்தாள். மேட்டுத்தெரு வீடுத் தோட்டம். துவை கல். புத்தகங்கள். தெருமுனையில் இருந்த ஏரி. ஏரியை ஒட்டிய புளியந்தோப்பு. என் கற்பனைகள் என்னுடன் இருந்தன. அந்தக் குயில்களுக்கு வேடன் இல்லாத விருந்துத் திருநாள் மாதிரி எனக்குப் பள்ளிக்கூடமும் வாத்தியார்களும் இல்லாத விடுமுறை. எங்கள் தெருவில் இருந்த இடதுசாரி, வலதுசாரி வீடுகள் எத்தனை (அரசியல் சாரி இல்லை) என்று எனக்குத் தெரியும். வீடுகளில் மனிதர்கள் யார் யார் என்று எனக்கு அத்துபடி. எங்கள் வீட்டு எதிர்சாரியில் அரியலூர் அம்மாவின் வீடு. அந்த அம்மாவின் மகன் கண்ணன் எனக்குச் சினேகிதம். கண்ணனின் அண்ணன் தமிழரசுக்கழக அனுதாபி. வீட்டு வாசலில் வில், கயல், புலிக்கொடி பறக்கும். சிலம்புச்செல்வரின் படம் வீட்டு அரிவுக்காலில் மாட்டி இருக்கும்.

ம. பொ. சிவஞானத்தின் புத்தகங்கள் அப்போதுதான் எனக்கு அறிமுகம் ஆயின. கண்ணனும் நாளடைவில் கட்சிக்காரரர் ஆனார். எல்லைப்போரில் சிறைக்குப் போனதாகவும் பின்னாளில் அறிந்தேன். ஏதோ ஒரு தகராறில் வெட்டுப்பட்டுச் செத்தார். எதிர்ச்சாரியில் ஏழாம் வீட்டில் இருந்த படித்த, அழகான, குடை பிடித்துக்கொண்டு தெருவில் நடந்த, சரஸ்வதி அக்கா திடுமெனக் காணாமல் போய், தெரு களேபரத்தில் ஆழ்ந்தது நினைவில் இருக்கிறது.

ஒருநாள், தாத்தா வீடு வித்தியாசமாகத் தோற்றம் தந்தது. ஆயா, அன்று சோறு ஆக்கவில்லை. எனக்கு ஓட்டலில் இருந்து சாப்பாடு வந்தது. ஆயா நடு வீட்டில் அமர்ந்துகொண்டு அழுதுகொண்டிருந்தது. ஜோசியம் பார்க்க வந்த ஜனங்களை அனுப்பிவிட்டுத் தாத்தா சாய்வு நாற்காலியில் புதைந்து கொண்டார். திடுமென எழுந்து ஜாதகப் புத்தகங்களைப் புரட்டிக்கொண்டிருந்தார். மாமாக்கள் மவுனம் காத்தார்கள். ஒன்றிரண்டு வாரங்கள் இது நீடித்தது.

விடுமுறை முடிந்து என் மாமாவின் துணையுடன் தாத்தா தைத்துக் கொடுத்த புதுச்சட்டை மற்றும் முட்டிவரை நீண்ட அரைக்கால் சட்டையுடன் ஊர் திரும்பினேன். அம்மா என்னைப் பார்த்ததும் கதறியபடி கட்டிக்கொண்டு அழுதது. நான் அம்மாவை விலக்கிக்கொண்டு தோட்டத்துப் பக்கம் போனேன். அறைகள் எல்லாவற்றுக்கும் போய்ப் பார்த்தேன். எங்கும் பானுவையும் மூர்த்தியையும் காணவில்லை. ‘அண்ணன் எங்கே எங்கேன்னு கேட்டீங்களே, கண்ணுங்களா, அண்ணன் வந்துட்டான். நீங்க போய்ட்டீங்களே’ என்று நடுவீட்டில் தரையில் புரண்டு அம்மா

அழுதது. அப்போதுதான் கவனித்தேன். நடு வீட்டில் பானுவின் புகைப்படம் சட்டம் போட்டு அதன் உச்சியில் பூக்கள் செருகி இருந்தன.

அப்போதெல்லாம், அம்மை ஆண்டுதோறும் கோடைக் காலங்களில் தவறாமல் வரும். அம்மை நோய் வந்தால், தெருவுக்குப் பத்து, இருபது குழந்தைகள் செத்துப் போவார்கள். அனேகமாக நாலு வீட்டுக்கு ஒரு வீட்டில் கூரையில், வாயிலில் வேப்பிலைகள் சொருகி இருப்பார்கள். வேப்பிலை சொருகிய வீடுகளில் அம்மை வந்திருக்கிறாள் என்று அர்த்தம். வேப்பிலை சொருகி இருக்கும் வீடுகளில் நாலைந்து நாள்களில் அழுகை ஒலி கேட்கும். குழந்தை செத்துப் போயிருக்கும். உடன் நாலைந்து நாட்களில் அந்த வீட்டில் இருந்த இன்னொரு குழந்தை செத்துப் போகும். கோடைக்காலம் வருகிறது என்றாலே, ஜனங்கள் பயந்தபடி அலைவார்கள். எங்கள் ஊரில் பாட்டுகள் பல இது பற்றியே பாடப்பட்டன.

கோடை வந்துடுச்சு எங்கம்மா
கோமாரி வருவாளே...
குழந்தைகளை விட்டுடும்மா... என் குலம் காத்து ரட்சியம்மா...
குழந்தைகளை விட்டுட்டு
எங்க உயிரை எடுத்துக்கம்மா...

அம்மை மாரி குழந்தைகளைத்தான் அதிகம் நேசித்தாள். ஒரு திங்கட்கிழமை அன்று பானு அம்மை வந்து படுத்திருக்கிறாள். புதன்கிழமை அம்மை உச்சமாக இருந்தது. வெள்ளிக்கிழமை பானு குளிர்ந்து போயிருக்கிறாள். வியாழக்கிழமையே மூர்த்திக்கும் அம்மை போட்டு மயக்கமாகி இருக்கிறான். ஞாயிற்றுக்கிழமை அவன் குளிர்ந்து போயிருக்கிறான். பானுவுக்கு வெட்டிய குழியும் ஈரம் காயவில்லை. அந்தக் குழி அருகில் அப்பா மயக்கமாகி விழுந்துவிட்டார். மயக்கம் தெளிவித்து வீட்டுக்கு அழைத்து வந்து இருக்கிறார்கள். இரண்டு நாட்கள் படுத்துக் கிடந்திருக்கிறார். பிறகு, துண்டை எடுத்துப் போட்டுக்கொண்டு, வடக்கு பார்த்து போனார் என்று அம்மா சொல்லி இருக்கிறது. இரண்டு வாரங்களாகியும் அவர் திரும்பாததைக் கண்டு அம்மா பயந்து போனது. தாத்தா வீட்டில் கலவரம். அம்மை போட்ட வீட்டில் சம்பந்திகள் வருகை தடைசெய்யப்பட்டிருந்தது. ஆகவே தாத்தாவும், ஆயாவும், மாமாக்களும் சாவுக்கு வரவில்லை. இப்போது அப்பாவைத் தேடி மாமாக்கள், உறவுகள் திக்குக்கு ஒருவராகப் புறப்பட்டார்கள். ஆயா உடனிருந்து அம்மாவைக் காப்பாற்றி இருக்கிறது. ஒரு மாதத்துக்குப் பிறகு வள்ளி மலைக்கு அருகில் அப்பாவைச் சாமியார்களோடு இனம் கண்டுபிடித்து

தாடி மீசையோடு அழைத்து வந்திருக்கிறார்கள். பல மாதங்கள் அப்பா வீட்டைவிட்டு வெளியே போகாமல் எரவானத்தைப் பார்த்தபடி இருந்தார்.

அப்போதெல்லாம் எல்லா வீடுகளிலும், எவ்வளவு சுத்தமாக இருந்தாலும் மூட்டைப் பூச்சிகள் வந்து விடும். அடை அடையாக நாற்காலி, படுக்கை, பாய், கட்டில் இணைப்புகள், சுவர்ப்பள்ளங்களில் அவை வாழும். இரவு படுத்தபிறகு ரத்தம் குடிக்க வந்துவிடும். எனக்கு மூட்டைக் கடியில் தூக்கம் பிடிக்காது. புரண்டு புரண்டு படுப்பேன். அதற்காக அப்பா, ஒரு ஜிமினி விளக்கைக் கொளுத்திக்கொண்டு என் பக்கத்தில் அமர்ந்துகொண்டு வெளியே வந்து மாட்டிக்கொள்ளும் மூட்டைப் பூச்சிகளை விளக்கில் போட்டுக் கொன்று கொண்டிருப்பார். மின்சாரம் எங்கள் வீட்டில் நான் ஏழாவது படிக்கும்போது வந்தது. அதுவரை அப்பா இரவில் விளக்கோடு என் அருகில் அமர்ந்திருப்பார். மூட்டைப் பூச்சி அற்றுப் போச்சி என்று சுவரில் என்னை எழுதச் சொன்னார் அப்பா. பிரஷை வர்ணத்தில் தொட்டுக்கொண்டு நானும் அப்படியே எழுதினேன். அப்படி எழுதினால் மூட்டைப் பூச்சி அற்றுப் போகுமாம். எப்படியோ, மூட்டைப் பூச்சி அற்றுப்போயிற்று. அதன்பிறகு அப்பா விழித்துக்கொண்டு, விளக்கை ஏற்றி, விளக்கு வெளிச்சத்தில் என்னைப் பார்த்துக்கொண்டு அமர்ந்திருப்பார். அடிக்கடி என் மூக்குக்கு அருகில் விரலைப் பிடித்துக்கொண்டு என் மூச்சு சீராக வெளிவருவதைக் கண்டு ஆறுதல் அடைவார். பள்ளிக்கூடத்துக்குக் கூடவே வருவார். நான் பள்ளிக்கூடம் விட்டு வருகிற வரைக்கும் எதிரில் இருக்கும் 'ஜெகனாதம் பிரஸ்' மரப்பலகையில் அமர்ந்திருப்பார். பின்னாலேயே சைக்கிளைத் தள்ளிக்கொண்டு வருவார். என்னை மரணம் எடுத்துக்கொண்டு போய்விடாமல் காப்பற்றுவதாக அவர் நினைத்தார். மரணத்திடம் அவருடைய ஒற்றைக் குழந்தையை விட்டுவிட மாட்டார். அவர் மரணத்தோடு ஒரு யுத்தத்துக்குத் தயாராக இருந்தார். மரணம் அவர் எதிரில் வந்தால் அதை வெட்டிக் கொல்லாமல் விடமாட்டார். அப்பாவை அழைத்துப் போய் ஆந்திராவில் இருந்த ஒரு வைத்திய சாலையில் வைத்து வைத்தியம் பார்த்தார்கள். அப்பா இயல்புக்கு வெகு விரைவிலேயே திரும்பினார்.

கோடை விடுமுறைக்குப் பிறகு பள்ளிக்கூடம் திறந்தது. நான் தயாராகிக்கொண்டிருந்தேன். அப்படியென்றால், புதுச்சட்டை, புது பேண்ட் (முதல் முதலாக அந்த வருஷம் பேண்ட் அணிகிறேன்) தைத்துக்கொள்ளுதல், நாலைந்து புத்தகக் கடைகளில் தேடிப் புத்தகம் வாங்குதல், பேனா, இங்க் பாட்டில், ஜாமெட்ரி

பெட்டி முதலானவைகளைச் சேகரித்தல் என்று அர்த்தம். 'நேம் சிலிப்' தருகிற கடைகளாகப் பார்த்துப் பொருள்களை வாங்க வேண்டும். மை ஒட்டி எடுக்கிற, பிளாட்டிங் பேப்பரைச் சில கடைக்காரர்கள்தான் தருவார்கள். அம்மா, எனக்காக முகத்தில் சிரிப்பைப் பூசிக்கொண்டு என் புதுப் பள்ளிக்கூட ஏற்பாடுகளைச் செய்தது. கேக்கும் போதெல்லாம், தேவைக்கு அதிகமாகவே பணம் கொடுத்தது. அம்மாவுக்கு நாவற்பழம் பிடிக்கும். அந்தக் கலரும் பிடிக்கும். எனக்கு அந்தக் கலரில் சட்டைத் துணி கிழித்துத் தைக்கக் கொடுத்தது. தையற்காரர் கிருஷ்ணன், அளவே எடுக்காமல் தோராயமாகவே ஆடைகள் தைக்கும் நிபுணர். என்ன சட்டை என் மாமாவுக்கும் பொருந்துமாறு இருக்கும். வளர்கிற பிள்ளைகளுக்கு அப்படித்தான் இருக்கவேண்டும் என்ற அவர் நியாயத்தை அப்பா மனப்பூர்வமாக ஏற்றுக்கொள்வார். அது பரவாயில்லை. பேண்ட் இடுப்புக்குள் ஒரு நாயும் சேர்ந்து இருக்கும் அளவுக்குப் பெரிசாக இருக்கும். அதற்கென்ன. 'பெல்ட்' என்கிற பொருள் பின் எதற்காகத்தான் இருக்கிறது. உடைந்த கைக்குப் போடும் துணிக்கட்டு மாதிரி என் இடுப்பைச் சுற்றி இரண்டு முறை சுற்றி பெல்ட் கட்டுவார்கள். புதிய தொப்பி, புதிய செருப்பு எல்லாம் தயாராக இருந்தன. என் புத்தகப் பையும் புதுசாகவே இருந்தது. என் புதுப் பையோடு இன்னுமொரு புதுப் பையும் அறையில் இருந்தது. 'இது எதுக்கும்மா' என்றேன்.

விடுமுறைக்குப் பிறகு பானுவையும் இந்த ஆண்டு பள்ளிக்கூடத்தில் சேர்ப்பதாக இருந்தது. அப்பா அதை அழைத்துப்போய் முதல் வகுப்பு புத்தகம், நோட்டு, பென்சில், பென்சில் சீவும் மிஷின் எல்லாம் வாங்கிக் கொடுத்திருக்கிறார். அந்தப் பைதான் ஆணியில் மாட்டி இருந்தது.

அம்மா சிரித்தபடி என்னை ரிக்ஷா வண்டியில் ஏற்றித் தலையைத் தடவி கொடுத்தது. வண்டி நகர்ந்தபின் உள்ளே போனது. எனக்குத் தின்பண்டம் வாங்கக் காசு வாங்கிக் கொள்ளாதது நினைவுக்கு வந்தது. பள்ளிக்கூட வாசலில் சோன்பப்டி விற்கும். எங்கள் குழாத்தில் அதன் பெயர் மயிர் மிட்டாய். வண்டியை நிறுத்தச் சொல்லி வீட்டுக்குள் நுழைகிறேன். அம்மா, பானுவின் புத்தகப் பையை மார்பில் வைத்துக்கொண்டு குலுங்கி அழுதுகொண்டிருந்தது.

அப்பாவுக்கும் பெண் இல்லை. எனக்கும் பெண் இல்லை. என் மருமகள்களே என் பெண்கள். இரண்டுக்கும் என்ன வித்தியாசம்.

- நவம்பர், 2008

தாய்ப்பாலும் தென்னம்பாலும்

தஞ்சை குடந்தைக்கு அருகில் உள்ள அரிசிலாற்றுக் கிராமங்களான துக்காசி கடலங்குடியே எங்கள் பூர்வீக கிராமங்கள் என்பதை நான் அறிந்திருக்கிறேன். என் தந்தை வழிப் பாட்டிகள் சொல்லி இருக்கிறார்கள். அவர்களிலும் குயிலம்மை என்ற பெயர்கொண்ட பாட்டி இந்தக் குலமரபுக் கிளத்தலில் நிபுணி. வரலாற்றைக் கட்டமைத்தல் என்கிற சாதுர்யம் பற்றி அவளுக்குத் தெரியாதுதான். ஆனால் மிகவும் நேர்த்தியாக அவைகளைக் கட்டமைத்தாள். பதினெட்டாம் நூற்றாண்டின் நடுப்பகுதிகள், தமிழக அரசியல் வெளியில் பைத்தியத்தின் கூச்சல்கள்போல அர்த்தமற்ற போர்கள் படையெடுப்புகள் நிகழ்ந்துகொண்டே இருந்தன. தஞ்சை, மதுரை, திருச்சி, ஆர்க்காடு என்று சில பிரதேசங்களில் கால்கொண்ட அரசுகள் தொடர்ந்து ஆதிக்கப் போர்களில் ஈடுபட்டிருந்தன. போருக்கான நியாயங்கள், தத்துவங்கள் என்று எந்தச் சுவடும் அற்ற, மவுட்டிகமும் வெறியும் மட்டுமே மிகுந்த போர்கள் அவை. இதில் வெளியிலிருந்து வந்த வியாபாரிகளான ஆங்கிலேயரும், பிரஞ்சியரும் தலையிட்டு, போரில் ஈடுபட்ட அரசுகளுக்குக் கூலிச் சேவகம் பண்ணி லாபம் பார்த்துக்கொண்டிருந்தனர்.

ஆறுகளின் கரைகளை அரசுகள் உடைத்தன. விவசாயம் செய்த பயிர்களைக் குதிரைகளின் காலடி லாடங்கள் அழித்தன. ஏற்றிய உலையிலிருந்து அரிசியைச் சோறாக இறக்கி வைக்கும் அவகாசம்கூட அற்றுப் போனது மக்கள் வாழ்க்கை. இந்தச் சூழலில்தான், தஞ்சைக் கிராமங்களிலிருந்து விவசாயம் சார்ந்த மக்கள் குறிப்பாகப் பூஞ்சோலை விவசாயம் சார்ந்த மக்கள் வடக்கிலும் தெற்கிலும் குடி பெயர்ந்தார்கள். அவர்களில் என் முன்னோர்களும் இருந்தார்கள்.

விவசாயத்தில் தென்னை வளர்த்துக் கள் பயன் கண்டு, கள் விற்றும், தென்னங்காய்கள் விற்றும் வாழ்ந்தவர்களைச் சோலை விவசாயிகள் என்று சொல்வார்கள். முதலில் கடலூர் பக்கத்துக்குக்

குடி பெயர்ந்து, அப்புறம் புதுச்சேரிக்கு வந்தவர்கள் இவர்கள். கூடலூரிலிருந்து (திருப்பாபுலியூரிலிருந்து) புதுச்சேரிக்கு வரை நீளும் தென்னைகள். இவர்களை ஈர்த்தன. தென்னை ஓலைகள் தலை விரித்துக் கடற்கரையில் ஆடிய நடினத்தைப் பார்த்தவாறே இவர்கள் புதுச்சேரிக்குச் சென்று அடைக்கலமானார்கள்.

புதுச்சேரியின் காற்றில் கள் மணம் பரவி இருந்ததை இவர்கள் நுகர்ந்து அறிந்தார்கள். புதுச்சேரியில் வெளியில் பறக்கும் ஈக்கள், கள் குடித்த களி மிதப்பில் ஆடித் தள்ளாடிப் பறந்ததை இவர்கள் அனுபவித்தார்கள். கள் குடித்துப் பெறும் மகிழ்ச்சிக்குக் களிப்பு என்ற பெயரை அனேகமாக இவர்களே தமிழுக்குத் தந்திருப்பார்கள் என்று நான் நினைக்கிறேன்.

எங்கள் பூர்விகத் தொழில் கள் மரம் கட்டி, காலை மாலை இரு வேளைகள் மரம் ஏறி, கள் இறக்கிக் கடைக்குக் கொண்டுவந்து சேர்த்து, ரசிகர்களுக்கு விற்று வாழ்தலே ஆகும். இது ஒரு புராதனத் தொழில். வரலாற்றுக் காலம் தொட்டு நாங்கள் இந்த அழகிய பணியைச் செய்து வருகிறோம். சங்க இலக்கியங்களில், போருக்குச்சென்ற வீரர்களுக்குக் கள் வழங்கிக் களிப்பித்து வழி அனுப்பிய கள் தொழில் பெண்களை நீங்கள் பார்க்கலாம்.

என் தாத்தாக்கள் கள்ளுக்கடை வைத்து நடத்தியவர்கள். பெரும்பாலும் தோப்புகளைக் கள் குத்தகை எடுத்து, மரம் கட்டிக் கள் இறக்கி விற்கும் தொண்டு. குத்தகைக்கு விடும் தோப்பு உரிமையாளர்கள், தோப்புக்குள்ளேயே குடிசைகள் கட்டிக் கொள்ளவும், கடை போட்டுக் கொள்ளவும் அனுமதித்த காலம் ஒன்று இருந்தது. இப்படித்தான் அந்த மக்கள், தென்னைகளையும், ஜனங்களையும் நம்பி வந்து ஒரு வழியாகத் தங்கள் வாழ்க்கையை அமைத்துக்கொண்டார்கள். பெரும்பாலும் இந்தக் குழு மக்கள், தோப்புகளுக்குள்ளேயே தங்கள் குடி இருப்புகளை அமைத்துக்கொண்டு வாழ்ந்தார்கள்.

அரிசிலாற்றங்கரைப் பகுதியில் இருந்து குடி பெயர்ந்து வந்த அக்கதையை குயிலம்மைப் பாட்டி அடிக்கடி சொல்லும். அப்போதெல்லாம் அவர் குரலில் வருத்தம் மிகும். இத்தனைக்கும் குயிலம்மை அந்தப் புலம்பெயர்தலில் நேர்ப்பங்கு பெற்றவர் இல்லை. அவரின் பல தலைமுறை முன்னோர்களின் கதைதான் அது. ஆனாலும் தன் சொந்தச் சோகம் போலவே சொல்வார். மூதாதையர்களின் துக்கத்துக்கும் சோகங்களுக்கும்கூட பின்னவர்கள் வாரிசுகள். புறப்படுவது என்று முடிவு செய்த அந்த நாளின் முன்னிரவுப் பொழுது பெரும் வருத்தமும் பரபரப்பும் கொண்டதாக இருந்தது. அவசியமான பொருள்களை மட்டுமே

எடுத்துக் கொள்ள வேண்டும் என்று தாத்தா சொல்லி இருக்கிறார். எது அவசியம் அற்றது என்பதில்தான் பாட்டிக்குக் குழப்பம். போகும் இடத்தில் எதையோ பொங்கிச் சாப்பிட அரிசி, பருப்பு, உப்பு, உறைப்புகள், மாற்றுக்கட்டுக்கு ஒரு சேலை வேட்டி, பண்டம் பாத்திரங்கள் என்று ஒருவர் கையில் எடுத்து, சுமந்து செல்லும் சுமை மட்டும் போதும் என்று கண்டிப்பாய் முடிவெடுக்கப்பட்டது. முகத்தை முகத்தைப் பார்த்துக்கொண்டிருக்கும் நாயை என்ன பண்ணுவது என்று ஏதோ ஒரு குழந்தை கேட்டுள்ளது. எரிச்சல் அடைந்த தாத்தா, 'நீ நாயோடு இரடா, நாங்கள் போறோம்' என்றிருக்கிறார். பெரியவர்களுக்கு முன்னால் இருந்த பிரச்சினை, எப்படிப் பக்கத்து வீட்டுக்குத் தெரியாமல் புறப்படுவது என்பது. பக்கத்து வீட்டார் பங்காளிகள். குடும்பங்களைச் சீரழித்துக்கொள்ள பங்காளிப் பிரச்சினை கட்டாயம் இருக்க வேண்டும் என்று மக்கள் நம்பினார்கள். பாட்டி, ஏதோ ஒரு சாமி படத்தை எடுத்து பைக்குள் சொருகிக்கொண்டிருப்பதைப் பார்த்த தாத்தா, 'இந்த எழவு என்னத்துக்கு...' என்றாராம். பூசை போட்டதெல்லாம் போதும், கிடா வெட்டி கோழி வெட்டிக் கொடை கொடுத்ததெல்லாம்போதும். சாமி கண் திறக்கவில்லையே என்ற கோபம். ஆனாலும் பாட்டி தன் ரகசியச் சுமையில் சாமி படத்தையும் சேர்த்துக்கொண்டாள். ஆக்கத்துக்கு மட்டுமா சாமி, அழிவுக்கும்தான் என்று பாட்டி நம்பி இருக்கலாம். இரவு மிக மிக எல்லோர்க்கும் பதட்டம் மிகுந்தது. கோழிகளைக் கூடைக்குள் போட்டுக் கவிழ்த்து வைத்தார்கள். கோழிகள் அவ்வப்போது அரவம் எழுப்பிக்கொண்டு இருக்கும். அதைத் தொட்டுப் பக்கத்து வீட்டில் அரவம் இருந்துகொண்டு இருக்கிறது; ஆட்கள் இருக்கிறார்கள் என்று பங்காளிகள் நினைத்துக் கொள்வார்கள். நட்சத்திரங்களைப் பார்த்து நேரத்தை உறுதி செய்துகொண்டு, நள்ளிரவுக்கு மேல் ஆறு பேர் புறப்பட்டு இருக்கிறார்கள், ஏதோ ஒரு திக்கை நோக்கி. வழியில் எல்லையம்மன் கோயில் எதிர்ப்பட்டிருக்கிறது. ஊருக்கு எல்லையில் இருந்துகொண்டு, ஊர் ஜனங்களை வாழ வைத்துக்கொண்டிருக்கிற சாமி.

'சாமியிடம் உத்தரவு சொல்லிக் கொள்ள வேணாமா' என்று கேட்டாளாம் பாட்டி. தாத்தா அலட்சியம் செய்திருக்கிறார். என்றாலும் பாட்டி, மூடிய கோயில் கதவுக்கு முன் கற்பூரம் கொளுத்தி, விடை பெற்றுக்கொண்டிருக்கிறாள். அல்லும் பகலும் அனவரதமும் உன்னையே நினைச்சு, உன்னால வாழ்ந்துகிட்டு இருந்தோம். ஊரைவிட்டு, ஊரடி மண்ணைவிட்டே எங்களைத் துரத்திட்டியேடி பாவி என்று பாட்டி அலறி அழுது இருக்கிறது. கதவுக்குப் பின்னால் இருக்கும் சாமிக்கும் அது

கேட்டிருக்கும். ஆகாயத்தைத் தன் தலைகளால் துடைத்து தூசு தட்டிக்கொண்டிருக்கும் தென்னைகளை நோக்கி அவர்களின் பயணம் தொடங்கியது.

கையில் பணம் காசின்றியும் அறிமுக மனிதர்கள் இன்றியும், எந்த நம்பிக்கையைக்கொண்டு இவர்கள் பிறந்த மண்ணைத் தட்டிவிட்டுக் கிளம்பினார்கள் என்பது என் போன்றவர்களுக்குத்தான் கேள்வி. பாட்டிக்கு அது பிரச்சினை இல்லை. பணம் காசு, உறவு எல்லாம் இருந்தென்ன, இல்லாமல் என்ன. ஜனங்கள் இருக்கிறார்கள் என்பதொன்றே ஆதாரமாக இருந்துள்ளது. சத்திரங்கள், சாவடிகள், கோயில் பிரகாரங்கள் என்று பல இடங்களிலும் தங்கித் திருப்பாதிரிப் புலியூர் பக்கம் வந்திருக்கிறார்கள். அங்கு தொடங்கியப் புதுச்சேரி வரைக்குமான தென்னை வரிசைகள் இவர்களை மிகுந்த ஆதுரத்துடன் வரவேற்று இருக்கின்றன. பாட்டி சொல்வாள், தாய்ப்பாலுக்கு அடுத்தது தென்னம் பால் என்று. அவளைப் பொறுத்தவரைக்கும் தாயும் தென்னையும் ஒன்று.

கெடில நதிக்கரையில் இருந்த ஏதோ ஒரு தோப்புக்குள் வந்து, தென்னஞ்சோலை நிழலில் அவர்கள் இளைப்பாறி இருக்கிறார்கள். அங்கு குடிசை போட்டுக்கொண்டு இருந்த ஆண்களும் பெண்களும் வந்து அவர்களைக் கண்டிருக்கிறார்கள். எங்கிருந்து வருகிறது என்று விசாரித்து இருக்கிறார்கள். தாத்தா சொல்லி இருக்கிறார். பஞ்சம் பிழைக்க வந்த மனிதர்களை மனிதர்களால் அறிய முடியும். ஊர்ப் பெரியவர்கள், மற்றும் தோப்புச் சொந்தக்காரர் எல்லாருக்கும் அறிவித்து, இருக்க இடமும் ஜீவிக்கத் தொழில் ஆதாரமும் ஏற்படுத்தித் தந்திருக்கிறார்கள். மனிதர்கள் பணத்தால் வாழ்வதில்லை என்று தாத்தா சொல்வாராம். பல்கிப் பெருகிய அக்குடும்பத்தில் ஒரு கிளை புதுச்சேரிக்குக் குடிபெயர்ந்தது.

குடும்பப் பரம்பரைக் கதைகள் வெகு சுவாரஸ்யமானவை. அவை புனைவுகளாக இருக்கலாம் என்றாலும் அதில் வரலாறு இல்லாமல் இருப்பதில்லை. இல்லையென்றாலும் கேடு இல்லை. எங்கள் குடும்பத்தில் பெண் குழந்தைகள் பிறப்பதில்லை. பிறந்தாலும் சிறு வயசில் மரணமுற்றும், அல்லது விதவையாகியும் வெளிறிப் போய்விடுகிறார்கள். இதற்கு என் பாட்டி சொன்ன காரணங்கள் இரண்டு. வெவ்வேறு தருணங்களில் சொல்லப்பட்டவை. எங்கள் குடும்பத்தில் யாரோ ஒரு முன்னவர், வழக்கம்போல வண்டிக்கு ஜோடி மாடு பிடிக்கக் குள்ளஞ்சாவடி சந்தைக்குப் போயிருக்கிறார். குள்ளஞ்சாவடி சந்தை மிகவும் பிரபலம். இதுபற்றி ஒரு பாடலே இருக்கிறது. குள்ளஞ்சாவடி சந்தை – நான் – கூத்து பார்க்கப் போனேன் – புள்ளை நிக்கிறா கூத்திலே – அவ புடவை பறக்குது

காத்துல – யாரையா அது கடையிலே – ஏ அப்பாத்துரை நாய்க்கரே... போடய்யா ஒரு மூனரை – அந்தப்பூப் போட்ட கிளாசுலே... என்பது அந்தப் பாடல். இதுபோன்ற ஒரு பாடலை பின் நா. காமராசனும் முயற்சித்திருக்கிறார். மாடு பிடிக்கப்போன தாத்தா, ஜோடிபோட்டுக்கொண்டு புதுச்சேரி திரும்பி இருக்கிறார். வழியில் கடலூருக்கு அருகில், ஒரு புளிய மரத்துக்கு முன், ஒரு இளம் பெண் நின்றிருக்கிறாள். பச்சைத் தென்னை ஓலை மாதிரி மினுமினுப்பு. தாத்தா வண்டியை விட்டு இறங்கி, யார் என்ன ஏது என்று விசாரித்து இருக்கிறார். பெண் குறிஞ்சிப்பாடிக்காரி. வீட்டில் கோபித்துக்கொண்டு வந்திருக்கிறாள். வீட்டார் பார்த்த மாப்பிள்ளை பிடிக்கவில்லை. புறப்பட்டு விட்டாள். 'சரி... என்னோடு வா. வருஷம் மாற்றுக்கு நாலு புடவை தருகிறேன். தனியாகச் சொத்து எழுதி வைக்கிறேன். இஷ்டம்னா வண்டியிலே ஏறு' என்றிருக்கிறார். 'சரி' என்றிருக்கிறது. அந்த அம்மை. இது ஒன்றும் ஆச்சரியம் தரத்தக்கது இல்லை. இது அக்காலத்து பெரு வழக்குதான். வண்டியில் வந்த அந்தப் பெண்ணை வீட்டுக்குக் கொண்டுவந்து சேர்த்தார். மாட்டு வண்டிக்கார கிருஷ்ணன், உள்ளே போய் இரண்டாவது பாட்டியும், வீட்டு நிர்வாகத்தை ஏற்றிருந்தவருமான சின்னம்மைப் பாட்டியிடம் சொல்லி இருக்கிறார். விரைந்து வந்த அவர், இருவரையும் பார்த்து நெஞ்சு பதைத்து இருக்கலாம். அவரும் இதுபோல ஒருநாள் மாலை வந்தவர்தானே? பேசாமல், எல்லாவற்றையும் அடக்கிக்கொண்டு, உள்ளே போய் ஆரத்தி கரைத்துக் கொண்டு வந்திருக்கிறார். தாத்தா, புதிதாக வந்தவளிடம், 'இவள் உன் அக்கா' என்று மட்டும் அறிமுகப்படுத்தி இருக்கிறார். இல்லறம் இப்படித் தொடங்கியது. தாத்தாவுக்கு அப்போது வயது ஐம்பதுக்கும்மேல். அந்த அம்மைக்கு வயது பதினாறும் முடியவில்லை. வயது ஒரு பிரச்சினையா என்று தாத்தா நினைத்திருக்கலாம். அந்த அம்மையைத் தாத்தாவே வெட்டிக் கொன்றிருக்கிறார். இதுவும் இயல்பான விஷயம்தான். ஒரு வெளியூர்ப் பயணம் முடித்துத் திரும்பி இருக்கிறார் தாத்தா. மாலை இருட்டும் நேரம். புதிதாக வந்த அம்மை, தோட்டத்துக் கிணற்றடி துவைகல் மேல் ஏறி முருங்கைக்காய் பறித்து இருக்கிறார். அதே நேரம், பக்கத்து வீட்டு இளைஞனின் தலையும் தெரிந்திருக்கிறது. அவன், தேங்காய் பறித்துக்கொண்டு இறங்கி இருக்கிறான். இரண்டு வீடுகளுக்கும் இடையிலான மதில் சுவர் அகண்டமானது. அவனுக்கும் அம்மைக்கும் இடையே இருந்த தூரம் ஒரு இருபதடியாவது இருக்கும். வெளி வாசலிலிருந்து, நாலு கட்டு வீட்டின் தோட்டம், தந்த கோளாறான பார்வைக் கோணத்தில், அந்த

இளைஞன் தன்னைப் பார்த்துத்தான் வெளியேறுகிறான் என்று நினைத்துவிட்டார் தாத்தா. இரண்டாம் கட்டு இரவானத்தில், சொருகி இருந்த பாளை சீவும் அரிவாளை எடுத்துக்கொண்டு தோட்டத்துப் பக்கம் வந்திருக்கிறார் தாத்தா. சில நொடிகளில் எந்த விசாரணையும், எந்தப் பேச்சும் அற்று அம்மையின் தலை துண்டாகி விழுந்தது. அவள் கையிலிருந்த முருங்கைகள் சிதறின. இந்தத் தாத்தா பெயர் முருகசாமி. பெயரில் 'முருங்கை' இருக்கிறது. எனவே எங்கள் பரம்பரையில் முருங்கையை 'மரத்துக்காய்' என்றே சொல்வது வழக்கம். அவ்வளவு மரியாதை மூத்தவர்கள் மேல். செத்துப்போன இந்த அம்மையின் நினைவாக ஆண்டுதோறும் படையல் போடுவது வழக்கமாக இருந்தது. ஒரு சண்டையின்போது என் அம்மா அப்பாவிடம், 'உங்கள் குடும்பத்துக்குப் பெண் சாபம். அது பாம்பு மாதிரி சுற்றிக்கொண்டேதான் இருக்கும்' என்றார். வெட்டுப்பட்ட அந்த அம்மை, உயிர் பிரியும் அந்தத் தருணம், 'உன் குடும்பத்தில் பெண் தரிக்காது. உன் பெண்களின் கர்ப்பத்தில் பெண் சிசுக்கள் கலையும்' என்று சாபம் கொடுத்துள்ளாள் என்று இந்தப் புனைவு முடிவு பெறுகிறது.

இன்னுமொரு புனைவு

வீடு, நாலு கட்டுடையது. தெரு வாசலுக்கும் தோட்டக் கிணற்றடிக்கும் காத தூரம். முதல் கட்டும், திண்ணையும் உறவினர்களுக்கும், நண்பர்களுக்கும் உரியது. அவர்கள் இருக்க, படுக்க, உண்ண, புழங்க. இரண்டாவது கட்டு, புழுக்கிய நெல்லை உலர்த்த. இது பெண்கள் புழங்கும் இடம். மூன்றாவது கட்டில் சமையல், மற்றும் குடும்பத்தாரின் உறங்கும் அறைகள். நாலாம் கட்டில் கழிப்பறைகள் மற்றும் கிணற்றடி. இந்தக் கட்டுக்கு அடுத்து பெரிய விசாலமான தோட்டம். நிறைய தென்னை மரங்கள், எலுமிச்சை, வேம்பு மற்றும் பூச்செடிகள். நாலாம் கட்டில் பண்டம் பாத்திரம் போட்டு வைக்கும் கிடங்கறை. இங்கு, வீட்டுப் பாம்பு புழங்கியது. வீட்டுப் பாம்பு என்கிற நல்லபாம்பு யாரையும் துன்புறுத்தாது. அது குடும்பத்தை வாழ வைக்கும் பாம்பு. புதிதாக வீட்டுக்கு வந்த ஒரு தலைமுறை மருமகள், இதுவொன்றும் அறிந்தவளாக இருக்க முடியாது. கிடங்கறையை ஒட்டியே, பெண்கள் சாப்பாட்டுக் கூடம். இவைதான் பெண்கள் புழங்க அனுமதிக்கப்பட்ட இடம். அங்குதான் ஆக்கிய சமையல் பாத்திரங்களை வைப்பார்கள். புதிய மருமகள், கொதிக்கும் சோற்றுப்பானையைக் கொண்டுவந்து மூலையில் இருந்த பிரிமனையின் மேல் வைத்துவிட்டுச் சென்று இருக்கிறாள். பிறகு குழம்பு, பிறகு வறுவல் பாத்திரங்கள் வரிசையாக வந்து சேர்ந்தன.

மதியம், சாப்பாட்டு நேரத்தில்தான் சோற்றுப்பானையின் கீழ் இருக்கும் பிரிமனை, பிரிமனை அல்ல, பாம்பு என்பது கண்டுபிடிக்கப்பட்டது. கண்டுபிடித்தவள் இன்னுமொரு அம்மை. அவள் முழுகாமல் இருந்தாள். அவள் கர்ப்பம் கலங்கியது. அது பெண் குழந்தை. காரணம் வீட்டுப் பாம்பு அப்போது சூரியாக இருந்ததாம். அது இறக்கும் தருவாயில் சாபம் இட்டிருக்கிறது என் சூல் கலைந்தாற்போல, இந்த வீட்டுப் பெண்களின் சூலும் கலையட்டும் என்று சாபம்.

இது இன்னுமொரு புனைவு

எல்லார் குடும்பங்களிலும் புனைவுகள் இருக்கின்றன. குல மரபு என்பதே புனைவுகளின் கட்டமைப்புதான். எல்லாப் புனைவுகளுமே, ஏதோ ஒரு வகையில் தன் மனிதர்களை ஆகாயத்தோடு இணைப்பவைகளாய் இருக்கும். மனிதர்கள், மண்ணோடு திருப்தி அடைவதில்லை.

என் ஒரு பாட்டி தேவதைகளோடு பேசுவாள். குறிப்பாக முனீஸ்வரனோடு எங்கள் குலக் குழு தெய்வம் முனீஸ்வரன். முனி என்பது, குல மரபில் ஒரு மேம்பட்ட தேவதை. வரலாற்றுக்குட்பட்ட சமணர்களோடும், அவர்களின் முனிவர்களோடும் இணைக்கக் கூடாது. என் பாட்டி இதற்குச் சம்மதிக்க மாட்டாள். அவளுடைய முனீஸ்வரன் வீட்டுத் தோட்டத்தில் இருக்கும் நுணா மரத்தில் குடி இருப்பது வீட்டு மனிதர்களின் ஆரோக்யத்தைக் கவனித்துக் கொள்வதை பொருளாதார க்ஷேமங்களைக் கண்காணிப்பது மற்ற பேய் பிசாசுகளின் சேஷ்டைகளிலிருந்து காப்பாற்றுவது. அதற்கு நன்றிக் கடனாக பாட்டி ஆண்டு தோறும் முனிக்கும் பூசை போடுவது. இந்தப் பூசைபோடும் நாளாக, மாட்டுப் பொங்கல் நாளைத் தேர்ந்துகொண்டது எனக்கு நினைவில் இருக்கிறது. பொங்கல் அன்றுமட்டும் வடை பாயசம் போன்ற பதார்த்தங்கள் மற்றும் பதினெட்டு வகையான காய்கறியைப் போட்டுக் குழம்பு என்பது அன்றைய தின உணவுப் படையல். இது மேம்பட்ட கடவுளர்களுக்கானது. மறு நாளான கால்நடைப் பண்டிகை, முனிக்கானது. அன்று மாலை இருட்டிய பிறகு, முந்து தலைவாழை இலைகள் போட்டு உணவு படைப்பாள் பாட்டி. ஆட்டுக் கறி, கோழிக்கறி, மீன் குழம்பு, கருவாட்டுக் குழம்பு, முருங்கைக் கீரை என்று பதார்த்தங்கள் இலையில் இட்டுப் படைக்கப்படும். கட்டாயமாக ஒரு பாட்டில் சாராயம், மற்றும் கள் நிவேதனப் பொருள்களில் கட்டாயம் இடம் பெற்றிருக்கும். அப்புறம் மிக முக்கியமான பொருள் சுருட்டு. கம்பெனி சுருட்டல்ல. கைச்

சுருட்டு. ஏனெனில் முனிக்குச் சுருட்டு பிடிக்கும் பழக்கம் உண்டு. சாராயம் குடித்து, கள் குடித்து, மேற்படி பட்சணாதிகளைத் தின்ற பிறகு சுருட்டு பிடிக்காமல் இருந்தால் எப்படி? படையல் போட்டு, கற்பூரம் கொளுத்தும்போது பாட்டிக்குச் சாமி வந்துவிடும். அதாவது முனி வந்து ஆவாகனம் செய்வார். வீட்டுப் பெண்கள் பாட்டியைக் கைத்தாங்கலாகப் பிடித்துக் கொள்வார்கள். சிறிது நேரத்துக்குப் பிறகு அந்தக் கட்டம் ஆரம்பம் ஆகும். கதவு மூலையில் நிற்கும் முனி, பாட்டியின் கண்களுக்கு மட்டும் தெரியும். இருவருக்கும் உரையாடல் தொடங்கி நடக்கும்.

'என்ன, வரவர நன்னி மறந்த நாயாயிட்டே, முனீஸ்வரா'

முனி, என்ன பதில் தந்தது என்பது மற்றையோர்க்குக் கேட்காது.

முனி: ... ...

பாட்டி: பின்ன என்ன மயித்துக்கு இந்த வருஷம் மழையும் பெய்யலை... வெள்ளாமை கருங்கிப் போச்சு. வீட்டுல தட்டுப்பாடு வந்துருச்சே. நீ இருந்து என்ன பிரயோசனம்?

முனி ஏதாவது சமாதானம் சொல்லி இருக்கும். திடுமென, பாட்டி படிக்காத, வாசிக்கத் தெரியாத பாட்டி வேறு பாஷைக்குத் தாவும். வீட்டாருக்குப் புரியாத பாஷை.

பாட்டி: பச்சை பசுவயலும் பச்சம் பெரு மனையும்
விட்டு வந்தோமே விதி செய்த சோதனையா
கட்டுத் துணிக்குக் கடும்பஞ்சம் வந்துருச்சே
சுற்றம் சும்மாடு ஓடி ஒளிஞ்சிருச்சே.
காட்டு வழிதனிலே கள்ளப் பயல் நீ இருந்து
காப்பாற்றி வழி நடந்தா கள்ளுப்பானை தருவேனே
தென்னைக் காய்பாரம் தாங்காமல் வளைஞ்சுவிட
கள்ளும் ஆறாட்டம் கலகலன்னு ஓடவிட
பிள்ளை குட்டியெல்லாம் பேணி வளர்ந்தோங்க
உன்னை விட்டா வேறெது நாதி முனி

என்பதுபோன்ற குலமரபுப் பாடல் பாட்டியின் வழி வெளிப்பட்டு எல்லோரையும் கலங்கடிக்கும். இது பரம்பரை வலி. இழந்தவைகளின் எதிரொலி. இந்தச் சந்தர்ப்பங்களில் பாட்டியே ஒரு தெய்வமாக உருவம் எடுத்து நிற்பாள். தாத்தா நடுங்கிப் போய் நின்றிருப்பார். அவருடைய குற்றங்கள் எல்லாம் அவர் மனதில் வந்து நிற்குமோ என்று தோன்றும். குற்றவாளிகள் அஞ்சத்தானே வேண்டும்?

கடைசியில் முனி, சில உத்தரவாதங்களைப் பாட்டிக்கு அளிக்கும். இனி, மழை தவறாமல் பெய்யும்; வெள்ளாமை குறைவு படாது. காய்ந்து கெடுக்கும் வெயிலும், பேய்ந்து கெடுக்கும் மழையும் மட்டுப்பட்டிருக்கும். வாந்தி பேதி வைசூரி போன்ற கொடு நோய்கள் வீட்டுப்பக்கமே தலை காட்டாது.

என் அப்பாவின் கள்ளுக் கடைக்கு நான் பலமுறை போயிருக்கிறேன். இரண்டு மூன்று வேறு வேறு இடங்களில் எங்களுக்குக் கடை இருந்தது. கடைமேடை ஒரேமாதிரி இருக்கும். நடுவில் ஒரு பெரிய கள்ளுப்பானை. அதன்பின் அப்பா அமர்ந்திருப்பார். பக்கத்தில் நிறைய சிறிய ஜாடிகளில் கள் நுரைத்துக்கொண்டிருக்கும். சுற்றி நிறைய மொந்தைகள் இருக்கும். மொந்தைதான் கள் குடிக்கும் பாத்திரம். பெரும்பாலும் தோப்புகளில்தான் கள்ளுக்கடைகள் இருக்கும். தோப்பு நிழலில் ரசிகர்கள் மற்றும் சுவைஞர்கள் அமர்ந்து கள் அருந்துவர். பூவரச இலைகளில் வெஞ்சனம் இருக்கும். மிகச் சுவையான மீன், நண்டு, எறா, ரத்தப் பொறியல், மொச்சைப் பயிறு என்று பல விதமான பதார்த்தங்கள் செய்து கொடுக்கும் சாக்னா கடைகள் தோப்புக்குள்ளேயே இருக்கும். கடையை திருநங்கைகள் மேற்பார்வை செய்வார்கள். அவர்கள் சமைக்கும் பக்குவம் யாருக்கும் கைவந்ததில்லை. என் அம்மாவும் பிரமாதமாகச் சமைக்கக் கூடியவர்தான். என்றாலும் அவராலும், திருநங்கைகள் திறமையை அடைய முடியவில்லை.

கள் மேடையில் மூன்று படங்கள் இருக்கும். ஒன்று மதுரை வீரன் படம். கடைசியில் பாவாடைராயன் படம். இருவரும் முறுக்கிய மீசையும், கையில் ஏந்திய அரிவாளுமாக இருப்பார்கள். நடுவில் போர்த்திக்கொண்டு பயத்துடன் நிற்கிற இராமலிங்க சுவாமிகள் படம். இராமலிங்க சாமிக்கும் எங்கள் ஊருக்கும் மிகுந்த நெருக்கம் உண்டு. அவர் கட்டிய திருக்கோயில்களுக்குப் புதுவைச் செல்வந்தர்கள் நிறைய உதவி செய்திருக்கிறார்கள். அவரும் அடிக்கடி புதுவைக்கு வந்து போயிருக்கிறார். புலாலை மறுத்தவர்கள், இனிமேல் மறுப்போம் என்று உத்தரவாதம் கொடுத்தவர்களிடம்தான் அவர் உதவிகள் பெற்றிருக்கிறார். அவர் வாழும் காலத்திலேயே ஊழல்கள் அவர் கண் முன்னாலேயே 'பக்தர்கள்' செய்யத் தொடங்கி இருக்கிறார்கள். கடை விரித்தேன், கொள்வார் இல்லை என்று கசந்து போனார் அடிகள். இராமகிருஷ்ண பரமஹம்சரை மேற்கொண்டு தொடர ஒரு விவேகானந்தர் கிடைத்தாற்போல, அடிகளுக்கு ஞானவாரிசுகள் இல்லை. இலக்கணப் புலவர்களே அவருக்கு வாய்த்த அக்கால

மாணவர்கள். ஊரன் அடிகள்போல ஒருவர் அப்போது கிடைத்திருந்தால், அடிகளின் நெறி உலகு தழுவி இருக்கும். தமிழர்களின் கெடு வாய்ப்பு அது. ஞானிகள், அறிஞர்கள், படைப்பாளர்கள், மகாகவிகள் என்று வருவோரை, புழுதியில் போட்டுப் புரட்டி எடுக்க ஒரு கூட்டம் தயாராக இருக்கிறது. மேன்மையானவர்கள் பட்டினியால் சாவதில்லை. அவமானத்தால் சாகிறார்கள்.

வரலாற்றுக் காலம் தொட்டு எங்கள் ஊரில் மதுவிலக்கு என்பதை நாங்கள் அறியோம். பிரஞ்சு ஆட்சியின்போது சில ஆண்டுகள், யுத்தம் காரணமாகச் சில ஆண்டுகள் 1735ஐ ஒட்டி மதுவிலக்கு புதுச்சேரியில் இருந்துள்ளது. அதன் காரணமாகவே தமிழ் நாட்டு மதுப் பிரியர்கள் மதுவிலக்கு காலத்தில் புதுச்சேரிக்கு வந்தபடி இருப்பார்கள். குறிப்பாகச் சனி, ஞாயிறுகளில் கண்டபடி குடித்துத் தெருவில் புரள்பவர்கள் தமிழ் நாட்டுக்காரர்களே தவிர புதுச்சேரிக்காரர்கள் அல்லர். நாங்கள் மதுவை அருந்துபவர்கள். குடிகாரர்கள் அல்லர்.

புதுச்சேரி சுதந்திரம் அடைந்தது 1954ஆம் ஆண்டு. நாங்கள் எங்கள் தனி அடையாளத்தைத் தக்க வைத்துக் கொள்ளத் தமிழ்நாடு மாதிரி தனி மாநிலமாக எங்களை இருத்திக்கொண்டோம். பிரஞ்சுக் கலாச்சாரத்தின் ஜன்னல் என்று புதுச்சேரியை நேரு குறிப்பிட்டார். பிரஞ்சுக் கலாச்சாரத்தின் மிச்சம் என்று கருதத்தக்க பல அற்புத அம்சங்கள் எங்கள் வாழ்க்கையில் இருந்தன. தமிழ்நாட்டுக்காரர்களின் தொடர் வருகை மற்றும் ஆக்கிரமிப்பால், புதுச்சேரி அதன் மூலமுகத்தை இழந்து போனது.

- டிசம்பர், 2008

இரண்டு பிரஞ்சுப் பெண்கள்

இரண்டு பிரஞ்சுப் பெண்களை அறிமுகம் செய்துகொள்ளப் போகிறோம். பொதுப்புத்தியில் பதிந்து போயிருக்கும் 'அழகி' என்கிற பிம்பமோ, வீரதீரச் சாகசம் செய்த பெண்மணிகளோ அல்லர். அவர்கள் இருவருமே தம் காலத்து சமூக வரம்புகளுக்குள் ஒரு மீறலை ஏற்படுத்தியவர்கள் என்பதனாலும், தங்கள் செயல்பாடுகளுக்குத் தங்கள் ஆத்மாவின் உள்ளுணர்வின் திசை காட்டுதலுக்கேற்பத் தங்களைத் தகவமைத்துக்கொண்டார்கள் என்பதாலேயே நம் கவனத்தைக் கோருபவர்களாக இருக்கிறார்கள். முதலில் ழான். பிரான்சில் பாரிசில் பிறந்து மருத்துவம் பயின்று இந்தியாவுக்கு வந்தவர் அவ்பேர். அரசு மருத்துவமனை அதிகாரியாகப் புகழ்பெற்றவர் அவர். பிரஞ்சுக்காரர்களின் தலைநகரான புதுச்சேரித் தெருவில் அவ்பேர், எலிசபெத்தைச் சந்திக்கிறார். ஒரு போர்ச்சுக்கீசியரின் இந்திய மனைவிக்குப் பிறந்தவர் எலிசபெத். புதுச்சேரித் தெருக்களில் ஷாம் பெயன் ஒயினின் மதுர மணம் பரவிய ஒரு மாலையில் அவர்கள் திருமணத்தில் இணைகிறார்கள். அவர்கள் எட்டுக் குழந்தைகளைப் பெறுகிறார்கள். அதில் மூத்தவள் ழான். பிறந்த வருடம் 1706.

ழானின் குழந்தைப் பருவம், கோட்டையைச் சுற்றிய பூங்காக்களில் பட்டாம்பூச்சியின் பின்னே மலர்ந்துகொண்டிருந்தது. நோயாளிக் கிடங்குக்கு அருகேயே இருந்த அவர்கள் வீட்டிலிருந்து பார்த்தால், கரும் பச்சைப் பாய் விரித்த கடல் தெரிந்தது. வீட்டு மாடி ஜன்னலிலிருந்து, புரண்டு புரண்டு வரும் அலைகளைப் பார்த்துக்கொண்டிருப்பதில் தன்னை மறப்பவள் ழான். கடலும் அலையும் அவளுக்குத் தினம் தினம் புதிது புதிதாய் என்னென்னவோ சொல்லிக்கொண்டே இருந்தன.

கடல் எப்போதும் ஒரு கண்ணாடி. மனிதர்களின் சந்தோஷத்தையும் துக்கத்தையும் அது பிரதிபலித்துக்கொண்டே இருக்கும். தெருக் குழந்தைகளிடம்தான் அவள் தமிழ் பேசக் கற்றாள். பிரஞ்ச் ஒலியில் தமிழ் பேசினாள். கடற்கரை மணலில்

அவள் நிறைய வீடுகள் கட்டினாள். மறுநாள் சென்று, பார்த்தால், அவை இருப்பதில்லை. தெருக்களில் ராணுவ, காவல்துறை ஆட்கள் நடமாட்டம் எப்போதும் இருக்கும். வெள்ளைக்காரர்கள், தனியாகவும் தம்பதி சமேதராகவும் தெருக்களில் நிரம்பி இருப்பார்கள். கோட்டைக்குள் அடிக்கடி உயர் உத்தியோகஸ்தர்கள், குவர்னர், துணை குவர்னர்களின் கொண்டாட்டங்கள் நிகழும். நிறைய மதுப் புட்டிகளுடன் வயதான ஒயின்கள் மனிதர்களைப் பருகிக்கொண்டே இருக்கும். பெரிய பெரிய தீனி மேசைகள் போடப்பட்டு இந்திய ஐரோப்பிய உணவு வகைகள் பரிமாறிக் கொள்ளப்படும். மூான் இந்திய உணவை நோக்கியே கை நீட்டுகிறவளாக இருந்தாள்.

அம்மா எலிசபெத் 'இந்தியப் பெண்ணின்' மனோபாவங்களைக் கொண்டவளாக இருந்தார். அதாவது தன்னைப் பின் கட்டிலேயே வைத்திருக்கும் பெண். (ஆண்களால் அப்படி வைக்கப்பட்டு அதை இயல்பாக ஏற்றுக் கொள்ளும் பெண்) மூானுக்கும் அவள் அம்மாவுக்கும் இது பற்றியே முரண்கள் தோன்றிக்கொண்டிருந்தன. தனக்குப் பறக்கத் தோன்றுவதை நினைவுறுத்தினாள் மூான். பெண்ணுக்குச் சிறகுகள் தேவையில்லை என்றார் எலிசபெத்.

ஒருநாள், கடற்கரை ஓரம் நின்று, வந்து போகும் கப்பல்களை வேடிக்கை பார்த்துக்கொண்டிருந்தாள் மூான். அவளைத் தேடிவந்து அவள் வீட்டார் அழைத்துச் சென்றார்கள். வீட்டில் அவளை மணக்கப்போகும் மாப்பிள்ளை வேன்சான் காத்திருந்தார். பிரஞ்ச் கும்பினியில் ஒரு உத்தியோகஸ்தர். அதோடு வணிகர். தேவகுமாரனுக்கு முன்னால் அவள் விரலில் வேன்சான் திருமணத்தை உறுதி செய்தார். மூானுக்கு அப்போது வயது 13.

திருமணத்தின் அர்த்தத்தை இரவுகளில் அவள் புரிந்துகொள்ள நேர்ந்தபோது அதிர்ச்சியாக இருந்தது. கூடிக் குசுகுசுத்துக் குருட்டறைகள் இட்ட கரு, போர்க் குதிரைகளின் காலில் இடர்பட்டாற்போல் இருந்தது. தொடர்ந்து பதினொரு குழந்தைகளைப் பெற்றாள் மூான். சிலது வாழ்ந்தன. சிலதைக் கர்த்தர் எடுத்துக்கொண்டார்.

வீட்டின் வரவேற்பறையில் இப்போதெல்லாம் புதிய நபர், அவள் கணவனுடன் பேசிக்கொண்டு இருப்பதை அவள் காணத் தொடங்கினாள். புதுச்சேரிப் பகல்கள் இத்தனை வெளிச்சமாக இருப்பதை இப்போதுதான் அவள் பார்த்தாள். வேன்சானின் மதாம் என்ற முறையில் விருந்தாளிக்குக் குடிக்கவும், அருந்தவும், தின்னவும் அவள் பணி செய்ய வேண்டி இருந்தது. அந்த இளைஞன், பிறந்த பிரான்ஸ் தேசத்தையும்

விட்டு தனிமையில் வாழ்ந்துகொண்டிருக்கும் துய்ப்பிளக்ஸ். அவன் கண்களில் கனவு மிதந்துகொண்டிருந்தது. அரசியலில் பெரும் சாதனைகளைச் செய்யப் போகிறவன்தான் என்று அவன் சொல்லிக்கொண்டிருந்தான். அவன் வார்த்தைகளில் தங்க நாணயங்களின் சத்தம் கேட்டுக்கொண்டிருந்தது. பணம் பண்ண வேண்டும். பண மூட்டைகளை இருக்கைகளாகப் போட்டு அவைகளின் மேல் உட்கார வேண்டும். கும்பினியின் மிக முக்கிய இடத்தில் இருந்தான். விரைவில் துய்ப்பிளக்ஸ், வேன்சானின் வியாபாரக் கூட்டாளியாக மாறினான். இருவரும் சேர்ந்து வியாபாரம் செய்யத் தொடங்கினார்கள். சரக்குகளைக் கப்பல்களில் ஏற்றிக் கரைகடந்த நாடுகளுக்குச் சென்று விற்றுத் திரும்பிக்கொண்டிருந்தான் வேன்சான்.

துய்ப்பிளக்ஸ், மிக நுணுக்கமான மெல்லிய உணர்ச்சிகள் கொண்டவனாகத் தெரிந்தான், ழானுக்கு. அவள் குழந்தைகளிடம் அவன் பிரியமாக இருந்தான். அவன் வருகை, வரவேற்பறையில் பகல் நேரத்திலும் மெழுகுவர்த்திகளை ஏற்றி வைத்திருப்பதாயும்,

சாம்பிராணிப்புகை மணமூட்டுவதாகவும் ழானுக்குத் தோன்றியது. புகை, இரவு நேரத்திலும் அவள் கட்டில் ஓரம் கமழ்வதாகவும் அவளுக்குத் தோன்றவாரம்பித்தது. இந்த நேரத்தில்தான், குழந்தைக் கை முறுக்கைக் காக்கை அடித்தது போல், துய்ப்பிளக்ஸ், புதுச்சேரியிலிருந்து கல்கத்தாவை அடுத்த சந்திரநாகூருக்கு மாற்றப்படுகிறான். அங்கு அவன் கும்பினியின் இயக்குநர். ஹுக்ளி நதிக்கரை ஓரம் அவன் இருக்கை இருந்தது. சில்லிட்டு வீசிய இரவு நேரக் காற்று துய்ப்பிளக்ஸை இம்சை செய்தது என்று ஒரு வரலாற்றாளர் எழுதுகிறார். வேன்சானை, தான் இருக்கும் பகுதிக்கே அழைத்துக்கொண்டு வியாபாரத்தைத் தொடர்கிறான் துய்ப்பிளக்ஸ். வேன்சானுடன் ழானும் வங்கத்துக்குக் குடி பெயர்கிறாள்.

விரைவிலேயே ஒரு பெரிய வணிகப் பயணத்தை மேற்கொண்ட வேன்சான், புயலில் சிக்கி, உடல் நலம் கெட்டு, வங்கம் திரும்பிய சில நாட்களுக்குள் மரணத்தை அழைத்துக் கொள்கிறான். நண்பனுக்காகத் துக்கம் காத்த துய்ப்பிளக்ஸ், கிறித்துவ நெறிகளுக்குட்பட்டு ழானைத் திருமணம் செய்துகொள்கிறான். திருமணம் நிகழ்ந்த சில நாட்களுக்குள் துய்ப்பிளக்ஸ், புதுச்சேரியைத் தலைமை அகமாகக் கொண்ட பிரஞ்சு பிரதேசத்துக்குக் குவர்னராக உயர்த்தப்படுகிறான்.

ழான், தன் கனவு நகரமான புதுச்சேரிக்குத் திரும்புகிறாள். கடல் அலைகள், அதே சப்தத்துடன் ஆர்ப்பரிக்கிறது. கடற்கரை

மணல் மட்டும் லேசாக அழுக்குப்பட்டிருப்பதுபோல அவளுக்குத் தோன்றியது. இப்போது அவள் நகரத்தின் முதல் பெண்மணி. குவர்னர் துய்ப்பிளக்ஸின் மதாம். ஆகவே மதாம் துய்ப்பிளக்ஸ் ஒரு உயர்தரத்து அதிகாரி, 'மதாம் துய்ப்பிளக்ஸுக்கு நகரத்தின் நல்வரவு' என்கிறபோது, 'நான் மதாம் துய்ப்பிளக்ஸ் மட்டும் இல்லை. நான் ழூான் அல்பெரும்கூட' என்கிறாள். பதவியும், சௌகர்யப் பௌதிகப் பொருள்களும், திரும்பிய பக்கமெல்லாம் ஏவல் பாத்திரங்களும், அதீத உண்மைக் கலப்படம் அற்ற பணிவு நாடகங்களும் அவளை எரிச்சல் அடையச் செய்தன. கடற்கரையில் தன்னந்தனியாகக் காலாற நடக்கும்போதுகூட, துப்பாக்கிச் சனியன்கள் அவள் பாதுகாப்பாயின. துய்ப்பிளக்ஸ் குவர்னர் என்றால், நான் அதில் பாதி. அதிகாரச் சுவருக்குள் அலங்கார பொம்மை அல்ல நான் என்ற முடிவுக்கு அவள் ஒரு நாள் வந்தாள்.

அந்தக் காலத்தில் லஞ்சம், ஊழல் என்பதெல்லாம் அரசு அந்தஸ்தோடு விளங்கின. அதிலும் சுதந்திரம், சமத்துவம், சகோதரத்துவம் என்ற மானுட சங்கல்பங்களை உலகுக்கு வழங்கிய பிரான்சிலா என்றால் நமக்கு வியப்பாகத் தோன்றலாம். பிரஞ்சுப் புரட்சிக்கு முந்தியவள் ழூான். அதோடு, பின்வந்த காலனிய வாதிகள், அந்தத் தத்துவங்களை பிரஞ்சு நாட்டு எல்லைக்குள் முடக்கிக்கொண்டார்கள். காலனி நாடுகளில் மிக மோசமான ஆதிக்கச் சக்திகளாகவே இருந்தார்கள். பிரான்ஸ் தேசத்தில் முக்கிய, அ–முக்கியப் பதவிகள் எல்லாமும் ஏலத்துக்கு விற்று அதிகப் பணம் தருவோரே பதவியில் அமர்த்தப்பட்டனர்.

மாநிலத்தில் கோர்த்தியேவாக, மிக முக்கிய அரசுப் பொறுப்பில் இருந்த கனகராயமுதலி, காலம் பண்ணிப் போனார். ஒரு பெரிய அறுவடை பூமியாயிற்று புதுச்சேரி. ஏற்கெனவே, துணை கோர்த்தியேவாக–துபாஷியாக–குவர்னருக்கு நெருக்கமான ஆனந்தரங்கப் பிள்ளைக்கே அந்தப் பதவி போய்ச்சேரும் என்றே அரசியல் வட்டாரம் நினைத்தது. ஊடாக, அன்னபூர்ண ஐயன் என்கிற வைத்தியன் புகுந்து, ழூானைச் சந்திக்கிறான். அவளுக்கு 1500 வராகனும் (1 வராகன் – 3 ரூபாய்), குவர்னருக்கு 5000 வராகனும் தருவதாகவும், அந்தப் பதவி தனக்கு வேண்டும் என்கிறான். செத்துப்போன கனகராய முதலியின் தம்பி சின்ன முதலியும் அந்தப் பதவிக்குப் பணம் தரத் தயாராகிறான். ழூான், மிக புத்திசாலித்தனமாக யோசிக்கிறாள். பதவியின் 'விலை'யை ஆனந்தரங்கப் பிள்ளையிடம் இவ்வாறு சொல்லிக் கொக்கிபோடுகிறாள்.

‘அந்த அன்னபூர்ண ஐயனுக்கு வாணிபம், நிர்வாகம் போன்ற எதிலுமே அனுபவம் இல்லை. நீயானால் இந்த உத்தியோகத்தில் சின்னப் பிள்ளையாயிருந்து எங்கள் கையின் கீழ் பழகினவன்... நீ எனக்குப் பிள்ளை. துரையும் உன்னைப் பிள்ளையாக நினைத்தே என்னிடம் கெட்டியாகச் சொன்னார்’ என்பதாகச் சொல்லி, பிள்ளையை ஆராய்கிறாள் ழான்.

‘காசு சத்தம் கேட்டாலே அம்மாள் வாயைத் திறக்கிறாள்’ என்று பிள்ளை (தன் டைரியில்) எழுதுகிறார். குவர்னர் துரை வாங்கலாம். துரைசானி லஞ்சம் வாங்கக்கூடாதா என்பது ழானின் கேள்வியாக இருந்தது. ஆனந்தரங்கர், குவர்னருக்கு மட்டுமல்லாமல் தனக்கும் விசுவாசமாக இருக்க வேண்டும் என்று எதிர்பார்க்கிறாள் ழான். கனகராய முதலி வாரிசில்லாமல் செத்துப் போக, அவர் சொத்துக்கு மனைவி, மருமகள், தம்பி என உறவுகள் எதிர்பார்க்க, சொத்துகளைத் தன்பக்கம் வளைத்துக் கொள்ள பெரு முயற்சி எடுத்து வெற்றியும் பெறுகிறாள் ழான். அரசாங்கத்தின் முக்கிய அச்சாணியாகவும் பணி ஆற்றுகிறாள். பிரஞ்சியர்க்கும் ஆங்கிலேயர்க்கும் விளைந்த யுத்தத்தின்போது, ஊரைவிட்டு ஓடிப்போன செட்டிகள், கோமட்டிகளின் வீடுகளில் தாழ்த்தப்பட்ட, வீடற்றவர்களைக் குடியேற்றுகிறாள் ழான், தனக்கென்று தனிப்படையே வைத்துக்கொண்டு ஆட்சி செய்திருக்கிறாள் ழான்.

துய்ப்பிளக்ஸுக்குப் பன்னிரண்டாவது குழந்தையைப் பெறுகிறாள் ழான். ஆண் குழந்தை. அது காலை நேரத்தில் பிறக்கிறது. கோயில் மணியோசை ஊரை மகிழ்ச்சியில் ஆழ்த்துகிறது. மக்களுக்குச் சர்க்கரை விநியோகம் செய்கிறார் பிள்ளை. மாலை, மணியோசை துக்கத்தைக்கொண்டு சேர்க்கிறது. பிறந்த குழந்தை சில மணி நேரத்தில் இறந்து போகிறது.

சுமார் 12 ஆண்டுத் துரைத்தனத்துக்குப் பிறகு, பிரான்ஸ், துய்ப்பிளக்ஸைத் திருப்பி அழைத்துக் கொள்கிறது. வியாபாரம் செய்வதற்கு மாறாக, நாடு பிடிக்கும் வேலையில் ஈடுபட்டான் என்பது குற்றச்சாட்டு. நாடு பிடிக்கும் வியாபாரம் வெற்றி பெற்றிருக்கும் என்றால் பிரான்ஸ் அவனைப் பாராட்டி இருக்கும். துய்ப்பிளக்ஸ் வீழ்ந்த இடத்தில் கிளைவ் வெற்றி பெற்றான். ஏறக்குறைய ஒரு கைதியாகப் பிரான்சுக்குப் புறப்பட்டான் துய்ப்பிளக்ஸ். மகள்கள், மருமகன்கள் ழானைத் தங்களுடன் வைத்துக் கொள்ளவே பிரியப்பட்டார்கள். ஆனாலும் கைதியுடன்தான் தன் வாழ்க்கையை இணைத்துக்கொண்டாள் ழான். பிரான்சுக்குச் சென்ற ழான், அங்குள்ள குளிர் வாட்ட, மண்

ஒட்டாமல் போக, வறுமை வந்தெய்த, நிராசையுடன் அங்கேயே தன் கடைசி மூச்சை விட்டாள். இறக்கும் முன், சில நாட்கள் முன்னர், புதுச்சேரியில் இருந்த தன் தோழிக்கு எழுதினாள்.

'புதுச்சேரி மண்ணில் இறந்து, அங்கேயே புதைப்படவேண்டும் என்று விரும்புகிறேன். அது நடக்காது என்றே தோன்றுகிறது.'

மூான் ஆசை நிறைவேறவில்லை. சரியாக ஐம்பது ஆண்டுகளே மண்ணில் வாழ்ந்தாள். அவள், ஆண்களால் மட்டுமே நிரம்பி இருந்த அரசியல் களத்தில் தனக்கான இடத்தைக் கடும் பிரயாசையுடன் ஏற்படுத்திக்கொண்டவள் அவள். அவள் அரசியலில் பிழைத்தாள் என்கிறார்கள் வரலாற்றாளர்கள். முதலிலும் இடையிலும் கடைசியிலும் தப்பாகவே ஆகிப்போன அரசியலில் அவள் மட்டுமே பிழை செய்தாள் என்பது எங்ஙனம் சரி? அவள், அவள் விருப்பப்படி வாழ்ந்தாள். தனக்கான தடத்தைத் தானே தேடினாள். தனக்கான கூட்டைக் கட்டினாள்.

வாழ்க்கை அவளுக்காகத் தரப்பட்டது. அதை முழுதுமாகவே அவள் வாழ்ந்தாள். அப்புறம் என்ன?

அடுத்த பெண், மார்க்கெரித் துராஸ், பிரஞ்சு மொழியில் எழுதிய 'காதலன்' நாவலில் இடம் பெறும் அந்த 'அவள்' பிரஞ்சு மூலத்திலிருந்தே தமிழ் எழுத்தாளர் நாகரத்தினம் கிருஷ்ணா அவர்களால் தமிழில் மொழியாக்கம் செய்யப்பட்டது. உலகம் முழுதும் சுமார் 40 மொழிகளில் ஆக்கம் செய்யப்பட்ட நாவல் இது.

ஆசிரியை மார்க்கெரித் துராஸ், 1996 வரை வாழ்ந்தவர். வாழ்வின் கடைசிப் பகுதியில் மிகுந்த புகழோடு, நிறைய மர்மப் பூச்சுகளைப் பூண்டவராக விளங்கியவர். தீவிரமான அரசியல் ஈடுபாட்டுக்கும் செயல்பாட்டுக்கும் இவர் பேசப்பட்டிருக்கிறார். பிரான்சின் அனைத்து அரசியல், கலாச்சாரப் போராட்டங்களிலும் அழுத்தமாகப் பங்கெடுத்துக்கொண்டவர், பிரான்ஸ், ஜெர்மனியின் ஆக்கிரமிப்புக்குள்ளானபோது தலைமறைவு வாழ்க்கையை மேற்கொண்டு நாஜிகளுக்கு எதிராக இயங்கியவர். மே 68 மாணவர் போராட்டம், அல்ஜீரியா நாட்டின் விடுதலை ஆதரவுப் போராட்டம், தீவிரப் பெண்ணியம் என்று இவர் வாழ்க்கையை அடர்த்தி பண்ணிக்கொண்டார். கீழைத் தேசத்தை நேசித்த பெண்மணி. கங்கையையும், கல்கத்தாவையும் எழுதி இருக்கிறார். துராசின் நண்பரும், பிரான்சின் ஜனாதிபதியுமான மித்ரானிடம், ஒரு உணவு விடுதியில் உரையாடியபோது அவர் சொன்னார். 'மித்ரான், நான் இப்போ சாதாரணமானவள் இல்லை. உன்னைக்

காட்டிலும் நான் பெரியவள். உலகம் என்னை அறியத் தொடங்கி இருக்கிறது' என்றபோது மித்ரான் 'அதிலென்ன சந்தேகம். உன் மரியாதை பற்றி நான் ஆச்சரியப்படவில்லை' என்றார்.

துராசின் எல்லாப் படைப்புகளுமே தன் வரலாறு வகையைச் சேர்ந்தவை. அந்த வரலாற்றைச் சொல்ல அவர் தேர்ந்தெடுத்த வசீகரமான மொழியும், விசித்திரச் சொப்பனம் காணும் பாத்திரங்களும் அவர் படைப்புகளைத் தரப்படுத்தி இருக்கின்றன. ஒற்றைத் திறப்பு அல்லாது, பாத்திரங்களின் பல கதவங்களைத் திறக்கிற நுட்பம் அவருக்கு இருந்தது. ஒன்றைச் சொல்லும்போதே பல அடுக்குகளையும் வெளிச்சப்படுத்திக்கொண்டே நகரும் எழுத்துப்போக்கு துராசுடையது.

மனிதப் புரிதலில், 'முழுமை' என்பதில் அறவே நம்பிக்கை இல்லாதவராக இருக்கிறார் துராஸ். தத்தளிப்பவர்கள், கனவுலகவாசிகள், நீர்த்த கற்பனையில் மிதப்பவர்கள், தூக்கத்தில் நடப்பவர்கள், விட்டேற்றியான வழிப்போக்குப் பயணிகளின் மனோபாவக்காரர்கள், உறுதி என்பதை அறியாதவர்கள் என்பவர்களே துராசின் பாத்திரங்கள். உண்மை என்பது ஒன்று இல்லை ஆதலால், உண்மை என்பது போன்ற ஒன்றைக் கட்டமைக்கிறவராக இருக்கிறார் துராஸ். தான் அறிந்த 'உண்மையை', மொழிக்குக் கொண்டுவரச் சிரமப்படுபவர்போல நடிக்கிறார் துராஸ். எதிர்காலத்தில் எழுத்து எப்படி இருக்கும் என்பது பற்றித் துராஸ் இப்படிச் சொல்கிறார். "எதிர் காலத்தில் எழுத்தென்பது எழுதப்படாததாக இருக்கக்கூடும். அந்த நாள் வெகு தூரத்தில் இல்லை. மிகச்சுருக்கமாக இலக்கணம் இன்றி சொற்களை மட்டும் நம்பி எழுதப்படும். இலக்கணம் மறுக்கும். அலைக்கழிக்கும் சாத்தியங்களுடன் இருக்கும்."

காதலன் 1984இல் பிரசுரமாயிற்று. பதினாறு வயதுகூட நிறையாத ஒரு பெண்ணுக்கு அவளை விடவும் இரு மடங்கு வயதான ஆணுடன் காதல் ஏற்படுகிறது. அவன், பணக்கார சீன இளைஞன். அவள், வியட்நாமில், பிரஞ்ச் ஆதிக்கத்துக்குட்பட்ட பூமியில் பிறந்து வளர்பவள். ஏழை. அல்லது தேவைகள் பூர்த்திசெய்து கொள்ள முடியாத சூழல் உள்ள குடும்பம். இருவருக்குமான 'காதல்' நிகழ்காலம் தொடங்கிக் கடந்த காலத்துக்கும் பின்வாங்கிச் சொல்லப்படுகிறது. இருவருக்குமே இக்காதல் 'கைகூடாது' என்பது தெரியும். அவளுக்கு அவன்தான் முதல் அனுபவம். அவனுக்கு அது உண்மையான முதல் காதல்.

'கைகூடாது' என்பதுதான் என்ன? காதல் என்பது முறையாக திருமணத்தில் பழுத்து, குடும்பத்தில் நிலைபேறுடையது என்பதாகக்

பிரபஞ்சன் ● 57

கருதுவதையே கைகூடுதல் என்று கருதப்படக் கூடியது. இவ்வாறு நலமோங்கும் விதத்தில் அதன் வளர்ச்சிப் போக்காக அமையாதது. திரளாதது, கைகூடாதது. துராஸ், கைகூடாமல் போனால் என்ன போயிற்று என்கிறார். சூரியன் அஸ்தமனம் நின்றுவிடுமா என்கிறார் அவர். புத்திக்குள் ஏன் இந்த நிறுவனச் சிலுவைகளைச் சுமக்கிறீர்கள் என்கிறார் துராஸ். நியாயம்தானே?

துராசின் காதலன் நாவலில் வரும் அவள், அந்த அந்தக் கணத்தில் வாழ்பவள். அவளுக்கு அருளப்பட்ட அற்புதம் எனத்தக்க வாழ்வின் கணங்களின் முழுமையில் தன்னைக் கரைத்துக் கொள்கிறாள். அவள் தன் அனுபவங்களைச் சொல்வதாக, தன்மை இடத்தில் வைத்து நிகழ் காலத்தையும் கடந்ததையும் இணைத்துச் சொல்லுவதாக நாவல் நிகழ்கிறது. நாவல் இப்படித் தொடங்குகிறது.

'ஒருநாள் வளர்ந்து பெரியவளாக இருந்த காலம். பொது மண்டபமொன்றில் நின்றுகொண்டிருக்கிறேன். என்னை நோக்கி ஒருவன் வந்தான். தன்னை அறிமுகப்படுத்திக்கொண்ட பின், 'வெகுநாட்களாக உங்களை அறிவேன். பலரும், நீங்கள் இளவயதில் அழகாய் இருந்ததாகச் சொல்கிறார்கள். எனக்கென்னவோ இப்பொழுதுதான் உங்கள் முகம் அழகாயிருக்கிறது. அதைச் சொல்லவே வந்தேன். உங்கள் இளவயது முகத்திலும் பார்க்க, சோபையற்றிருக்கும் இப்போதைய முகத்தை விரும்புகிறேன்' என்றான்.

'எனக்கென்று ஒரு வாழ்க்கை இல்லை. இருந்தால்தானே சொல்ல. மையம் என்ற ஒன்றை ஒருபோதும் கண்டதில்லை' எனச் சொல்லும் அவள், தொடர்கிறாள். 'என் பதின்பருவத்துக் காலங்களான பதினெட்டும் பதினைந்தும் என் கண்முன்னே விரிகின்றன. தெரிகிற முகம் பின்னர் (அதாவது எனது நடுத்தர வயதில்) குடித்துச் சீரழியவிருந்த எனது முகத்தை ஓரளவு முன்கூட்டியே தெரிவிக்கும் முகம். கடவுளால் நிறைவேற்ற இயலாத பணியினை மது முடித்து வைத்தது. என்னைக் கொல்லும் பணியையும் மது ஏற்றிருந்தது' என்று விசாரத்துக்குள் புகுகிறாள் துராசின் கதை நாயகி.

இப்போது அந்தப் பெண்ணின் முகம் சுமாராக, கதாநாயகித்தனம் இல்லாத விதத்தில் தட்டுப்பட்டிருக்கும். அவள் தன் அம்மாவிடம், தான் எழுதப்போவதாகச் சொல்கிறாள். அம்மா மௌனம் காத்தாள். பின், 'என்ன எழுதப்போகிறாய்' என்கிறாள். அவள் 'புத்தகங்கள், நாவல்கள்' என்கிறாள். அம்மா முகத்தைக் கடுமையாக வைத்துக்கொண்டு, தடித்த குரலில் 'முதலில் கணக்கில் பட்டம்

பெற்றாகணும். பிறகு உனது விருப்பம் போல் எதையாவது எழுதித் தொலை' என்கிறாள். எழுத்தின்மேல் இப்படியான 'கரிசனம்' உலகம் முழுதும் இருக்கிறது போலும்.

நமது அவளின் ஆசிரியர், அவள் அம்மாவிடம், அவள் பிரஞ்சுப் பாடத்தில் முதலாவதாக வந்திருப்பதைச் சொல்கிறாள். அம்மா அமைதியாக இருக்கிறாள். அம்மாவின் முகத்தில் மகிழ்ச்சி இல்லை. நமது கதாநாயகி இப்படி எழுதுகிறாள். 'பிரஞ்சுப் பாடத்தில் முதலாக வந்திருப்பது அம்மாவின் ஆண்பிள்ளைகள் அல்லவே!'

ஆண்களுக்கான தொப்பியை அவள் அணிய நேர்கிறது. அதற்கும் வீட்டு வறுமைக்கும் சம்பந்தம் இருக்கிறது. அம்மாவைச் சுற்றி இருப்பது வறட்சியும் பாலையும். அவள் பிள்ளைகள் பாலை நிலமே, எஞ்சி இருப்பது பெண் மட்டுமே. அனேகமாக பணத்தை எப்படி வீட்டுக்குக்கொண்டுவருவது என்பதை அவள் புரிந்து கொள்ளலாம். ஒரு வேளை அதற்காகத்தான் அம்மா தன் மகளை வேசிக்கோலத்தில் வெளியில் அனுப்புகிறாளோ என்னவோ?

அவள் முதல் முறையாக ஆணை அறிந்த அந்த நிகழ்ச்சியை வர்ணிக்கிறாள். ஒரு பெண்ணின் பார்வை மட்டுமல்ல. ஒரு ஐரோப்பியப் பெண், ஒரு சீனனை ஏற்றுக்கொண்ட விதம் பற்றியும்கூட அவள், தான் ஒரு பிரஞ்சுக்காரி என்பதை ஏனோ மறப்பதே இல்லை. 'தனது சொகுசுக் காரிலிருந்து மிடுக்குடன் ஒருவன் இறங்குகிறான். இங்கிலீஷ் சிகரட் ஒன்றைப் பிடித்துக்கொண்டிருக்கிறான். ஆண்கள் தொப்பியும், மின்னும் காலணியுமாக நிற்கும் சிறுமியைப் பார்க்கிறான். அவளை நோக்கி நடந்து வருகிறான். அவன் தயங்குவதுபோலத் தெரிந்தது. அவனது கை நடுங்குகிறது. சிகரட்டை நீட்டுகிறான். சைகோனில் இருக்கிற வீட்டுக்கு வருகிறாயா என்கிறான். அவள் மறுக்கவில்லை. கறுப்புநிற வாகனத்துக்குள் அவள் நுழைகிறாள். வாகனத்தின் கதவு மூடிக் கொள்கிறது. திடுக்கென்று மெலிதான ஒரு துயரம் அவளைச் சூழ்கிறது. ஒருவித அயற்சி, மெல்ல மெல்ல நதிமீது பரவி இருந்த வெளிச்சம் மங்கி வருவதுபோலத் தோற்றம். நதியெங்கும் மூடுபனி.

இந்த நிகழ்வுக்குப் பின்னர், அவள் நினைவுகள் இப்படிச் செல்கின்றன.

'இனி உள்ளூர் மக்களுடன் பேருந்தில் பயணிப்பது நின்று போகலாம். விடுதியில் இருந்து உயர்நிலைப் பள்ளிக்குப் போகவும் வரவும் சொகுசு வாகனம் ஒன்று வைத்துக் கொள்வேன். இரவு

உணவுக்கு, நகரத்தில் உள்ள மிகவும் ஆடம்பரமான இடங்களுக்குச் செல்லக்கூடும்.

ஒரு வியாழக்கிழமை அவன், பின் நேரம் விடுதிக்கு வந்திருந்தான். அவளைத் தன் கறுப்பு நிற மோட்டார் வாகனத்தில் அழைத்துப் போனான். அவனது இருப்பிடம் நவீனமாக இருந்தது. தனி அறை போதிய வெளிச்சம் இல்லை. ஜன்னலைத் திறக்கச் சொல்லவில்லை அவள். சூழலுக்கு இணங்கும் பக்குவம். நிராகரிக்கும் மனம் இல்லை. அவன் உடலில் நடுக்கம். அவன் அவள் கருணையை எதிர்பார்த்துக்கொண்டிருந்தான். அது அவளுக்கு மகிழ்ச்சி தந்திருக்கக்கூடும். உன்னை வெறித்தனமாக நேசிக்கிறேன் என்று முணுமுணுக்கிறான். இவள் 'உன்னிடத்தில் அப்படி ஒன்றும் பிரியம் இல்லை' என்று சொல்ல வேண்டும். ஆனால் சொல்லவில்லை. ஒன்று புரிகிறது அவனுக்கு. அவளை அவனுக்குப் புரியாது. இப்போது மட்டும் அல்ல. ஒருபோதும் அவளைப் புரிந்துகொள்ள அவனால் முடியாது.

அவள் அவனிடத்தில், 'என்னை நீ விரும்பித்தான் அழைத்து வந்திருக்க வேண்டிய கட்டாயம் இல்லை. பிற பெண்களை நீ எப்படி நடத்துவாயோ, அப்படியே என்னை நீ நடத்தலாம். அதற்கு என்னை நீ விரும்ப வேண்டிய கட்டாயம் இல்லை' என்கிறாள். அவன் முகம் வெளிறுகிறது. அவன் மிக நெருக்கடிக்குள்ளானான். அவர்கள் அவர்களுக்கிடையில் எழுந்து நிற்கும் பருத்த முரண்களுக்கிடையே, தூர தூரங்களுக்கிடையே உரையாடலை, பெரும்பாலும் மாற்று வார்த்தைகளில் நிகழ்த்திக் கொள்கிறாள். 'தயவு செய்து உடனே ஆரம்பி' என்கிறாள் அவள்.

அவன் பரவசம் கொள்கிறான்.

அவன் அவள் குடும்பத்து நிலைக்கு வருந்துகிறான். அது தேவை இல்லை என்கிறாள் அவள். அவன் பணம் தருகிறான். வாங்கிக் கொள்கிறாள்...

அவளுக்குப் பணம் தேவைப்படுகிறது உண்மைதான். ஆனால், பணம் மட்டுமே இந்த நிகழ்ச்சிக்குக் காரணம் இல்லை. இருவருக்கும் இடையே காதல் இருந்ததா என்றால் உண்டு என்றும் இல்லை என்றும் சொல்லலாம். அவன் அவளது கருணையை எதிர்பார்த்தே இருந்தான் என்பது மட்டும் உண்மை. நமது அவளை இன்புறுத்துவது இந்த நுட்பம்தான்.

இந்தக் காதல், உண்மையில் விருப்பத்தின் அடிப்படையில் எழுந்தது அல்ல. வெறுப்பில், பரஸ்பரம் வெறுப்பில் எழுந்தது என்று சொன்னால், அது பெரும்பாலும் உண்மை ஆகலாம்.

அவளுக்கு அவன் கறுப்பு நிற சொகுசுக் கார் பிடித்திருந்தது. அவன் படுக்கை சுகமாக இருந்தது. அவன் அழைத்துச் செல்லும் இரவு உணவு விடுதிகள் பிடித்திருந்தன. எல்லாமும் பிடித்திருந்தன.

அவன் அவளுக்காக உருகுவதாகச் சொல்கிறான். அப்படி ஒன்றும் இல்லை. அவள் இடத்தில் வேறு அவள்கள் இருந்தாலும், அவன் அப்படி உருகி இருப்பான். அவளுக்கு அவன் மேல் அப்படியான சாய்வு எதுவும் இல்லை.

நாவல் முழுக்க, பச்சையான மனித மாமிச வாசனை, எந்த மணப்பூச்சும் இல்லாமல் வீசுகிறது. ஆண் பெண் உறவின் நுட்பத்துக்குப் புதுப்பரிமாணம் தந்த நாவல் இது. நமது கதை நாயகி அவள், எந்தக் காதல் கதைக்கும் உகந்தவள் இல்லை. அவள் அவளாக, மிக இயற்கையாக இருக்கிறாள். அது அவளது பலம் என்றாலும் சரி, பலவீனம் என்றாலும் சரி, இரண்டுக்கும் அவள் பொறுப்பானவள் இல்லை.

அவளும் சரி, மூானும் சரி இருவருமே பிரஞ்சு மண்ணில் இருந்து வந்தவர்கள். இருவருக்கும் இடையே 100 ஆண்டுகள் பாரதூரம் இருக்கிறது என்றாலும் எலும்பும் சதையுமாக தமக்குத் தென்படுகிறார்கள். வாழ்க்கை, இதுகாறும் இலக்கியம் காணாத, கண்டு முடிக்காத, இன்னும் இருளிலேயே உலவுகிற வெளிச்சம் காணாத மனிதச் சுரங்களைக்கொண்டே இருக்கிறது. தரிசிக்கும் கண்களுக்கு எப்போதாவது அவர்கள் தட்டுப்படுகிறார்கள். மாறுபடுகிறவர்களால்தான் உலகம் முன்னோக்கி அடி வைக்கிறது.

- ஜனவரி, 2009

மது நமக்கு மது நமக்கு மது நமக்கு உலகெலாம்

எழுதப்பட்ட வரலாறு தொடங்கும் காலத்துக்கு முன்பிருந்தே, நாங்கள் மது அருந்தி வாழ்ந்து வந்திருக்கிறோம். நாங்கள் என்பது புதுச்சேரி (பாண்டிச்சேரி என்பது தவறான வழக்கு) மக்களை உணர்த்துகிறது என்று கொள்க. தமிழ்நாடே வறண்டு கிடந்த, மதுவிலக்கு எனும் மூடத் தனமான சட்டங்கள் அமலில் இருந்த காலத்தில் நாங்கள் மது என்கிற அர்த்தத்தினால் வாழ்வைச் செறிவூட்டிக்கொண்டிருக்கிறோம். பூக்கள் என்கிற அதிசயத்தை ரசிக்கத் தெரியாதவர்களே, குழந்தைகள் என்கிற அபூர்வத்தை உணரத் தெரியாதவர்கள், கோழிக்குஞ்சுகளை, ஓடும் நதியை, எதையெதையோ மொழிந்துகொண்டிருக்கும் மலைச் சிகரங்களை, ரகசியங்களை மௌன வெளிகளில் முணுமுணுத்துக்கொண்டே இருக்கும் காடுகளை நேசிக்கத் தெரியாதவர்கள், ஒரு அழகிய சமபோகத்தை நிகழ்த்த முடியாத உள்ளீடற்ற வெற்று மனிதர்களே மதுவை வெறுப்பவர்களாக இருக்கிறார்கள் என்கிறார் ஒரு பிரஞ்சுக் கவிஞர்.

பிரான்ஸ் தேசத்தோடு தொடர்புகொண்டிருந்த, அழகிய பிரஞ்சுக் கலாச்சாரத்தோடு தம்மைப் பிணைத்துக்கொண்ட பல நூறு பிரஞ்சுக் குடும்பங்களைக்கொண்ட ஞானபூமி எங்கள் புதுவை. ஓரிரண்டு பத்து ஆண்டுகளுக்கு முன்னால், அக்குடும்ப நண்பர்கள் வீட்டுக்குச் சென்றால், அங்கே இருக்கும் முசியேவோ, மதாமோ நம்மிடம், 'முசியே/மதாம், எது உங்களுக்கு உவப்பு, தண்ணீரா, சோடாவா' என்று கேட்கிற இன்னோசையைக் கேட்டு வளர்ந்தவன் நான். பூத்தையில் போர்த்திய சௌகரியமான இருக்கைகளில் நாம் அமர்ந்த பிறகு, நம்மை நோக்கி, தட்டில் உட்கார்ந்து வரும் நீலகண்டப் பறவை மாதிரி, மதுரம் நம்மைத் தேடிவரும். மது என்ற ஆச்சரியத்தைக் கண்டுபிடித்த உலகத்தின் அந்த ஆதி விஞ்ஞானியை நீங்கள் நினைக்க மறந்தீர்கள் என்றால், சொர்க்கத்தின் கதவுகள் உங்களுக்கு ஒருபோதும் திறக்காது.

மது என்ற முறையில் நான் முதலில் அருந்தியது தென்னங்கள்ளைத்தான். தாய்ப்பாலுக்கு அடுத்தது

தென்னங்கள்தானே? துரதிருஷ்டம் பிடித்த தமிழ்நாட்டிலிருந்து பலரும் வந்து எங்கள் (அக்காலத்து) சத்திரம் போன்ற வீட்டில் தங்கி, கள் குடித்துவிட்டுச் செல்வார்கள். அவர்களின் வைத்தியர்கள், தினம் ஒரு மரத்துக் கள்ளாகக் குடித்து வந்தால், ஒரு மண்டலமோ, அரை மண்டலமோ (ஒரு மண்டலம் என்பது 48 நாட்கள்) கள்ளைப் பாவித்து வந்தால், மேனி புடமிட்ட பொன்னாகும் என்று சொல்லி இருப்பார். அதாவது ஒரு தென்னையிலிருந்து வடித்த ஒரு மரத்துக் கள், காலை, மாலை இருவேளை பாவிக்க 'கோல்கொண்டு முக்காலோடு நடந்து வந்த கிழம்கூட, வேட்கொண்டு களம் நோக்கி விரைந்து செல்வாரே, கள்ளுணர்ந்து குடித்தோரே' என்று யாரோ ஒரு பாரதி பாடியதாக ஒரு கள்ளன்பர் எனக்கும் சொல்லி இருக்கிறார்.

உடம்பைப் பொன் செய்ய வரும் முக்கிய உறவினர்களைத் தோப்புக்கு அழைத்துச் சென்று, அங்குள்ள கிராமணிகள் யாரையேனும் கள் வடித்துத் தரச் சொல்லி, அவரைக் குடிக்கச் செய்து, பாதுகாப்பாக வீட்டுக்கு அழைத்து வரும் பொறுப்பு எனக்களிக்கப்படும். வழிகாட்டியாக இருப்பது எனக்கும் பிடிப்பதில்லையானாலும் தென்னந்தோப்பில் மரங்களின் கீழ், ஓலைகளின் கூச்சல்களைக் கேட்டுக்கொண்டிருப்பது எனக்குப் பிடிக்கும். தோப்பில், சூரியனைக் கீழே விழாமல் தாங்கிக்கொண்டிருக்கும் தென்னைகள். அதனாலேயே, மண் எப்போதும் குளிர்ச்சியாக இருக்கும். தரையில், விழுந்து உருளும் சின்னக் கால்பந்துபோல இருக்கும் குரும்பிகள் எனக்கு விளையாட்டுப் பொருள். கள் மணக்கும் காற்று.

ஒரு தஞ்சாவூர் உறவினர், "நீயும் கொஞ்சம் குடியேன்டா" என்றார். கிராமணியைப் பார்த்து, "இவனுக்கும் கொஞ்சம் கொடு" என்றார். நான் குடிக்க மாட்டேன் என்று சொல்லவில்லை. புதிய மொந்தையொன்றில் கள்ளை ஊற்றிக் கொடுத்தார் அவர். கள் மட்டுமல்ல, அது வார்க்கப் படும் பாத்திரமும் மிக முக்கியம். அக்பர் குடித்த பொற்கோப்பைகளில் கள்ளை நீங்கள் ஊற்றிக் கொடுத்தாலும்கூட நான் மண்ணால் ஆன மொந்தையைத்தான் விரும்புவேன். மண்ணுக்குள் வேரோடி நாகலோகத்திலிருந்து தென்னை கொணர்ந்து தரும் கள்ளை, மண்ணால் ஆன பாத்திரத்தில் அல்லவோ அருந்த வேண்டும். தென்னையை நன்றி மறவா மரம் என்கிறாள் அவ்வை. நமக்கு வேண்டாமா நன்றி.

எட்டாம் வகுப்பு வரும்போது கள் பற்றிய ஞானத்தை நான் எய்திவிட்டேன். கள்கள் மூன்று. ஒன்று தென்னங்கள், இரண்டு பனங்கள், மூன்று ஈச்சைக்கள். தென்னைக் கள்,

வைகறைக்குப் பிறகான காலத்துக்கு மிக சிலாக்கியம். மதியத்தை நெருங்கும் வேளை மிக உன்னதம். போதை செங்குத்தாக, மலை ஏற்றக்காரர்களைப்போல தாவித் தாவி எகிறும். தென்னங்கள்ளை அருந்திவிட்டு, கப்பி ரஸ்தாவுக்கு வருவதுபோலப் பாவம் உலகில் வேறு ஏதும் இல்லை. தென்னை ஓலை உங்களுக்குச் சாமரம் வீசும். நீங்கள் ஆணாக இருந்தால், மரங்கள் பெண்ணாக தீட்சை பெறும். பெண்ணாக இருந்தால் மரங்கள் யுவர்களாகும். அரவாணியாக இருந்தால், நீங்கள் தேர்வு செய்யும் பாலாகவோ அவை மாறும். உங்கள் தேர்வு உங்களுடையது. தென்னங்கள், வெளியே இருக்கும் உங்களை உள்ளேகொண்டு சேர்க்கும். சுருதியோடு இழையும் சுத்த சங்கீதத்தை நீங்கள் அப்போது உணர்வீர்கள். பனங்கள், இருள் புலராத, கதிர் உதிக்கும் முன் அருந்த வேண்டிய வஸ்து. மத்திய வயது நரைமுடி என ஒளியும் இருளும் பிணைந்த பொழுதில் அருந்தத் தொடங்குவது மிக உத்தமம். பனங்கள்ளுக்கும் சூரிய உதயத்தின் ரேகைகளுக்கும் நுணுக்கமான உறவுண்டு. காலை வெயில் ஏற ஏறப் போதை ஏறிக்கொண்டிருக்கும். பனங்கள், 'கோமூத்ரி' போதைத் தன்மையைக்கொண்டதாம். மகான்கள் சொல்கிறார்கள். 'கோமூத்ரி' என்பது என்னவோவெனில் நடக்கும் மாட்டின் மூத்திரம் மண்ணில் படிகிற வடிவு. வளைந்து, வட்டமிட்டு, மேலேறும் தன்மையது. பனங்கள் அருந்திய பிறகு, கடற்கரையில் உலவுவது சாலச் சிறந்தது. கேவலம் மனித ஜென்மங்களை, விசுவத்தோடு இணைக்கும் ஞானப்பால் பனையின் பால். ஈச்சை, மிக அருகியே நம் மண்ணில் காணப்படுகிறது. பாலையின் தோழன்/தோழி அது. மாலை நேரத்து பானம் அது. வீட்டில் இருந்து, பனங்கள்ளும் வாய்க்கப் பெற்றால், கசல் கேளுங்கள். பாகிஸ்தான் பாடகர்களுடைய கசல். இறைமையின் மிக அருகில் உங்களைக்கொண்டு வைப்பது ஈச்சைக் கள். அதோடு, உங்கள் காம வீரியத்தைக் குதிரையின் பக்கத்தில்கொண்டு சேர்க்கும் என்று விளம்பர வைத்தியர்கள் சொல்வார்கள். நம்பாதீர்கள். சிட்டுக்குருவி, குதிரை முதலான சமாச்சாரங்கள் எல்லாம், அந்தந்தச் சூழல், மனநிலை, உடல்நிலைகளைப் பொறுத்தவை. லேகியங்கள் புகமுடியாத பிரதேசங்கள் அவை.

ஒன்பதிலிருந்து பத்தாம் வகுப்புக்கு வருகிற, கோடை கால விடுமுறை ஒன்றின்போதுதான் முதன்முதலாக சாராயம் என்கிற மதுவை நான் அறிந்தேன். சுஜனரஞ்சனி என்கிற பழம் பெரும் பத்திரிகை நடந்த கட்டடத்தின் மாடி அறைகளில் ஒன்றில், பாரதிதாசனின் முக்கிய சிஷ்யர்களில் ஒருவரைப் பார்க்கச் செல்கிறேன். (அப்போது நான் கவியாக முயன்றுகொண்டிருந்த காலம். அதற்கு இசைவாக காதல் ஒன்றில் தோல்வி பெற்றிருந்தேன்.

ஆகவே கவிதை எழுதத் தொடங்கி இருந்தேன்.) அக்கவி இன்றும் இருக்கிறார். புதுச்சேரியில் வரலாற்றுப் புகழ்பெற்ற உணவு விடுதி நடத்திய குடும்பத்தைச் சேர்ந்தவர். அங்கு, தமிழகத்தில் மாபெரும் நகைச்சுவை நடிகரும், கலைவாணரும் ஆனவரின் மகனுமான என். எஸ். கே. கோலப்பன் இருந்தார். பாரதிதாசனின் எதிர்பாராத முத்தத்தில் (சினிமா பெயர் பொன்முடி) நடித்த கதாநாயகர் நரசிம்ம பாரதி இருந்தார். அந்தக் கலைக்குழுவில் பொடியன் நான் ஒருவனே. கவிஞர் ஒரு கண்ணாடிக் கிளாசில் புதுச்சேரிச் சாராயத்தை ஊற்றி, எலுமிச்சைப் பழம் பிழிந்து, 'சாப்பிடு' என்று சொல்லித் தந்தார். காரநெடியும், வினோதமான கசப்பும், எலுமிச்சைப் புளிப்பும் இணைந்து வினோதமாக இருந்தது அந்தச் சரக்கு. பின்னாளில் தமிழ்நாட்டில் விற்ற 'கடா' மார்க் சாராயம் எங்கள் புதுச்சேரி சாராயத்துக்கு முன், ஒன்றுமே இல்லை. தமிழ்நாடு கடாதான். எங்களுடையது புலி.

மீண்டும் ஒரு 'கிளாஸ்' எனக்கு அருளப்பட்டது. அருந்தினேன். வீட்டுக்குப் புறப்பட்டேன். அஜந்தா தியேட்டரில் கர்ணனும், ராஜா தியேட்டரில் வணங்கா முடியும். ரத்னா தியேட்டரில் விசுவரூபம் எடுத்து நின்றார் மாயாபஜார் கிருஷ்ணன். என்னுடைய பிரக்ஞையை மீறியே, என் உடம்பு கடிகாரப் பெண்டுலம் மாதிரி ஆடியபடி இருந்தது. கால்கள் என்கிற உடம்பின் உறுப்பு சாட்டின் துணி மாதிரி காற்றில் வெலவெலத்தது. தெரு விளக்குகள் மிகப் பிரகாசமாக எரிந்ததன் காரணம் விளங்கவில்லை. என் சுட்டு விரலால் காற்று வெளியில் ஏதோ எழுதிக்கொண்டே நடந்தேன். எதுவும் நடக்காமலேயே சிரிப்பு சிரிப்பாய் வந்துகொண்டிருந்தது. குடித்தது வெளியே தெரியக்கூடாது என்கிற அதீதப் பிரக்ஞையில் மிக நிதானமாக, நிமிர்ந்து நேராக நடந்துகொண்டிருந்தேன். எவனும் என்மேல் குறை காணமுடியாது. அவ்வப்போது என் நினைவுகளில் என் அப்பா வந்து பயமுறுத்திக்கொண்டிருந்தார். எங்கள் குலத் தொழிலே கள் விற்பதும், சாராயம் விற்பதும்தான். மூன்று கள்ளுக் கடைகளுக்கும் இரண்டு சாராயக் கடைகளுக்கும் சொந்தக்காரராக இருந்தவர்தான் என் அப்பா. அவர் குடித்ததே இல்லை. நான் குடிப்பதை அவரால் தாங்கிக் கொள்ள முடியுமா. அதோடு, அவர் கைக்கு அசுர பலம் இருந்தது என் கேடு காலம். ஒருமுறை என்னை அவர் அறைந்ததில் அவர் விரலில் இருந்த மோதிரத்தின் வைரக்கல் தெறித்து விழுந்தது. அதையும் நானே தேடிக் கொடுக்கும் படியான துரதிருஷ்டம் நேர்ந்தது.

நடந்துகொண்டிருந்த என் முன், ஒரு சைக்கிள் வந்து நின்றது. மங்கலாக என் உறவினர் முகம் தெரிந்தது. அவர் சொன்னார்.

"இப்படியாடா குடிக்கிறது. தெருகூட தெரியாமே, சாக்கடை மேலேயே நடக்கிறியே, ஓரமா நகர்ந்து தெருவிலே நட."

அவர் என்னைத் தெருவுக்குக்கொண்டு வந்து நிலை நிறுத்தினார். 'நேரா நடந்து போ' என்றார். வளைவுகள், திருப்பங்கள் அற்ற, பிரஞ்சுக்காரர் போட்ட அருமையான தெருவில் நடக்கத் தொடங்கினேன்.

இரண்டு, மது தொடர்பான பிரஞ்சுத் தொடர்புகள். ஒன்று எங்கள் ஊருக்கும் குறுகிய சில மாதங்கள் மது விலக்கு வந்தது.

கடந்த ஐயாயிர ஆண்டுக்கால எங்கள் ஈர வாழ்வில், ஆறு மாதங்கள் மட்டும் நாங்கள் வறட்சிக்கு ஆளானோம். பிரஞ்சு ஆட்சியின்போது, அந்தப் பதினெட்டாம் நூற்றாண்டின் காலகட்டத்தில் எங்கள் ஊர் தொடர்ந்து படையெடுப்பைக் கண்டது. படை வீரர்களுக்குச் சம்பளம் கொடுக்கக் கஜானாவில் காசு இல்லையென்றால், ராஜாக்கள் படையெடுப்பார்கள். அப்படி மராத்தியர்கள் எங்கள் ஊர்ப்பக்கம் வந்தார்கள். திருப்பாப்புலியூர் (கடலூர்), மஞ்சக்குப்பம், சிங்கிரி கோவில், அழிசப்பாக்கம் என்று எங்கள் ஊருக்கு எல்லை ஊர்களைக் கொள்ளை போட்டுக்கொண்டிருந்தார்கள். அந்தச் சமயம், மக்களிடம் ஒழுங்கு, கட்டுப்பாடு குலைந்து போய்விடக்கூடாதென்று காரணம் சொல்லி, அப்போதைய குவர்னர் துய்மா ஒரு சட்டம் போட்டான். 1741 பிப்ரவரி 28ஆம் தேதி.

'வெள்ளைக்காரர், தமிழர், மற்றும் கறுத்த சனங்களுக்கு (Black town) அறிவிக்கிறதாவது: மார்ச் மாதம் தொடங்கி செப்டம்பர் மாதம் வரைக்கும் பிராந்தி, சாராயம், கோவை (கோவா) சாராயம், லிக்கர் சாராயம் (புதுச்சேரி சாராயம்), பத்தாவி (படேவியா) சாராயம், கொழும்பு சாராயம், பட்டை சாராயம் போன்றவற்றை விற்றாலும், விற்பித்தாலும் ஆயிரம் வராகன் அபராதமும் கொடுத்து ஒரு வருடம் காவலில் கிடக்கிறது. அவற்றை வாங்கிப் போகிறவனுக்குக் காலடியிலே கட்டி அடிச்சு வலது தோளிலே கணக்கி நோய் முத்திரை போட்டு ஊருக்கு வெளியே துரத்திவிடுகிறது. தோட்டத்திலும் வீட்டிலும் தென்னை மரம் வைத்திருப்பவர்கள் எவருக்காவது கள்ளு ஒரு காசளவிலே வித்தாலும் விற்கச் செய்தாலும், யார் ஒருத்தர் குடிச்சாலும், குடிக்கச் செய்வித்தாலும் அவர்களுக்கும் முன்னே சொன்ன அபராதம் உண்டு.'

ஆறு மாதம் மட்டுமே இந்தச் சட்டம் அமலில் இருந்தது. அதன்பின் எங்கள் வீர முன்னோர்கள் இச்சட்டத்தைத் தூக்கி வங்கக் கடலில் எறிந்தார்கள்.

மது ஒரு அற்புதம் என்றால், அதை அடக்கிக் கொள்ளும் பாட்டிலும் ஒரு அற்புதம்தான். அந்தப் பாட்டில்கள், எங்கள் ஊரை மராத்தியர்களிடம் இருந்து காப்பாற்றியதை நீங்கள் கட்டாயம் அறிய வேண்டும். நன்றி மறப்பது நன்றன்று. மராத்தியப் படைத் தலைவன், ரகோஜி போஸ்லே புதுச்சேரியைச் சுற்றிக்கொண்டு குவர்னர் துய்மாவுக்கு (Dumas) ஒரு கடிதம் அனுப்புகிறான். ஆற்காடு நவாப்புக் குடும்பத்தார், குறிப்பாக சந்தாசாகிப்பின் மனைவியும், மகனும் உங்கள் பாதுகாப்பில் இருக்கிறார்கள். அவர்களையும், அவர்கள் புதுச்சேரி வரும்போது கொண்டு வந்திருக்கிற நகைகள், தங்க, வைர அணிகலன்கள், தங்கக் காசுகள், குதிரைகள், யானைகள், ஒட்டகங்கள் அனைத்தையும் எங்கள் வசம் ஒப்படைத்துவிட வேண்டும். இல்லையெனில் புதுச்சேரி ஜனத்தொகையை விட அதிகமான எங்கள் படை ஊருக்குள் நுழையும்.

துய்மாவிடம் படை பலம் இல்லை. நெஞ்சில் நேர்மையும், துணிவும் மட்டுமே அவனிடம் இருந்தன. பிரஞ்சு புதுச்சேரியின் சிறந்த மூன்று குவர்னர்களில் அவன் ஒருவன். அவன் பதில் கடிதம் எழுதினான்.

'... பல ஆற்காட்டு நவாப்புகள் பிரஞ்சுக்காரர்களிடம் நட்பு பாராட்டி நண்பர்களாக இருந்துள்ளார்கள். அந்த நட்பை முன்னிட்டு ஆபத்துக் காலத்தில் எங்களிடம் தஞ்சம் புகுந்துள்ளார்கள். நண்பர்கள் உதவி கேட்டு வரும்போது, கதவை அடைப்பது மனித தர்மம்தானா? என்னிடம் தஞ்சம் புகுந்தார்கள் என்றால், எங்கள் பேரரசர் பிரஞ்சு தேச மாமன்னரிடம் தஞ்சம் புகுந்தார்கள் என்றே அர்த்தம். அவருக்கு மானக் குறைவு ஏற்படுத்தும் காரியத்தை நான் செய்யமாட்டேன். தோஸ்த் அலியின் விதவையும், சந்தா சாயபுவின் மனைவியும், மகனும் எங்களிடம் பாதுகாப்பாக இருக்கிறார்கள். அவர்களை நாங்கள் வெளியேற்ற முடியாது. புதுச்சேரியில் இருக்கும் கடைசிப் பிரஞ்சுக்காரனின் கடைசித் துளி ரத்தம் மண்ணில் விழும் வரைக்கும், கடைசிப் பிரஞ்சுக்காரன் உயிருடன் இருக்கும் வரைக்கும் அடைக்கல மனிதர்களை நாங்கள் விட்டுக் கொடுக்கமாட்டோம்...'

இந்த வீரம் மிகுந்த பதில், ரகோஜி போஸ்லேவுக்கு கோபத்தை உண்டு பண்ணியது. சந்தா சாகிப்பின் குடும்பம் மட்டுமல்ல. துய்மாவின் அலட்சியத்து அபராதமாக ஆறு கோடி ரூபாய்

அபராதமும், ஆண்டு தோறும் பிரஞ்சு அரசு கோடிக்கணக்கில் தமக்குக் கப்பம் கட்ட வேண்டும் எனச் சொல்லி, ஒரு தூதுவரையும் அனுப்பி வைத்தான். மராத்தியத் தூதுவரை மிக மரியாதையுடன் வரவேற்ற துய்மா, அவரைச் சிறப்பாக நடத்தி தன் படைக்கலச் சாலையை அவருக்குக் காண்பித்தான். துப்பாக்கிகள், பீரங்கிகள், படை அணிவகுப்பையும், ராணுவ ஒழுங்கையும் கண்ட தூதுவர் மனநிலை, மாற்றம் அடைந்தது. அவர் விடைபெறும்போது, ரகோஜி போஸ்லேவுக்கு மரியாதை நிமித்தம் 10 ஐரோப்பிய மது பாட்டிலையும் கொடுத்து அனுப்பினான்.

கதையின் முக்கிய இடத்தை அடைந்திருக்கிறோம். அந்த பாட்டில் மதுவை ரகோஜி தன் அன்புக்குரிய மனைவியுடன் பகிர்ந்துகொண்டான். மராத்திய வரலாறு அவளைப் 'பேரழகி' என்று சொல்கிறது. அந்தப் பேரழகி, அத்தனை பாட்டில்களையும் அனுபவித்து அருந்தி முடித்து 'இன்னும் வேண்டும்' என்றாள். ரகோஜிக்கு என்ன செய்வது என்று விளங்கவில்லை. விரோதியிடம் பாட்டில் கேட்பதா என்பது அவன் பிரச்சினை. ஒரு பக்கம் பேரழகி. மறுபக்கம் கௌரவம். எது வெல்லும்? எது வென்றிருக்கிறது? அதுதானே வென்றிருக்கிறது. அந்த இல்லாத, இருப்பது போல் இல்லாத, ஆனால் இருக்கிற, சூன்யமாயும், சேதனமாயும், அசேதனமாயும், மாயமாயும், ரூபமாயும் நிலைபேறுற்ற அதுதான் கடைசியில் வென்றது. 'சந்தா சாயுபு மனைவியா, மகனா, பணமா, இதெல்லாம் என்ன' என்றான் ரகோஜி. துய்மா மிக அன்புடன் முப்பது பாட்டில்கள்–அன்புடன்தான்–அனுப்பி வைத்தான். ரகோஜி, கொள்ளை அடிக்க வேறு பக்கம் நகர்ந்தான்.

முப்பது பாட்டில்களும் தீர்ந்த பிறகு, அந்தப் பேரழகி என்ன செய்து அவள் தாகத்தைத் தீர்த்துக்கொண்டாள், என்பதை எந்த சரித்திர ஆசிரியனும் எழுதி வைக்கவில்லை. யுத்தங்களை மனிதர்கள் உருவாக்குகிறார்கள். பாட்டில்கள் தீர்த்து வைக்கின்றன.

தமிழ்நாட்டில் நிலவி இருந்த மது விலக்கு, தி.மு.கழகம் ஆட்சிக்கு வந்த பிறகு, திரும்பப் பெறப்பட்டது. மதுக்கடை மீண்டும் தமிழ்நாட்டில் திறக்கப்பட்ட அந்த நள்ளிரவில், நான் தஞ்சாவூரில் மாணவனாக இருந்தேன். தஞ்சைப் பழைய பேருந்து நிலையத்து அருகில், இன்று ஆரியபவன் இருக்கும் இடத்துக்குச் சற்றுத் தள்ளி, சாராயக்கடை திறக்கப்பட இருந்தது. நானும் பிரகாஷும் அந்தச் சொர்க்க வாசல் திறப்பைக் காணக் காத்திருந்தோம். பிரகாஷ் குடிக்க மாட்டார். நானும் பிரடரிக் சுந்தர்ராஜன், இருளாண்டி, தஞ்சை மோகன் முதலான நண்பர்களும் நின்றிருந்தோம்.

ரஜினி திரைப்படத் தொடக்கக் காட்சிபோல மக்கள் குழுமி இருந்தார்கள். கடை, சீரியல் விளக்குகளாலும் மல்லிகைச் சரங்களாலும் அலங்கரிக்கப்பட்டிருந்தது. நாழியாக நாழியாக கூட்டம் எங்களை நெருக்கித் தள்ளியது. திடுமென மழை லேசாகத் தூறத் தொடங்கியது. லவுட் ஸ்பீக்கரிலிருந்து மிகப்பெரும் சப்தமுடன் சினிமாப் பாடல்கள், முழங்கிக்கொண்டியிருந்தன. எல்லாமும் எம். ஜி. ஆர் படத்துப் பாடல்கள். எம். ஜி. ஆர் தத்துவ, சமூக, காதல் பாடல்கள் சூழலுக்குப் பெரும் சோபையை நல்கிக்கொண்டிருந்தன. தமிழ்நாட்டின் இருண்ட காலம் நீங்கி, பொற்காலம் பிறந்துகொண்டிருந்த ஒரு அற்புத யுகத்தின் பிரசவ அறைக்குள் நாங்கள் இருந்தோம். குழந்தையின் தலை வெளியே தெரிந்தது. கடை உரிமையாளர், கடை விளம்பரப் பலகைக்குக் கற்பூரத் தீபம் காட்டிக்கொண்டிருந்தார். கூட்டம் வாயிலை நோக்கிச் சாடி முன்னேறியது. சரியாக மணி 12. இந்த நிமிஷம் முதல் குடிப்பவர்கள் சட்ட பூர்வமான குடிமக்கள். பத்து நிமிஷத்துக்கு முன் குடித்தவர்கள் குற்றவாளிகள். அரசு, எவ்வளவு எளிதாக மக்களின் முகங்களை மாற்றி அமைக்கிறது? எனக்கு எப்போதும் குடித்தே ஆக வேண்டும் என்ற கட்டாயமோ, பெரு விருப்போ இருந்ததில்லை. நான் குடிப்பது பெரும்பாலும் என்னுடன் அமரும் நண்பர்களைப் பொறுத்தது. என் அளவு ர–ழ ஆகும் வரை. அதாவது ராயப்பேட்டை ழாயப்பேட்டை என்று எந்தக் கணம் உச்சரிக்கிறேனோ, அந்தக் கணமே நான் எழுந்துவிடுவேன். பிரகாஷுக்கு எல்லா மட்டத்திலும் அறிமுகம் உண்டு. அவருடைய செல்வாக்கைக்கொண்டு, ஒரு பாட்டில் ரம் வாங்கிக்கொண்டு அறைக்குத் திரும்பினோம். அந்தக் காலத்திலிருந்தே, சாராயக் கடைகள் இன்றைய டாஸ்மாக் கடைகள் வரை பெரும்பாலும் நாய்கள் புகத்தயங்கும் அழுக்குக் கட்டிடமாகவே இருப்பதன் காரணம் என்ன என்பதின் பதில், குடிகாரர்கள் மேல், சமூகத்துக்கு இருக்கும் மனோபாவம்தான். அவர்களுக்கு இதுபோதும் என்று அரசு நினைக்கிறது. ஆனால் அவர்கள் பணம் மட்டும் வேண்டும்.

எங்கள் ஊர் பிராந்திக் கடைகள் மிக அழகியவை. நாகரிகமானவை. பார்கள் மிக நவீனமானவை. உங்களை மதிப்பவை. புதுச்சேரிகாரர்களாகிய நாங்கள் மது அருந்துபவர்கள். குடிகாரர்கள் அல்லர். குடிப்பது வேறு. அருந்துவது வேறு. தமிழ் நாட்டில் டாஸ்மாக் கடையைப்போல ஒரு ஆபாசக் கட்டிடம் எங்கள் ஊரில் இருக்கவே முடியாது. நாங்கள் அதைச் சகிக்க மாட்டோம். இது பிரஞ்சியரிடம் இருந்து நாங்கள் கற்ற பல அழகுகளில் ஒன்று.

உணவு மேசையை (இதைத் தீனி மேசை என்பார் ஆனந்த ரங்கர்) நாங்கள் அலங்கரிக்கும் முறையே வேறு. அழகும், சௌகரியமும் மிகுந்த மேசையும், நாற்காலிகளும் முக்கியம். மேசை மேல், அப்பழுக்கற்ற, பூப்போட்ட வெள்ளைத் துணிகள் விரித்து ஒழுங்கு செய்வோம். மதுவில் வகைக்கு ஏற்ப கிளாஸ்களை மட்டுமே பயன்படுத்துவோம். பீர் என்றால் பெரிய அகன்ற கிளாஸ். விஸ்கி, பிராந்திக்கு வேறு சின்னக் குப்பிகளையும் ஒயின்களுக்குப் பயன்படுத்துவோம். சுற்றி அழகான சீனத் தட்டுகள். நிறைய பூக்கள் வரையப்பட்டவை. அவைகளில் உபகாரத் தீனி (சைட் டிஷ்) இருக்கும். ஆளுக்கொரு சிறிய கைத்துண்டு கட்டாயம். தனியாக சோடா, தண்ணீர், இனிப்பு பாட்டில் டிரிங்க் என்று இருக்கும். எங்கள் சப்தம், அடுத்த மேசைக்கும் கேட்பது அநாகரிகம் என்று எங்களுக்குத் தெரியும்.

தெருவில், துணியில்லாமல், குறியை வானத்துக்குக் காட்டியபடி மயங்கிக் கிடப்பவர்கள் சர்வ நிச்சயமாகத் தமிழ்நாட்டுக்காரர்களாகவே இருப்பார்கள். நாங்கள் காட்டுவதில்லை. அண்மைக் காலமாக புதுச்சேரியும் சீரழியத் தொடங்கி இருக்கிறது.

ஜப்பானியர்களின் தேநீர் அருந்துவதில் இருக்கும் ஓர்மை மற்றும் ஆன்மீகப் பரவசத்துடன் அருந்த வேண்டிய ஒரு உள்நோக்குப் பயணம் மது. வன்மம், பகை, கோப தாபம், சிறுமைகளை வெளிப்படுத்திக் கொள்ளும் இடமாக மதுப்பிரதேசம் சீரழிவது, மதுவை அல்ல, அதைக் குடிப்பவரையே நிரூபிக்கிறது.

- பிப்ரவரி, 2009

தெருப்பாடல்கள்

ஒரு அழகிய வரலாற்று நிகழ்ச்சியோடு தொடங்குகிறேன். 1873ஆம் ஆண்டு, தமிழர்கள் பொங்கல் பண்டிகை கொண்டாடிய பொழுது, ஜனவரி மாதம் 16ஆம் தேதி ஒரு மகத்தான நிகழ்ச்சி புதுச்சேரியில் நிகழ்ந்தது. அன்று காலை, புதுச்சேரியில் பிறந்து இங்கேயே கல்விகற்ற பொன்னுத்தம்பிப் பிள்ளை என்கிற இளைஞர், வழக்கறிஞர், அத்தொழிலுக்குகந்த சூட் அணிந்துகொண்டு, ஷுக்களும் காலுறையும் அணிந்துகொண்டு நீதி மன்றத்துக்குள் நுழைகிறார். வழவழத்த நீதிமன்றத் தரையில் பொன்னுத்தம்பி அணிந்திருந்த சப்பாத்துகள் (ஷுக்கள்) பெரும் சத்தத்தை எழுப்பி இருக்க வேண்டும். அந்தச் சத்தம் பிரஞ்சுக்கார நீதிபதிக்கு எதை எதையோ நினைவுபடுத்தி இருக்க வேண்டும். தன் இருக்கையிலிருந்து குனிந்து, பொன்னுத் தம்பியை, அவர் சம்பாத்துகளைக் கண்டு திகைத்துப் போனார். கனம் நீதிபதி பொன்னுத் தம்பியுடன் உரையாடல் நிகழ்த்தலானார்.

'முகே... பொன்னுத்தம்பி. இவை என்ன?'

'மாண்புமிகு நீதிபதி அவர்களே... இவை சம்பாத்துகள் மேன்மை பொருந்திய நீதிபதி அவர்களும் ஏனைய பிரஞ்சு வழக்கறிஞர்களும் அணிகிற சம்பாத்துகள்தாமே அன்றி வேறு அல்ல.'

'அது தெரிகிறது. சப்பாத்துக்களை இந்தியர்கள் அணிய அனுமதி இல்லையே. பிரஞ்சுக்காரர்கள் மட்டுமே அணிய உரிமை பெற்ற சம்பாத்துகளை அடிமை இந்தியர் அணிவது அழகல்லவே.'

'நான் நீதிமன்றத்துக்குள் வழக்கறிஞர் மட்டும்தானே அல்லாமல், இந்தியனா, பிரஞ்சியனா என்கிற பகுப்பு எழவில்லையே.'

'அது அப்படி இருக்க முடியாது. உம்மைப் போன்ற மற்ற இந்திய நாட்டு வழக்கறிஞர்கள் எப்படி வெறும் காலுடன் நீதிமன்றத்துள் வந்திருக்கிறார்களோ, அப்படி இந்தியக் கலாச்சார முறைப்படிதானே நீரும் நடக்க வேணும்.'

‘காலுறையும், சப்பாத்துகளும், இந்தியக் கலாச்சாரம் அல்லவே. நான் என் பணிக்குரிய கலாச்சாரத்தைக் கடைப்பிடிக்கிறேன்.’

இரத்தம் தலைக்கேறிய பிரஞ்சு நீதிபதி கத்துகிறான்.

‘வெறும் காலுடன் ஏனைய இந்தியர்கள் மாதிரி நீதிமன்றத்துக்குள் வருவதானால், வாரும். இல்லையென்றால் வெளியேறும்...’ என்ற நீதிபதி, பொன்னுத்தம்பியை, வழக்கத்துக்கும் மரபுக்கும் எதிரான குற்றம் புரிந்தமைக்காகத் தண்டிக்கிறார். பொன்னுத்தம்பி அடங்கிப் போகத் தயாராக இல்லை. பாரீசில் இருக்கும் உச்சநீதிமன்றத்துக்குப் போகிறார். பெரும் முயற்சிகளுக்குப் பிறகு நீதி கிடைத்தது அவருக்கு. மீண்டும் ஷூ அணிந்தே, நீதிமன்றத்துக்குள் நுழைகிறார். இப்போது நீதிபதி, பொன்னுத்தம்பியின் முழங்காலுக்குக் கீழே பார்க்கவில்லை.

இந்த நிகழ்ச்சி, பிரஞ்ச் ஆட்சியின் கீழ் இருந்த மக்களிடம் பெரும் உற்சாகத்தை ஏற்படுத்துகிறது. உயர் பதவியில் இருந்த ஒரு பிரஞ்சியனை, ஒரு சாதாரணக் குடிமகன் எதிர்த்துப் புறங்காண முடியும் என்கிற வரலாற்றை ஏற்படுத்தி, பின் உருவான சுதந்திரப் போராட்ட எழுச்சிக்கு முதல் அறை கூவலாகவும் மாறியது. பிரஞ்சு ஆட்சியின் கீழ், தமிழர்கள் இரண்டாம் தரக் குடிமக்களாகவே இருந்த நிலை சற்று உயரவும், இந்து மதச் சாதீயப் பெருங்கொடுமைகளில் இருந்து தம்மை விலக்கிக்கொண்டு பிரஞ்சு சமூகச் சட்டங்களுக்குள் தம்மைப் பொருத்திக்கொண்டு தம்மை உயர்த்திக் கொள்ளும் புதிய சட்ட நடைமுறைகள் தோன்றவும் காரணமாக இருந்த பொன்னுத்தம்பியை ‘லா போர்த்’ என்ற பெயரால் பிரஞ்சு அரசும் மக்களும் அறியத் தொடங்கினார்கள். ‘லா போர்த்’ என்ற சொல்லுக்குக் கதவு என்று பொருள். புதுச்சேரியில் பிறந்த தமிழ்க் குடிமக்கள், பிரஞ்சியரின் சமூக நடைமுறைகளைத் தழுவிக் கொள்ளும் ‘கதவை’த் திறந்து வைத்தார் என்பதனால் அந்தப் பெயர். 1910ஆம் ஆண்டு அளவில், பிரஞ்சியர் அரசு வரலாற்றை உருவாக்கிய பெருமக்களின் பெயரைத் தெருக்களுக்கு வைக்கும் நடைமுறையைத் தொடங்கியது. ஒரு தெருவுக்கும் பொன்னுத்தம்பி லாபோர்த் தெரு என்று பெயராயிற்று. இன்னும் அந்தப் பெயரைப் புதுவை மக்கள் பாதுகாத்து வைத்திருக்கிறார்கள்.

ஒரு தெருவை ஒரு பெருமகனின் பெயரைச் சூட்டிக் கௌரவிப்பதல்லால் வேறு எவ்வாறு ஒரு சமூகம் கௌரவிக்க முடியும்?

ஒரு தெருவை, மக்களும், விலங்குகளும், எந்திரங்களும் கடந்து போகும் வழியாக ஒரு தலைமுறை மக்கள் கருதவில்லை. மாறாக

ஒரு வாழ்க்கையும் வரலாறும் கடந்து போகும் வீதியாகவும் கருதினார்கள். ஒரு சமூகத்தில் பொதுப் புழங்கிடமாகத் தெரு இருக்கிறது என்பதோடு வீட்டுக்கு வெளியே வந்து நிற்கும் ஒரு மனிதர், தம்மை ஒரு பொது மனிதராகவும் உணரவும் தெரு எனும் பொது வெளி உதவுகிறது. அரசுகள், தெருக்களைத் தம் உரிமையாகவே கருத இவையே காரணமாக இருக்கின்றன. எந்த நம் தலைமுறை அரசியல்வாதியும் தெருவைப் 'பிளாட்' போட்டு இன்னும் விற்கத் துணியவில்லை.

தமிழர்கள், வீட்டுக்கு நேர் எதிரே கோலம் போடும் வழக்கத்துக்குக் காரணம் கற்பித்து இருக்கிறார் ஒரு பிரஞ்ச் ஆய்வாளர். புதுச்சேரி நகரின் கிராமங்களின் வீடுகள் பற்றிய அந்த ஆய்வு, பொதுத்தளம் என்று அறியப்பட்ட தெருவையும் ஆய்வுக்குட்படுத்துகிறது. தமிழர்களின் வீடு என்பது தெருவில் தொடங்குகிறது என்கிறது அந்த ஆய்வு. யாருக்கும் சொந்தமற்ற தெரு, யாருக்கும் சொந்தமாகவும் ஆகிய விந்தை நிகழ்கிறது. தெருவுக்கும் திண்ணைக்கும் இடைப்பட்ட பகுதி, வீட்டாளர் புழங்கவும், தெருவாளர் புழங்கவுமான ஒரு பொதுப் பிரதேசமாகிறது. திண்ணைகள் உள்ளபடி வீட்டார்க்கும் பயணிகளுக்கும் பரதேசிகளுக்கும் உரியதாகின்றன. ஆக, வீட்டாளரின் வீட்டின் உரிமை என்பது தெருக் கதவுக்கும் பின்னாலேதான் தொடங்குகிறது. தமிழக வீடுகள், இத்தாலியரின் (ரோம நாகரிகத்தின்) வீடுகளைப் பெரிதும் ஒத்திருப்பதையும் அந்த ஆய்வாளர் விளக்குகிறார்.

நமது இப்போதைய அக்கறை தெருக்கள்மீதுதான். ஒரு தெருவும், அதன் இருபக்கமும் ஒழுங்குற அமைக்கப்பட்ட, நேர்வாக்கு எடுத்து வாரப்பட்ட தலைமாதிரி இப்போதிருக்கும் வீடுகள் மாதிரி எப்போதுமே தெருக்களின் அமைப்பு இருந்ததாகச் சொல்லமுடியவில்லை. ஆதிகாலத்து மக்கள் தங்கள் தொழிலிடங்களின் அருகில் வீடுகளை அமைத்துக் கொண்டிருப்பார்கள். நன்செய்கள், புன்செய்கள், குளம், குட்டைகள், ஆற்றோரங்கள் என்பவைகளின் அருகே குடியிருப்புகள் அமைந்தன. குடி இருப்புகளாகிய வீடுகளிலிருந்து தங்கள் பணி இடங்கள், நீர்நிலைகள், வழிபாட்டு இடங்கள் என்பவைகளுக்குப் போகவும் வரவுமாக மக்கள் தங்கள் நடைகளிலிருந்தே முதலில் தெருக்களை அமைத்தார்கள். இதையே ஒற்றையடைப்பாதை என்று அழைத்தார்கள். போக்குவரவு மிகுதலும், வண்டிகளும் கால்நடைகளும் இணைந்து பாதையைப் பெரிதாக்கித் தெருக்களாக்கின. தெரு என்ற சொல்லுக்கே வழி என்றுதான் பொருள். ஒரு இடத்திலிருந்து இன்னோர் இடத்துக்குக் கொண்டு சேர்க்கும் வழிகளே பின்னர் தெரு என்றும் தெருவும் என்றும்

அறியப்பட்டன. இரு ஊர்களையும், பல ஊர்களையும் இணைக்கும் வழிகளைப் பெருவழியாகச் சொன்னார்கள்.

தெருக்களில் நாம் மட்டும்தான் நடக்கிறோம் அல்லது கடக்கிறோம் என்பதில்லை. நாகரிகமும் கலாச்சாரமும் கடக்கின்றன. வணிகர்கள், உப்பை மட்டும் விற்றுக்கொண்டு தெருமீது செல்லவில்லை. மாறாக, நம் கலாச்சாரத்தையும், நம் மொழியையும் கொண்டுபோய் உலக மக்களிடம் சேர்த்தும், அங்கிருந்து தமிழுக்கும் கொண்டு வந்தும் நம்மைச் செழுமையாக்கினார்கள். துணியைக் குறிக்கும் 'சித்து' எனும் தமிழ்ச் சொல்லை பாபிலோனுக்குக் கொண்டு சேர்த்ததோடு நில்லாமல், கிரேக்க மொழிக்கு 'அரிசியை' எடுத்துச் சென்றார்கள். சீனத்திலிருந்து தெருவழியாகத்தான் சீனாக் கற்கண்டும் சீனப்பட்டும் நமக்கு வந்து சேர்ந்தன. வணிகர்கள் வெறும் வியாபாரிகளாகச் செயல்படவில்லை. மாறாகக் கலாச்சாரத் தூதர்களாகவும் செயல்பட்டிருக்கிறார்கள். ஒருமுனையில் தொடங்கி, இன்னொரு முனையில் முடியும், ஒரு தெரு, இரண்டு வேறுவேறு இருப்புகளை இணைவிக்கிறது. மிக முக்கிய இடங்களை நோக்கி மக்கள் பலரும் பல திசைகளில் இருந்தும் நடந்து நடந்து புதிய புதிய வழித்தடங்களை உருவாக்கினார்கள். மதுரை என்கிற பாண்டியரின் தலைநகருக்கு இப்படிப் பல தடங்கள் உருவாகி இருந்தன. பூம்புகாரை விட்டுத் திருச்சி உறையூருக்கு வந்து சேர்ந்த கோவலனும் கண்ணகியும் மதுரைக்குச் செல்லும் வழியை மாங்காட்டு மறையோனிடம் கேட்டுத் தெளிகிறார்கள். மதுரைக்கு மூன்று பெருந் தடங்கள் அன்று இருந்திருக்கின்றன. அவைகளில் சுலபமானதும் சங்கடம் நிகழாததுமான வழி எதுவாக இருக்கும் என்பதே கோவலன் கவலை. அனேகமாகத் தமிழ் இலக்கியத்தில், சங்க இலக்கியமான பத்துப்பாட்டுக்கு அடுத்துப் பெரும் வழிகளைச் சொன்ன இலக்கியம் சிலப்பதிகாரமே ஆகும்.

சிவனின் திரிசூலும்போல அந்த மூன்று வழிகளும் இருக்கிறதாம். வலப்புறம் செல்லும் பெரும் வழி கொடும்பானூரைத் தாண்டிய பாலைக் காட்டில் தொடங்குகிறது. புல்லும் காய்ந்து, மான்கள் அருந்த நீர் இன்றித் தவிக்கும் காட்டைக் கடந்தால், வாழையும் பலாவும், மாவும் தெங்கும் விளைந்து களைத்த சிறுமலையைக் கடந்தால் மதுரையை அடையலாம் என்று வழிகாட்டிய மறையோன், அதை விளக்குகிறான். இடதுபுற வழி, சற்றேறக் குறைய புனைவுகளாலேயே நிரம்பி வழிகிறது. நடுவழியே ஏற்றுக் கொள்ளுங்கள் என்று அறிவுரைக்கிறான் அவன்.

இந்தத் தெருக்களின் வரலாற்றைச் சொல்ல வந்த இளங்கோ அடிகளுக்கு, அவர் காலத்து மொழி தொடர்பான பிரச்சினை

ஒன்றையும் தொட நேர்ந்திருக்கிறது. தமிழ் மொழிக்கு அதன் மூல இலக்கணமாக இந்திரன் இயற்றிய ஐந்திரம் என்பதே இருக்கிறதாக, வைதீகம் சார்ந்த வைதீகத்துக்கு அடிமைப்பட்ட பார்ப்பனர்களும், பார்ப்பனர்களை வழிபட்ட அ-பார்ப்பனர்களும் சொல்லித் திரிந்த ஒரு காலச் சூழலில், கருத்துப் பிரச்சினைகளில் இளங்கோ அடிகள் சிக்கி இருக்கிறார். அல்லது சிக்க வைக்கப்பட்டுள்ளார். ஒரு தமிழ்க் கவி என்ற முறையில் இதை எதிர்கொள்ள இளங்கோ விரும்புகிறார். 'இடைவழியில் இருக்கும் ஒரு பொய்கையில் மூழ்கினால், இந்திரனின் ஐந்திரத்தைக் கற்ற அறிவு வரம் பெற்று பிறவிப்பயனை அடையலாய்' என்று மறையோன் வழி சொல்லும்போதே, தொல்காப்பியம் முதலான தமிழ் மூல இலக்கணங்களையும் மறுக்கிற, ஆரியத்தை உயர்த்திப் பிடிக்கிற பார்ப்பனக் குறும்பையும் சேர்ந்தே வழி சொல்கிறான். மறையோன் கருத்தைக் கோவலன் மறுக்கவில்லை. அது அவன் அறிவுக்கு அப்பாற்பட்டது. கவுந்தி அடிகள் மறுக்கிறார். 'இந்திரன் படைத்ததாக அறியப்படும் ஐந்திரத்தைக் கற்கும் நிலை எமக்கில்லை. அருகப் பெருமாள் அருளிய பரமாகமத்தின் மூலம், நாங்கள் ஐந்திரத்தைக் கடக்கிறோம்' என்பதாகப் பதில் சொல்கிறார். ஐந்திரமும் இன்று இல்லை. பரமாகமும் இன்றில்லை. தொல்காப்பியம் இருக்கிறது. கவுந்தியும் ஒரு மதக்காரர். மறையோனும் ஒரு மதக்காரன். இடையில் விடுபட்டுப் போவது தொல்காப்பியம் என்கிற தமிழ் இலக்கணம்தான். தொல்காப்பியரே, ஐந்திரம் நிறைந்தே தமிழ் இலக்கணம் படைத்தார் என்றே இன்றும் பேசப்பட்டுக்கொண்டிருக்கிறது.

நம் மூதாதையர்கள், தெருக்களைப் பற்றிய பல சாதகமான அழகியல் பூர்வமான சிந்தனைகளைக் கொண்டிருந்தார்கள். 'ஆறு கிடந்தன்ன அகல நெடுந்தெரு' என்கிற உவமை பல இலக்கியங்களில் தொடர்கிறது. அகலமான ஆறுகளை, அவை படுத்துக் கிடப்பதுபோலத் தெருக்கள் கிடப்பதாகக் கவிஞர்கள் கற்பிக்கிறார்கள். 'ஆறில்லா ஊருக்கு அழகு பாழ்' என்ற மொழியையும் இத்துடன் இணைத்துப் பார்க்கவேண்டும். காதலித்துவிட்டுத் தலைவிகளை விட்டுக் கழன்று சென்ற தலைவர்களைப் பார்த்து, 'சீக்கிரம் கல்யாணத்துக்கு வழி பாரப்பா' என்று தோழிகள் சொல்கிற அறிவுரைகளின் போதெல்லாம் தெருக்கள் இடம் பெறுகின்றன, பல சங்கப் பாடல்களில். காதலர்களுக்குப் பெரும் பிரச்சினையாக இருவர் இருந்துள்ளார்கள். ஒருவர் தாய். மற்றவர் நாய். இருவரும் உறங்குவதில்லை. தாயார்கள், தங்கள் மகள்களின் உடம்பு வேறுபாட்டால் கவலைகொண்டு உறங்குவதில்லை. நாய்கள் குரைத்து ஊரை எழுப்பிவிட என்றே

உயிர் வாழ்கின்றன. 'இரவு நேரங்களில் தலைவியைச் சந்திக்க நீ வரும் காட்டு வழிகளில் புலிகளோ, யானைகளோ எதிர்ப்படலாம். பாம்பு பிடுங்கிவைக்கலாம். என்னத்துக்கு கஷ்டம். கல்யாணம் பண்ணிக்கொள்ளேன்' என்கிறார்கள் தோழிகள்.

இன்றைய பெரிய ஓட்டல்களில் கொடிகள், பல வண்ணங்களில் அழகுக்காக ஏற்றப்படுவனபோல, சங்க காலத்தில் மாடி வீடுகளில் கொடிகள் பறந்து தெருக்களுக்கு அழகூட்டின. மண் தெருக்களில் எழும் புழுதியை யானைகளின் மத நீர் அடக்குகிறது என்கிறார் ஒரு புலவர். நடுவில் தெருக்கள் பறவைகள்போலவும், இருபுற வீடுகள் இருபுறத்துச் சிறகுகள்போல விரிகின்றன என்கிறது ஒரு பாடல். தெருக்களில் பரத்தையர்கள் திரிந்து, தெருவுக்கு அர்த்தமும், அழகையும் தருகிறார்கள். அவர்களுடன் கூட பாணர்கள் தங்கள் இசைக்கருவிகளோடு அலைகிறார்கள். பாணர்கள் மரபு மாறி, புலவர்களின் மரபு ஸ்தாபிதம் ஆனபிறகு, பாணர்கள் கலைஞர்கள் என்ற நிலையில் இருந்து கீழ் இறங்கி, காமத் தரகர்களாக மாறுகிறதைத் தெருக்கள் உரத்துச் சொல்லிக் கொண்டே இருக்கின்றன. குழந்தைகள், தெருக்களில் தேர் உருட்டி விளையாடிக்கொண்டிருக்கிறார்கள். தெருவில், ஒருத்தி உருவாக்கிய மணல் வீட்டை, ஒரு குறும்புக்கார இளைஞன் சிதைத்துவிட்டுச் செல்கிறான். தெருக்கள், பல காதல்கள் முளைக்கும் இடமாகச் செயல்படுகின்றன. ஊரை, மாயோனின் கொப்பூழ்போல இருப்பதாகவும், அப்பூவின் இதழ்களைப் போன்றவை போலவாம் தெருக்கள் என்கிறார் ஒரு புலவர். அமைச்சர் பெருமக்கள் வருகை தருவதாக இருந்தால் மட்டுமே, தெருவை ஒழுங்கு செய்யும் இன்றைய அதிகார வர்க்கம்போலத்தான் அன்றைய அதிகாரமும் இருந்துள்ளது. அரசன் மற்றும் கடவுள்கள் ஊர்வலம் செய்யும் தெருக்களை மட்டும், அழகாகவும், சௌகரியமாகவும் வைத்திருக்கிறார்கள். அரசு ஊழியர்கள் அரசர்கள் தெருக்களில் உலா வரும்போது ஏழு பருவப் பெண்களும் தங்கள் வசம் இழந்து, இடை அணி நெகிழ்ந்து விழ, அத்துடன் ஆடையும் நெகிழ்ந்து கால்வழி வழிவதாக அரசுக் கூலிப்புலவர்கள் பாடி வைத்து இருக்கிறார்கள். இந்தக் கூலிகளுக்கு அந்தக் காலத்திலும் 'கவிச் சக்கரவர்த்திகள்' என்றே பெயர் இருந்திருக்கிறது. சோழ அரசர்கள் கால அவலம் பாரதூரமானது என்றே வரலாறு சொல்கிறது.

தெருவுக்குப் பூணல்போட்டு மகிமைப்படுத்திய காலம் இன்றுபோல் அன்றும் இருந்திருக்கிறது. இதுவும் 'தமிழ்'ப் பண்பாட்டில் ஒரு பகுதிதான். கோவிலை மையப்படுத்தியே கடந்த ஆயிரம் ஆண்டுகளில் புதிய ஊர்கள் உருவாக்கப்பட்டுள்ளன.

கோவிலைச் சுற்றி அக்ரகாரங்கள், அர்ச்சகர்கள் வாழிடங்கள், கோயில் பணியாளர்கள் வாழ் இடங்கள், கோவில் தேவர் அடியார்கள், அதற்கடுத்து வேளாளப் பிரமுகர்கள் வாழ் இடங்கள், ஊருக்குச் சேர்த்தி இல்லாமல் சேரிகள் என்றே வடிவமைக்கப்பட்டன. பிராமணத் தெரு, வேளாளர் தெரு, வன்னியர் தெரு, கம்மாளர் தெரு, நெசவாளர் தெரு என்றே சாதிகளின் பெயரால் தெருக்கள் ஏற்படுத்தப்பட்டன. சாதிகளால் மட்டுமே அடையாளம் காணப்பட்ட மக்கள், தங்கள் சாதித் தெருக்களில் தங்களைப் பொருத்திக்கொண்டார்கள். வலங்கைப் பிரிவுகள் என்றும் இடங்கைப் பிரிவுகள் என்றும் சாதிகள் தொகுக்கப்பட்டன. விவசாயம், விவசாயம் சார்ந்த தொழிலாளர்கள் வலங்கையர்கள் என்றும், பெரும்பான்மை கைத்தொழில் செய்வோர் இடங்கையர் எனவும் சொல்லலாம். இடங்கையர்க்கும் வலங்கையர்க்கும் நீடித்த ஆயிரம் ஆண்டுப் போரே தமிழ் வரலாறாக நீடித்து வந்திருக்கிறது. ஐரோப்பிய அரசுகள் முதலாகத் தமிழகத்தை ஆண்ட அரசுகள் அத்தனையும், பொருளாதாரத்தில் வலுவாக இருந்த சாதிகளையே சார்ந்து வளர்ந்தும், வளர்த்தும் வந்துள்ளன.

கடந்த 300 ஆண்டுகளுக்கு முன்பு, புதுச்சேரி சமுதாயத்தை அடிப்படையாகக்கொண்டே இதை விரிவாக ஆராயலாம். தமுக்கடிப்பவர், கொம்பு குழல் ஊதுவோர், செட்டிகள், கம்மாளர், கொல்லர், சக்கிலிகள், தச்சர் போன்றோர் இடங்கையர் என்றும், முதலி, பிள்ளை, சவரை, அகமுடையர், வேளாளர், கைக்கோளர், கோமுட்டி போன்றோர் வலங்கையர் என்றும் அறியப்பட்டார்கள். அரசுகள் எப்போதும் வலங்கையர் சார்பாகவே இருந்துள்ளன. பிராமணர்கள், மற்றும் யாதவ பிள்ளைகள் இந்தப் பகுப்பில் சேர்க்கப்படவில்லை. பார்ப்பனர்கள் ‘உயர்ந்தவர்கள்’. யாதவ சாதியில் கிருஷ்ண பகவான் பிறந்தார். ஆகவே அது உயர்ந்தது. பல தெருக்களில் இடங்கையர்கள் நடக்கவும் கூடாது என்றுகூட சட்டம் இருந்துள்ளது. புதுச்சேரி வரலாற்றை முதல் முறையாகக் குவர்னர் துய்மா என்பவர் தாம் புதிதாக உருவாக்கிய ராச வீதியில் எல்லாச் சாதியரும் நடக்கலாம் என்று முரசறைத்து அறிவிக்கிறார். ஒரு உற்சவத்தின்போது இடங்கைச் செட்டியார் ஒருவர், வெள்ளைக் குதிரையில் ஊர்ந்து போனார். இது வலங்கை சாதியர்க்குக் கோபத்தை உருவாக்கியது. ‘வெள்ளைக் குதிரை, வெண்குடை, வெள்ளை அங்கி இவையெல்லாம் வலங்கையர் உரிமை. வேண்டுமென்றால் கறுப்புக் குதிரையில் போ’ என்றார்கள் வலங்கைப் பிரமுகர்கள். செல்வாக்கு மிகுந்த வேளாளர்களைப் பகைத்துக் கொள்ள விரும்பாத குவர்னர் துய்ப்பிளக்ஸ், அந்தச் செட்டியைப் பிடித்துச் சிறையில் போட்டார்.

இடங்கையர்களுக்கு என்றும் வலங்கையர்களுக்கு என்றும் தேவரடியார்கள் இருந்துள்ளார்கள். ஆனந்தரங்கர் ‘தேவடியாள்’ என்றே எழுதுகிறார். இடங்கையர்கள், ஆசைப்பட்டால் இடங்கைத் தேவடியாளிடமே போகவேண்டும். அதுபோல வலங்கையர் வலங்கைத் தேவடியாளிடம் மட்டுமே போக வேண்டும். ஆசைப்பட்டு குறுக்கு மூலை பாயக்கூடாது. பாய்ந்த பலபேர் பெரும் துன்பங்களில் சிக்கிக்கொண்டு தவித்தார்கள்.

ஒரு கல்யாண ஊர்வலம் செட்டித் தெருவழியாகப் போனது. வலங்கை மனிதர்கள், பிரமுகர்கள் நடந்துபோனார்கள். எங்கோ ஒரு வீட்டுத் தெரு நடையில் இடங்கைத் தேவடியாள்கள் சிலர் அமர்ந்து சாவகாசமாக வெற்றிலை போட்டுக்கொண்டபடி பேசிக்கொண்டிருந்தார்கள். வலங்கைப் பிரமுகர்கள் நடந்து சென்றதை உள்ளபடியே அவர்கள் கவனிக்கத்தான் இல்லை. அவர்கள் சம்பாஷணையில் அவர்கள் ஈடுபட்டுள்ளார்கள். இது தங்களை அவமானம் செய்துவிட்டதாக வலங்கைப் பிரமுகர்கள் கருதினார்கள். நேராக குவர்னரிடம் போய் பிராது செய்துகொண்டார்கள். குவர்னர் அந்தப் பரிதாபப்பட்ட பெண்களைப் பிடித்துச் சிறையில் போட்டான். நாட்கள் பல கடந்தன. இடங்கைத் தேவடியாள்களுக்குப் பரிந்துகொண்டு இடங்கைச் செட்டியார்கள் வந்தார்கள். அவர்களை விடுதலை செய்யப் பணம் கேட்டான் குவர்னர்.

‘சரி ஐயா... நாங்கள் தெருவில் நடந்து போனால், வலங்கைத் தேவடியாள்கள் எழுந்து மரியாதை தருகிறார்களா’ என்று கேட்டார்கள் இடங்கைச் செட்டிகள்.

‘அது வாடிக்கை இல்லை’ என்பதே பதிலாக இருந்தது. சிறைப்பட்ட பெண்கள், தாங்கள் எதுக்காகச் சிறைப்பட்டோம் என்றே அறியவில்லை என்பதுதான் சோகம்.

பெண்களாகப் பிறந்தது மட்டுமல்ல, தேவரடியார்களாக வாழ்வது பெரும்பாவம் என்பதே அக்காலத்தின் குரலாக இருந்தது. புதுச்சேரி வரலாற்றில், நடந்த பல கொலைகள், சாமி எந்தத் தெருவில் போகலாம், எத்தெருவில் போகக்கூடாது என்பதால் ஏற்பட்ட கலகத்தால் விழுந்த கொலைகள் என்று வரலாறு சொல்கிறது.

பிரஞ்சியர் காலத்தில், 250 பறையர் குடும்பங்கள் இருந்தன. அவர்கள் வாழ்ந்த இடத்தைக் குறிப்பிடும்போது பண்ணிப் பறச்சேரி, பெரிய பறச்சேரி, சுடுகாட்டுப் பறச்சேரி, உழந்தைப் பறச்சேரியில் வாழ்ந்ததாக ஆனந்தரங்கர் குறிப்பிடுகிறார். சேரிகளில் தெருக்கள் இருந்த தகவல்கள் இல்லை. பறையர்கள், பள்ளர்கள்,

தோட்டிகளைத் தமிழராக ஏற்றுக் கொள்ள ஆனந்தரங்கர் உள்ளிட்ட எந்த வரலாற்று ஆசிரியர்க்கும் மனம் வரவில்லை. தமிழர்கள் மற்றும் பறையர்கள் என்றே குறிப்பிடப்படுகின்றனர். பிரஞ்சுக்காரர்கள் வீட்டில், சமையல் பணி செய்த சில பறையர்கள் மட்டுமே, வெள்ளைக்காரத் தெருக்களில் வாழ அனுமதிக்கப்பட்டிருந்தனர். அரசு வெள்ளையர் பக்கம் இருந்ததால், வைதீகம் வாயைப் பொத்திக்கொண்டு இது பற்றிப் பேசாமல் இருந்தது. உயர்சாதி வெள்ளாளர்கள் மற்றும் ரெட்டிகள் இதன் காரணமாகவே வெள்ளையர்களை மறைவாகத் தாழ்ந்தவர்களாகவே கருதி இருக்கிறார்கள். துறையூர் பாளையக்காரரான ஒரு ரெட்டி, தன் வீட்டில் மரியோன் என்கிற தாழ்த்தப்பட்ட கிறித்துவன் உட்கார்ந்து எழுந்து சென்றமைக்காக வீட்டைச் சாணி போட்டு மெழுகி இருக்கிறான்.

எந்தத் தெரு வழியாக வைதீகம் தமிழகத்துக்குள் புகுந்ததோ அத்தெரு வழியாகவே இந்தச் சாதி ஒடுக்கு முறைகளும் புகுந்தன. இதற்குக் கடுமையான எதிர்வினை ஆற்றி இருக்கிறாள் குவர்னர் துய்ப்பிளக்கின் மனைவி ழான். யுத்தம் காரணமாகவும், வியாபாரம் காரணமாகவும் செட்டிகளும் கோமட்டிகளும் வீட்டைப் பூட்டி வெளியூர் சென்ற காலங்களில் அந்த வீடுகளின் பூட்டை உடைத்து வீடுகளைத் தாழ்த்தப் பட்டவர்கள் ஆக்கிரமிக்க அனுமதி தந்தாள் ழான். 'ஐயோ... செட்டித் தெருவும், கோமட்டித் தெருவும் பறைத் தெருவாக ஆகிவிட்டதே என்று வயிறெரிந்து ஓலம் இட்டிருக்கிறார்கள் மேலோர்கள். துய்ப் பிளக்சுக்குப் பின்னாளில் ஏற்பட்ட பல துன்பங்களுக்கு ழானின் இந்தச் செயலும் ஒரு காரணமாக அமைந்துவிட்டது. எனினும் புதுச்சேரி வரலாறு ழானை வாழ்த்திக்கொண்டிருக்கிறது. தெரு என்கிற பொதுப்புலம், உண்மையாகவே பொதுப்புலமாக மாறியது, வெள்ளையர் ஆட்சிக் காலத்தில்தான் என்பதை நினைவில் இருத்த வேண்டும்.

தெருக்கள், பல வரலாறுகளை தம்முள் அடக்கிக்கொண்டு படுத்துக்கிடக்கின்றன. மனிதர்கள் அவைகளை மிதித்து நடப்பதை அவை மகிழ்வுடன் ஏற்றுக்கொள்கின்றன. காரணம், மனிதர்கள் தெருக்களின் மடியில் பிறந்தவர்கள் என்பதை அவை அறிந்திருப்பதுதான். மக்கள் நடமாட்டம் ஓய்ந்த இரவுகளிலும், வைகறைகளிலும் அவை பேசுகின்றன. இரவுகளில் திரிகிற கலைஞர்கள் மற்றும் கவிஞர்கள் தெருக்களின் உரையாடலைக் கேட்க முடியும். அவர்களே கேட்க முடியும்.

- மார்ச், 2009

ஒரு அரவாணியின் முதல் தமிழ் நாவல்

தமிழ்ப் புனைகதை வெளியில் ஒரு முக்கிய நிகழ்வாக, பிரியா பாபு எழுதிய 'மூன்றாம் பாலின் முகம்' என்று ஒரு நாவல் வெளிவந்திருக்கிறது. மிக அண்மையில் வெளிவந்த இதுவே அரவாணி ஒருவரால் எழுதப்பட்ட முதல் தமிழ் நாவல் என்கிற ஒரு ஆவணத்துக்குரிய பெருமையைப் பெறுகிறது. ஆண்களும் பெண்களும் மட்டுமே அடர்ந்த கதை வெளியில் அரவாணிகள் பிரவேசிப்பது மிகவும் ஆரோக்கியமான சூழல் என்பதோடு, சகல மனித உரிமைகளோடும் கூடிய நிகழ்வாக இது விளங்குகிறது. பிரியா பாபு ஏற்படுத்தி இருப்பது. ஒற்றையடிப்பாதை எனினும், பாதை.

வரலாற்றுக் காலத்தில் இருந்து சாதி, மத மற்றும் பார்ப்பனியக் கட்டமைப்புகளால் ஒடுக்கப்பட்ட தலித்துகள் பெண்கள், சிறுபான்மையினர் மேலெழும் காலம் இது. அவர்கள் பற்றி அவர்களாலும் பிற சமூகத்தாலும் எடுக்கப்படும் கதையாடல்கள் மேலெழத் தொடங்கிவிட்டன. விளிம்பு நிலை மக்களினும் புறத்ததாக, வெளிச்சமே பரவாத இருட்டில் வைக்கப்பட்டவர்களாக அரவாணிகள் இருந்தார்கள், இருக்கிறார்கள். ஆகக்கடைசிப் படிகளில் வைக்கப்பட்டவர்கள் இவர்களே ஆவர். ஒரு சமூகமே மெலெழுந்து அவர்களை, மிகுந்த அருவருப்புகொண்டு விலக்கியும், இழிவு படுத்தியும், கேலி கிண்டலுக்கும் வசை மொழிக்கும் உள்ளாக்கியும் தனித்து வைத்திருக்கும் ஒதுக்கலில் இருந்து மீறிச் சில ஒற்றைக் குரல்கள் வெளிப்படத் தொடங்கி இருக்கின்றன. மிகுந்த ஆளுமையும் வன்மையும்கொண்ட குரலாகப் பிரியா பாபு வெளிப்பட்டிருக்கிறார். இயக்க பூர்வமாகவும், செயல்பாட்டு அளவிலும் ஏற்கனவே அரவாணிகளின் மனசாட்சியாகவும் இயங்கிக்கொண்டிருக்கும் வெகுசிலரில் குறிப்பிடத்தகுந்த பிரியாபாபு இப்போது நாவலுடன் சமூகத்தின் மனசாட்சியுடன் ஓர் உரையாடல் நிகழ்த்த வந்திருக்கிறார்.

ரமேஷ் என்கிற பதின்பருவச் (டீன்ஏஜ்) சிறுவன், எங்ஙனம் படிப்படியாக, தான் பெண் என்பதை உணர்கிறான் என்பதிலிருந்து

கதையைத் தொடங்குகிறார் ஆசிரியர். பார்வதி வெளியே சென்று திரும்புகிறபோது, வீட்டிலிருந்து ஒரு பெண் பாடும் சப்தம் கேட்கிறது. பெண் வீட்டில் இல்லாதபோது, எங்கிருந்து பெண்பாட்டு? அவள் ஜன்னல் வழி கவனிக்கிறாள். உள்ளே அவள் மகன் ரமேஷ், அம்மாவின் ஜாக்கெட்டையும் புடவையையும் அணிந்து, அழுத்தமான மேக்கப்போடு, கண்ணாடி முன் நின்று பாடியும் ஆடியும் களிப்பதைக் கண்டு பார்வதி அதிர்ச்சியடைகிறாள்... இது குடும்பத்துக்கு நேரும் அவமானம் என்று துவள்கிறாள். ரமேஷின் அண்ணனும், தம்பி 'இப்படி' இருப்பதை வெறுக்கிறான். வெறுப்புக்கும், தெரு, பள்ளியில் கேலிக்கும் இழிவுக்கும் உள்ளாகும் ரமேஷ், மூத்த அரவாணியான ஜானகியம்மாளிடம் அடைக்கலம் ஆகிறான். ஜானகி, அவனுக்குப் புத்தி சொல்லி அரவாணி வாழ்க்கையின் அவலத்தைச் சொல்லி எச்சரிக்கிறாள். பார்வதி, அரவாணிகள் சிலர் சைதைக் கடைத்தெருவில் பிச்சை எடுக்கும் காட்சியைக் கண்டு, தன் மகனுக்கும் அதுவே கதி என்று பதறுகிறாள்... பிச்சை எடுத்துப் பிழைக்கும் ஒரு அரவாணி, தன் முன் பிச்சை கேட்கும் ஒரு மூதாட்டிக்கு உதவுவதைக் கண்டு ஆச்சரியப்படுகிறாள் பார்வதி. ஒரு ரயில் பயணத்தில் பார்வதி, அரவாணிகளுக்குப் பணி செய்கிற கண்மணி என்பவளைச் சந்திக்கிறாள். அவள்மூலம், பால் திரிபு அல்லது பால் மாற்றம் பற்றிய புரிந்துணர்வை அடைகிறாள். ரமேஷை அவளால் புரிந்து கொள்ள முடிகிறது. ரமேஷ், தான் அவாவும் பெண்பாலைத் தேர்வு செய்கிறான். பாரதி என்ற புதிய பெயரை ஏற்கிறான். தன் அரவாணி சமூகத்துக்காகப் பணி செய்ய உறுதி கொள்கிறாள் பாரதி.

'மூன்றாம் பாலின் முகம்' நாவலின் நிகழ்ச்சி அடுக்குகள் இவை. மிகச் சரியான இடத்தில் தொடங்குகிறது கதை. பொதுவாகச் சிறுவர்கள், வளர்ச்சிப் போக்கில் அம்மா, சகோதரிகள் என்கிற வளையங்களில் இருந்து விடுபட்டு, பையன்கள், பையன்கள் சார்ந்த வெளிகளில் புழங்கி, தாங்கள் ஆண்கள் என்கிற உணர்வை எய்தி, சமூகம் அவர்களுக்கென்று ஏற்படுத்தித் தந்த பிரதேசங்களில் தங்களைப் பொறுத்திக் கொள்கிறார்கள். ஆண் இடம், ஆண் செய்கைகள் என்று எவையும் இல்லை. இவையெல்லாம் சமூகக் கருத்தியல்களின் விளைவுகள். சிறுவன் ஒருவன், தன் பதின்பருவத்தில் பெண் சார்ந்து, அம்மா, அக்கா, தங்கை மற்றும் அருகிலிருக்கும் பெண்கள் சார்ந்து, பெண்களுக்கென்று விதிக்கப்பட்டுள்ள வீட்டுப் பணிகளைச் செய்து, மனத்தளவில் தான் பெண், தனக்குள் ஓங்கி வளர்வது பெண் உணர்வே என்று அறியத் தலைப்பட்டபோது அவன்

பிரச்சினைகளை எதிர்கொள்கிறான். ஆணாக அறியப்படும் ஒருவன், தான் தன்னைப் பெண்ணாய் உணர்வதும், அதற்குத் தக நிலவும் ஆடை அணிகளை அணிவதும், அந்த மனிதனின் சுதந்திரம் என்பதைச் சமூகம் ஏற்க மறுக்கிறது. ஆண் என்பவன், எங்ஙனம் பெண் ஆகலாம் என்பதே சமூகத்தின் கேள்வியாகிறது. ஆண், பெண்ணாவது என்பது, ஆணின் அதிகாரத்தை எதிர்க்கும் சவாலாக ஆண் சமூகம் உணர்ந்து, எதிர் நடவடிக்கையில் இறங்குகிறது. அரசுகள், அவை கைக்கொள்ளும் அதிகாரங்கள் எல்லாம் ஆண் மையம் கொண்டவை. எனவே, அரவாணிகளின் இருப்பை, அவர்களின் புழங்குவெளியைச் சட்டங்களாலும் நெறி முறைகளின் பெயராலும் ஒடுக்குகிறவைகளாக அரசுகள் மாறுகின்றன. அரசு அதிகாரம் ஆகியவைகளின் குறுவடிவமாக குடும்பங்கள், தன் அரவாணிக் குழந்தையைத் தம் பகை வடிவாகக் கொள்கின்றன. அவமானச் சின்னமாகவும் கருதி அரவாணிக் குழந்தைகளைப் புறக்கணிக்கின்றன. கடும் சிறை, தாக்குதலால், ஒரு கட்டத்தில் அச்சிறுவன் வெளியேறி, தன் இனம் என்று அவன் உணரும் அரவாணிகள் குழுவில் தன்னை இணைத்துக் கொள்கிறான். இதில் அவன் அடையும் சமூகப் பாதுகாப்பே மிக முக்கியம். அவன், தன்னைப் பெண்ணாக ஆக்கிக் கொள்கிறான். அவன் விருப்பம், ஆசை, வாழ்முறை அது என்று அதை ஏற்றுக் கொள்வதே அறிவுபூர்வமான சமூகத்தின் செயல்முறை. நம் சமூகம் மூடச் சமூகம். ஆகவே அரவாணிகள் இவ்வளவு இழிவுக்குள்ளாகிறார்கள்.

அரவாணிகளில் பலர் பள்ளி வகுப்புகளையும் முடிக்காதவர்கள். அந்தப் பதின் பருவத்திலேயே அவர்களின் அடையாளக் குழப்பம் தொடங்குவதன் காரணமாக அவர்கள் குடும்பங்களிலிருந்து வெளியேறுகிறார்கள் அல்லது வெளியேற்றப்படுகிறார்கள். தொழில் அறிவும் அவர்களுக்கு வாய்ப்பதில்லை. எனவே, வேறு வழி இன்றியே அவர்கள் பிச்சை ஏற்கவும், விபசாரம் செய்யவும் நேர்கிறது. இதில் அரவாணிகளின் தவறு எங்கிருக்கிறது? அந்த அரவாணிக் குழந்தையின் குழப்பம் தலைப்படும்போதே, அதைப் பரிந்து பேசி, அக்குழந்தையைப் புரிந்து கொள்ளும் கடமையை மேற்கொள்ளாத குடும்பங்களே/சமூகமே/அதிகாரக் கூடாரங்களே தவறு செய்தவர்கள்.

ஒரு அரவாணி உருவாவது என்பது பற்றிய விஞ்ஞானத் தகவல்கள் பல புதிர்களைக் கட்டவிழ்க்கின்றன. மகாராசன் தொகுத்த 'அரவாணிகள்' என்னும் மற்றும் ஒரு முக்கிய ஆவணமான நூலில் டாக்டர் ஷாலினி நமக்குப் புதிய பல தகவல்களைச் சொல்கிறார். இந்தப் பூலோகத்தில் பிறக்கும் எல்லா

ஜீவராசியும் 'ஜனிக்கும்' அந்தக் கணத்தில் பெண் பாலாய்த்தான் ஜனிக்கிறது. அந்த உயிர்க்கரு பெண்ணாகவே இருக்கிறது. அந்தக் கருவின் உடம்பில் ஒற்றை Y குரோமோசோம் வீற்றிருந்தால், அது கரு உருவான ஆறாம் வாரத்தில் டெஸ்டோஸ்டீரோன் எனும் ஹார்மோனை உற்பத்தி செய்கிறது. அந்த டெஸ்டோஸ்டீரோன் என்ற ஹார்மோன் அந்தக் கருவின் உடம்பு முழுக்கப் பரவி எல்லா செல்களையும் 'ஆண்மைப்படுத்தி' விடுகிறது. ஆறு வாரம் வளர முலைகள், மூளை நரம்புகள், கர்ப்பப்பையாகப் பிறகு வளரப் போகும் முலேரியன் குழாய்கள் என்று முழுவதுமாய் பெண்பாலாய் இருந்த அந்த சிசு, டெஸ்டோஸ்டீரோனின் உபயத்தால் மெல்ல மெல்ல மாறுகிறது. அதன் இனப்பெருக்க உறுப்புகள் ஆண்மைப்படுத்தப்படுவதால் விரைப்புறுப்பு, விந்தகம் மாதிரியான புதுப்புது உறுப்புகள் உருவாகின்றன. அதேபோல, சிசுவின் மூளை நரம்புகளும் மாற்றி அமைக்கப்படுவதால் 'ஆண்' என்கிற உடல் உருவம் மூளையில் பதிகிறது. இதனை 'பாடி இமேஜ்' என்கிறோம். நம் எல்லோரின் மூளையிலும் நமது ஒவ்வொரு புற உறுப்பிற்கான உருவகமும் பதிந்திருக்கிறது.

'நான் ஆம்பிளையாக்கும்' என்று மீசை முறுக்கும் சண்டியர்கள் எல்லோருமே முதல் ஆறு வாரங்கள் பெண்ணாக இருந்து, 'பெண்மயம்' கருணையினால் ஆண்களாகப் பிழைத்தவர்கள்தான் என்பதை அறியும்போது மகிழ்ச்சி தோன்றுகிறது. அதோடு, மரபணுக்கள் கர்ப்பப்பைக்குள் செய்த யுத்தமும் மூன்றாம் பால் தோன்றக் காரணமாகிறது என்பது விஞ்ஞானம். இதற்கு அப்பன்மார்களும் அண்ணன்மார்களும் குதிப்பதில் என்ன அர்த்தம் இருக்கிறது?

தமிழ் இலக்கணங்களான தொல்காப்பியமும் நன்னூலும் அரவாணிகள் பற்றிப் பரிசீலிக்கின்றன என்றாலும் அவர்களது மனோபாவம் பற்றிய ஆய்வாக அவை இல்லை. இன்னும் மேலாக, அவர்களைக் கௌரவிக்கும் விதமாகவும் அவை இல்லை. இந்த உலகம், மனிதர்களின் தொகுதியால் ஆனது என்பதையும், உலகத்தின் அடிப்படை அலகாகவும் மக்கள் இருக்கிறார்கள் என்பதையும் அவை ஒப்புகின்றன. அந்த வகையில் அவை முன்னேற்றகரமானவை என்றாலும், மக்கள், ஆண்கள், பெண்கள் என இருவகைத்தானவர் என்ற அளவுக்கு மட்டும்தான் இலக்கண ஆசிரியரின் பயணங்கள் நடந்திருக்கின்றன. 'உயர்திணை என்மனார் மக்கள் சுட்டே' என்கிறார் தொல்காப்பியர். அதாவது, 'மக்கள்' என்று சமூகம் சுட்டுகிற பொருள்களை உயர்திணை என்கிறார். மக்கள் என்று கருதப்படாத பிற பொருள்களை அஃறிணை

என்கிறார். மண்ணின்மேல் உள்ள உயிர்ப் பொருள்களில் மக்கள் சிறந்தவர். ஆகவே அவர்கள் உயர்திணை, உரையாசிரியர்கள், மக்கள் பற்றிய ஆராய்ச்சியை மேலும் நீட்டித்தார்கள். 'மக்கள் என்றது மக்கள் எனும் உணர்வை' என்று ஆழப்பட்டார்கள். ஆனால் பால் திரிந்த மக்களிடம் வரும்போது இந்த ஆண்களின் ஆய்வுகள் இறுக்கம் அடைகின்றன. 'ஆண்மை திரிந்து பெண்மையை ஏற்கும் பெடியை உணர்த்துதற்கு, உயர்திணைக்குரிய ஈறுகளைச் (கடைசி எழுத்துகள்) சேர்த்துக்கொண்டு, உயர்திணையாகவே பாவியுங்கள் என்கிறார் தொல்காப்பியர். குறைந்தபட்சம், பெண்மையை விரும்புகிற மக்களை அஃறிணை என்று புறக்கணிக்கவில்லை தொல்காப்பியர். ஆனால் தொல்காப்பியருக்கு ஆயிரத்து இருநூறு ஆண்டுகளுக்குப் பின்வந்த நன்னூல் ஆசிரியர், அரவாணிகள் மேல் கடுமை காட்டுகிறார்.

'பெண்போலப் பிறந்து, பெண் தன்மையை விட்டு ஆண்தன்மைகளை அவாவுகிறவர்களைப் பேடுகள் என்றழையுங்கள். அவர்களை ஆண் பாலாகவே அழைக்கலாம் எழுதலாம். அதுபோல, ஆண்போலப் பிறந்து, பெண்தன்மையை அவாவுகிறவர்களும் பேடுகளே ஆவார்கள். அவர்களைப் பெண்கள் (பெண்பால்) என அழையுங்கள். இவர்கள் பேடி என்றும் அறியப்பட்டார்கள். இவர்களை உயர்திணையாகவும், அஃறிணையாகவும் அழைக்கலாம். இது நன்னூல் இலக்கண ஆசிரியரின் திரண்ட கருத்து. நன்னூல் ஆசிரியர் ஒன்று ஜனநாயக பூர்வமாகவும் இயங்குகிறார். இரண்டு - சமூக வழக்கையும் விமர்சனம் இன்றி ஏற்றுக் கொள்கிறார். ஜனநாயகம் என்றது, மக்கள் தாங்கள் எந்தப் பாலை அவாவுகிறார்களோ, அந்த விரும்பிய பாலாலேயே அவர்களை ஏற்றுக் கொள்ளுங்கள் என்கிறார். இது நம் இலக்கண மரபில் மிகச் சிலாக்கியமானது. ஆனால், தன் காலத்து (எட்டாம் நூற்றாண்டில்) சமூகம், அரவாணிகளுக்கு சமூக அந்தஸ்தை வழங்க மறுத்திருக்கிறது. ஆகவே பால் திரிந்தவர்களை அஃறிணை என்றும் அழைக்கலாம் என்கிறார். தொல்காப்பியர் காலத்தில் இல்லாத இழிவு, நன்னூல் ஆசிரியர் காலத்தில் ஏற்பட்டுவிட்டது. நம் காலத்துவரை, இந்த இழிவு நீடிக்கிறது.

காதல் வரலாறு – டயன் அக்கர் மென் (தமிழில்: ச.சரவணன்) எழுதிய உலகப் புகழ்பெற்ற புத்தகம். உலக இனங்கள் காதலை எப்படியெல்லாம் வண்ணம் பூசி வாசனை தெளித்து வளர்த்து வந்திருக்கிறது என்பதையெல்லாம் மிகுந்த ஆராய்ச்சியோடு (ஆராய்ச்சியின் நெடியே இல்லாமல்) எழுதி இருக்கிறார். கிரேக்கர்கள் வளர்த்த காதல் பற்றி நிறைய நாம் தெரிந்துகொள்ள

வேண்டிய விஷயங்களை எழுதி இருக்கிறார். (நமக்கு ருஷ்டி மேல் வழக்கு போடத்தானே தெரியும்?) கிரேக்கம், வாக்கெடுப்பு எடுத்து ஜனநாயகத்தை ஓம்பிய நாடு என்பதை நாம் அறிவோம். வெறும் முப்பது ஆயிரம் மக்களைக்கொண்ட ஏதென்ஸ், ஒரு தனி உரிமை பெற்ற ராஜ்யம். இந்தியா போலவே, அதுவும் ஆண்மையம்கொண்ட நாடுதான். பெண்கள், வீட்டுப் பின் கட்டுகளில், இருள்படிந்த சமையல் அறைகளில்தான் இருந்தார்கள். பாட்டுக் கலையும் நாட்டியமும் விரும்பப்பட்டன. அவை மனைவிமார்களால் கற்று வெளிப்படுத்தப்படாதவரை. விலை மகளிர் மந்தைகளாக அலைந்தார்கள். சாக்ரட்டீஸ்கள் சாதாரணமாகத் தேநீர்க்கடையில் அமர்ந்து தேநீர் அருந்தியபடி தத்துவ உரையாடல்களில் ஈடுபட்டுக்கொண்டிருந்தார்கள். பிளேட்டோக்கள் விறகு வெட்டிக் கொண்டே மாணவர்களுடன் கதைத்துக்கொண்டிருந்தார்கள் என்றெல்லாம் நாம் படித்திருக்கிறோம்தான். ஏதேன்ஸ் தெருக்களில் சாக்கடைகளே இல்லை. அதற்குப் பதிலாக அறிவுத் தேடலே வழிந்து ஓடின என்பதுபோன்ற சித்திரங்களே நமக்குக் காட்டப் பட்டிருந்தன. அங்கே, கிறிஸ்து பிறக்கும் முன்னர் ஆண் பெண் காதல்களைக் காட்டிலும் ஆண் ஆண் காதல்கள் அங்கீகரிக்கப்பட்ட பெருவழக்காக இருந்தன என்பதைப் பற்றிய எந்தப் பதிவும் பொதுவாக வருவதில்லை. டயன் அக்கர் மென் அவ்வழக்கங்களைப் பதிவு செய்கிறார்.

கிரேக்க இலக்கியங்கள் இந்த வகை உறவுகளைப் போற்றி இருக்கின்றன. உடற்பயிற்சிக் கூடமே, கிரேக்க இளைஞர்கள் காதலர்களைத் தேர்வு செய்யும் இடமாக இருந்துள்ளன. உடற் பயிற்சிக் கூடத்தில் இளைஞர்கள் நிர்வாணமாகவே பயிற்சி செய்தனர். ஆரோக்கியமான உடற்கட்டினை அழகு என்று அவர்கள் நம்பினார்கள். தங்கள் காதலர்களை அங்கே அவர்கள் தேர்வுகொண்டார்கள். அரிஸ்டோபேன்சுடைய 'மேகங்கள்' என்ற படைப்பில் ஒரு சிறுவனுக்கு அறிவுரை கூறும் பகுதி இது:

'எப்படி அடக்கத்துடன் இருப்பது, விதைகளைக் காட்டாது அமர்வது, எழுந்திருக்கும்போது அவனது புட்டங்களினால் ஏற்பட்ட பதிவு தெரியாதவாறு மண்ணைச் சரி செய்தல், மேலும் எவ்வாறு வலுவாக இருப்பது... அழகு வலியுறுத்தப்பட்டது. ஒரு அழகிய இளைஞர் நல்ல இளைஞனாகக் கருதப்பட்டான். கல்வி என்பது ஆணின் காதலுடன் பிணைக்கப்பட்டிருக்கிறது என்ற இந்தக் கருத்து ஸ்பார்ட்டாவினுடைய கருத்தை ஒட்டியிருந்த ஏதென்சின் கருத்தியல் கோட்பாடாயிருந்தது. அவனைவிட மூத்த ஒரு ஆணைக் காதலிக்கும் இளைஞன் அவரைப் பின்பற்ற

முயல்வான். அதுதான் அவன் கல்விப் பயிற்சியின் அனுபவ மையம். மூத்த அந்த ஆணும் இளைஞனின் அழகின் மேல் உள்ள விருப்பத்தினால் அவனை மேம்படுத்த தான் செய்யக்கூடிய அனைத்தையும் செய்வார்'

ஒரு சிறுவனின் கல்வியில் இவ்வகையான ஓரினச் சேர்க்கை ஒரு பண்பட்ட நிலை என்பது ஒரு கோட்பாடாகவே கிரேக்கப் பகுதியில் இருந்தது என்பது அக்கர்மென் குறிப்பிடும் வரலாற்றுச் செய்தி. ஆசிரியர், பழைய கிரேக்கத்தை வழிமொழிகிறார் என்பதல்ல இதன் பொருள். இன்றைய காதல் மற்றும் காமச் செயல்பாடுகள், அவைகளின் மேல் இன்றைய சமூகம் விதித்திருக்கும் அற மற்றும் சட்டக் கோட்பாடுகள் என்பவை இன்றைய அதிகாரமையங்களின் கருதுகோள்களே ஆகும். மனிதர்களின் காதல் உள்ளிட்ட அனைத்து வாழ்முறைகளும் இன்று அதிகாரம் கட்டமைக்கும் 'பவித்திர'மாகவே எல்லாக்காலத்தும் இருந்ததாக இல்லை, மற்றும் பல்வேறு கட்டங்களைக் கடந்தே மனித குலம் இன்றைய நிலைக்கு வந்து சேர்ந்துள்ளது என்பதைச் சொல்வதே வரலாற்றாசிரியர்கள் நோக்கமாக இருந்தது. இது குற்றம் இது குற்றமற்றது என்கிற இருநிலைகளை, அதன் வழி குற்றமனோபாவங்களை அவ்வக் காலத்துச் சமூகமே கட்டமைக்கிறதே அன்றி, அச்செயல்கள் அல்ல.

தனி மனிதர்களின் படுக்கை அறைக்குள் நுழைந்து சட்ட நகல்களை நீட்டிக் காட்டிக்கொண்டிருக்கின்றன அதிகாரச் சக்திகள். இது மனித உரிமை மீறல் என்பதையே அறிவுவர்க்கம் காலா காலமாகக் காட்டிக்கொண்டிருக்கிறது.

அரிஸ்டோ பேன்சின் 'பறவைகள்' கவிதை. ஒரு முதியவன். இன்னொருவனுக்குச் சொல்வதுபோல அமைந்தது.

'நல்லது துணிச்சல் மிக்கவனே! நடைமுறைக் காரியங்கள் நன்றாகவே உள்ளன. உடற்பயிற்சிக் கழகக் குளியல் அறையிலிருந்து புத்துணர்ச்சியுடன் வெளிவரும் என் மகனை நீ சந்தித்தபோதும், நீ அவனை முத்தமிடவில்லை. நீ அவனிடம் ஒரு வார்த்தைகூடப் பேசவில்லை. நீ அவனை அணைத்துக் கொள்ளவும் இல்லை. நீ அவனது விதைகளை உணர்ந்து பார்க்கவும் இல்லை. மேலும் நீ எங்களுடைய நண்பன் என்று கருதப்படுகிறாய்'

கிரேக்கப் பெண்கள் சாப்போவை நேசிப்பவர்களாக இருந்துள்ளார்கள். பெண் ஒடுக்குமுறையில் இந்தியாவுக்குச் சற்றும் குறையாதது கிரேக்கம். அங்கேயும் பல மநுக்களும் மநு புத்திரர்களும் சாக்ரட்டீசின் அங்கியைப் போர்த்திக்கொண்டு பிரசங்கம் செய்திருக்கிறார்கள். காலம் காலமாகப் பெண்களின்

பிறப்புறுப்புகளுக்கு ஆக கனமான பூட்டுகளைப் போட்டு, சாவியைத் தம் இடுப்பில் செருகிக்கொண்டு அலைந்திருக்கிறார்கள் கிரேக்க ஆண்கள். உலக ஆண்களில் முக்கால் வாசிப்பேர்கள், தங்களின் மனைவிமார்களின் அந்தரங்கங்களில் அன்னிய ஆண்கள் பிரவேசித்து விடக்கூடாதே என்ற கவலையிலேயே வாழ்ந்து சாகிறவர்களாக இருக்கிறார்கள். தமிழர்கள் 'கள்ளக்காதல்' என்ற வினோதமான வார்த்தையைக் கண்டு பிடித்திருக்கிறார்கள். காதலில் கள்ளம் ஏது? காதலில் கறுப்பு வெள்ளை இருக்கிறதா என்ன? இந்திய எய்ட்சின் எண்ணிக்கை உலக மக்களைத் திடுக்கிடச் செய்திருக்கிறது என்பதை எவ்வளவு சுலபமாக மறந்து கண்ணகியைப் பற்றிக் கவலைப்படுகிறோம் நாம்?

பெண்கள் தன்பால் புணர்ச்சி குறித்து ஒரு மேற்கோளை ரியேடான் னாஹிலிருந்து எடுத்துக் காட்டுகிறார் அக்கர்மென்.

'சுய இன்பம், கிரேக்கர்களுக்கு ஒழுங்கீனமான செயலாக இல்லாமல் ஒரு பாதுகாப்புச் சாதனமாக இருந்தது. ஆசியா மைனரில் உள்ள மிலெட்டஸ் என்ற செல்வச் செழிப்பான நெய்தல் நில நகரம், கிரேக்கர்களால் 'ஒலிபாஸ்' என்று அழைக்கப்பட்ட 'டில்டோ' சாதனங்களைத் தயாரிப்பதிலும் ஏற்றுமதி செய்வதிலும் ஒரு முக்கிய கேந்திரமாக விளங்கியது. இது ஆண் குறியின் மாற்று உரு அமைப்பு. கிரேக்கர் காலத்தில் மரத்தினாலோ, தோல் அட்டைகளாலோ செய்யப்பட்டு, உபயோகிப்பதற்கு முன் ஆலிவ் எண்ணெய்கொண்டு வழுவழுப்பாக்கப்பட வேண்டியதாக இருந்தது. கி. மு. மூன்றாம் நூற்றாண்டைச் சேர்ந்த புராதன, இலக்கிய நாடகத்தில் ஒரு காட்சி மெட்ரோ மற்றும் கோரிட்டோ எனும் இரண்டு பெண்கள் பேசிக் கொள்ளும் காட்சி. மெட்ரோ, கோரிட்டாவிடம் டில்டோவைக் கடனாகக் கேட்கிறாள். அவள் அதை வேறு ஒருத்திக்குக் கடன் கொடுத்திருக்கிறாள். கடன் வாங்கியவள், இன்னொருத்திக்குக் கொடுத்திருக்கிறாள்...!

உலகம், இன்று வந்து சேர்ந்திருக்கும் இந்தப் புள்ளிக்கு வர நடந்து கடந்து வந்த காலம் பல யுகங்கள் என்பதையும், இன்று விபரீதம், வினோதம் என்றெல்லாம் கணிக்கத்தக்க பல விஷயங்கள் சாதாரண நடைமுறைகள் என்பதையும், ஒழுக்கத் தராசைக் கையில் வைத்துக்கொண்டு அலையும் ஒழுக்கப் போலீஸ்காரர்கள் உணரவேண்டும். பெண்கள் கையில் துடைப்பத்தையும், செருப்பையும் கொடுத்துச் சக பெண்ணை எதிர்க்கத் தூண்டும் நாசகார சக்திகள் இதை உணர வேண்டும்.

பிரியாபாபுவின் வாழ்க்கையை அவரைப் பற்றி எழுதப்பட்ட குறிப்புகளில் இருந்தும், அவர் விழிப்புணர்வு இதழுக்குக்

கொடுத்துள்ள இப்பேட்டி 'அரவாணிகள்' தொகுப்பிலும் இடம் பெற்றுள்ளது. பேட்டி கண்டவர்கள் இராஜீவ் காந்தி, ஆனந்தராஜ்) பேட்டியிலிருந்தும் தொகுத்து அறிந்து கொள்வது நல்லது. எந்தச் சூழலில் இருந்து, எப்படிப்பட்ட மனிதர் 'மூன்றாம் பாலின் முகம்' நாவலைத் தந்திருக்கிறார் என்பதை வாசகர் அறிய வேண்டும்.

இலங்கையில் உள்ள கொழும்புவில் பிறந்த பிரியாவுக்குப் பூர்வீகம் முசிறி கிராமம். 1974இல் இந்திய இலங்கை ஒப்பந்தம் அவரைத் தமிழ் மண்ணில் கொண்டு வந்து போட்டது. 12 வகுப்புவரை படித்தவர். பள்ளிப் பருவத்திலேயே தன் பால் வேறு பாட்டுப் பிரச்சினையால் சகல துன்பங்களுக்கும் ஆளானார். 1998இல் அறுவைச் சிகிச்சைமூலம் பெண்ணாக அடையாளம் கண்டார். அரவாணிகளுக்கான ஓட்டுரிமை வழக்கில் முக்கிய பங்காற்றியவர். 2007இல் இவரது 'அரவாணிகள் சமூக வரைவியல்' நூலை வெளியிட்டார். கல்லூரி மாணவ மாணவிகளுக்கும் காவல்துறையினருக்கும் இவர்களிடம் பேசுவதுதான் மிக முக்கியம். அரவாணிகளின் முதல் விரோதிகள் காவல்துறையே என்பதே அரவாணிகளின் கருத்து) அரவாணிகள் பற்றிய வகுப்புகள் நடத்துகிறார். பிரியாபாபு, தன்னைப் பள்ளிக்கூடத்து ஆசிரியர்கள் இரண்டு பேர் பாலியல் இச்சைக்குப் பயன்படுத்திக்கொண்டார்கள் என்கிறார். (தெய்வங்களின் வரிசையில் மூன்றாவதாக வருபவர்கள். இவர்களுக்காகத்தான் ஆசிரியர் தினம் கொண்டாடப்படுகிறது) வெளிநாடுகளில் வாழும் அரவாணிகள் மிக உயர்ந்த நிலையில் இருப்பதை பிரியா பாபு நினைவுகூர்கிறார். பாலின் மாற்று அறுவைச் சிகிச்சை சட்ட பூர்வமாக்கப்பட்டு, பெண்ணாக மாறுவது எளிதானதாக டென்மார்க், ஹாலந்து, மலேசியா, சிங்கப்பூர், அமெரிக்கா, இங்கிலாந்து போன்ற நாடுகளில் நிலவுகிறது என்று கூறும் அவர், நார்வே நாடு அரவாணிகளின் சொர்க்கபூமி என்கிறார். அரவாணிகளின் இருத்தலுக்காகவும் மற்றவர்கள் அனுபவிக்கும் சகல மனித உரிமைகளையும் அரவாணிகளும் பெற வேண்டும் என்பதற்காக இயக்க பூர்வமாகச் செயல்பட்டுக்கொண்டிருக்கிறார். பொதுப்பரப்பில் அரவாணிகள் மேல் திணிக்கப்பட்டிருக்கும் அவமானங்கள் கலைய ஊடகங்கள்மூலம், ஆஷா பாரதியுடன், இணைந்து போராடிக்கொண்டிருக்கிறார். அவரின் இந்த நாவலையும் அந்த எண்ணத்தின் நீட்சியாகவே அவர் காண்கிறார்.

அரவாணிகள், அரவாணிகளாக வாழ்வது என்பது அவர்கள் தேர்வு. அது அவர்களின் சுதந்திரம். இதில் ஏனைச் சமூகம் செய்யக்கூடியது, அவர்களுக்கு இசைவாகச் சூழலை உருவாக்கித் தருவதே ஆகும். சூழல், முன்பைவிடவும் மேம்பட்டதாக

மாறிக்கொண்டிருக்கிறது. அரவாணிகள் சார்பாக ஓர் உரையாடல் தொடங்கி இருக்கிறது. தமிழக அரசு சில சாதகமான ஏற்பாடுகளை உருவாக்கிக்கொண்டிருக்கிறது. இந்தியா போன்ற பெரும்பாலும் சட்டபூர்வமற்ற தேசத்தில், சட்ட பூர்வமாகவே மக்கள் மட்டும் வாழ வேண்டியிருக்கிறது. எனவே, அரவாணிகளுக்கு சட்டபூர்வமான பாலின அடையாளம் வழங்கப்பட வேண்டும். அவர்கள் ஒடுக்கப்பட்டவர்கள். அப்படியே கருதி, வேலை வாய்ப்பு, கல்வி வாய்ப்பு போன்றவற்றில் அவர்களுக்கான இட ஒதுக்கீடு அவர்களுக்கு மிகவும் அவசியம் ஆகிறது. குடும்பம் என்கிற ஒரு ஒடுக்குமுறை அமைப்பில், பெற்றோர்களால் அவர்களின் கல்வி அழிக்கப்பட்டது. தொழில் அறிவும் அவர்கள் பெரும்பாலோர்க்கு இருக்க நியாயம் இல்லை. அதற்கான சிறப்புப் பள்ளிகளும் தொழிற் பள்ளிகளும் அவர்களுக்கென்றே தொடங்க வேண்டும். பொதுப் பள்ளிகள் அவர்களுக்குப் பயன்பட முடியாது. 'அரவாணிகள் கல்வி' தனிச் சட்ட வரையறைகளுக்குள் கொண்டு வரவேண்டும். அவர்களின் உயிர்த் தேவையாக இருப்பது–வீடும் சமூகமும் புறக்கணித்த பிறகு போக்கிடம் இல்லாமல் இருக்கும் அவர்களுக்கான தங்கும் இடங்கள், வாழ்வதற்கான கொஞ்சம் பணம் இவையே. அந்தப் பணத்தை அவர்களின் உழைப்புக்கான ஊதியமாகத் தரலாம்.

விளிம்பு நிலைக்கும் மேலாகச் சிக்கிச் சீரழிந்துகொண்டு வாழ்வதற்காகப் போராட்டம் நடத்திக்கொண்டிருக்கும் அவர்கள் செம்மை அடையும் வரை, சமூகம் தன்னை நாகரிகமானது என்று சொல்லிக் கொள்ளும் தகுதியைப் பெறாது.

- ஏப்ரல், 2009

மனதில் புகுந்தது மா மத யானை

ரொம்ப காலம் இல்லை. ஐந்து வருஷங்கள்தான். ஐந்து வருஷங்களுக்குப் பிறகு எங்கள் தெருவுக்குள் நான் நுழைகிறேன். ஐம்பத்தெட்டு வருஷங்கள் நான் வாழ்ந்த தெரு அது. எனக்கே அடையாளம் தெரியாதபடி தெரு மாறி இருந்தது. எங்கள் தெருவின் முகம் எனக்குத் தெரியும். அதன் குரல், அதன் வாசம் எனக்குத் தெரியும். விடியலுக்கு முந்தைய வைகறைப் போதிலும், நள்ளிரவுக்குப் பிறகான யாமத்திலும் தெருக்கள் பேசும். நான் கேட்டிருக்கிறேன். கடல்கள் 'கத்தும்' என்றான் ஒரு கவி, நாகைப்பட்டிணத்துக் கடலை. ஒரு பழைய ஊர் 'கல்' என்ற ஓசையைக்கொண்டிருப்பதாகச் சொல்கிறார் ஒரு சங்கக் கவி. ஓசை மட்டுமல்ல, தொண்டி நகரத்துக் காற்றில் தேன் மணந்தது என்கிறார் ஒரு புறக்கவி. தேன் எப்படி மணக்கும்? காதில் தேன் வந்து பாயும் என்பது சரியானால் அதுவும் சரிதான். பௌதிகமாகப் படரும் ஓசையும் மணமும்தான் நம் புலன்கள் அறியும் என்றால், நம் புலன்கள் பழுது பட்டவை என்று பொருள். ஓசை ஒரு சத்தம் என்றால், அ–ஓசை பெருஞ் சத்தம்.

என் தெரு என்னிடம் பேசும். அரை நூற்றாண்டுக்கு முன்னால். முதலில் அதற்குப் பெயர் இல்லை. எங்கள் தெரு முடியும் இடத்திலிருந்து ஒரு பெரு வெளி இருந்திருக்கிறது. ஒரு குறிப்பிட்ட சாதியார்க்கென்று ஒதுக்கப்பட்ட தெரு அது. அப்படி, ஒரு காலத்து விதி. எங்கள் தெருவுக்குச் சாணார் தெரு என்பது பழம் பெயர். கள்ளிறக்கும் தொழிலாளர் வாழும் தெரு. என் மூதாதையர்கள் அந்த வகுப்பைச் சேர்ந்தவர்கள் என்பதால், அத்தெருவில் குடியேறினார்கள் போலும். யாரோ ஒரு குலங்கோத்திர மேதை, சாணார் என்ற சொல் சான்றோர் என்ற சொல்லின் மரூஉ என்றும், சான்றோர் என்பது சான்றார் என மாறி, சான்றார் என்பதே சாணார் என்று மாறியதாக (கன்று–கன்னு) 'ஆய்ந்து' அறையப் போக, எங்கள் தெருக்காரர்கள் பலருக்குத் தாங்கள்தான் அந்தச் 'சான்றோர்' என்ற பெருமிதம் ஏற்பட்டுவிட்டது. சான்றோன் ஆக்குதலாகிய கடமையைச் செய்யும் தந்தையர் தாங்கள்தான்

என்றும் அவர்கள் தலைப்பாகை கட்டிக்கொண்டார்கள். சாதியை ஒழிக்கக் கிளம்பிய கிளர்ச்சியாளர்கள் தெருவின் பண்டைய பெயரை ஒழித்து வ. உ. சி பெயரை இட்டழைத்துப் பெருமைகொண்டார்கள். இப்போது வ. உ. சிக்கும் ஒரு சிலை அமைந்துவிட்டது ஊரில். செக்கிழுத்த அந்தத் தியாகிக்குச் சிலை வைத்தவர்கள் பிள்ளைமார்கள்.

எங்கள் தெருவுக்கும் இந்தப் பிள்ளை விளையாட்டுகளுக்கும் எந்தச் சம்பந்தமும் இல்லை. தெரு அப்படியே இருந்தது. மூடர்களையும் பித்தர்களையும் ஒரு சேரச் சகித்துக்கொண்டு தெரு அப்படியேதான் இருந்தது. கப்பி போட்டுத் தெருவை உயர்த்தி இருந்தார்கள். அதனால் வீடுகளில் உயரம் குறைந்துகொண்டிருந்தது.

என்னை உறுத்தியது வேறு விஷயம். புதிதாக உருவான வீடுகள் சுற்றுச் சுவர்களை எழுப்பிக்கொண்டு, மேலும் இரும்பு கேட் போட்டும் தங்களை மூடிக்கொண்டிருந்தன. நான்கு முதல் ஆறு அடி உயரம்கொண்ட காம்பவுண்டுச் சுவர்களின் முகத்தில் ததும்பி வழிந்த குரோதம் பயமாகக்கூட இருந்தது. தங்கள் வசிப்பிடம் இது. இதற்குள் எவரும் பிரவேசிக்க அனுமதி இல்லை என்று உரத்துக் கூவிக்கொண்டிருந்தன அந்தச் சுவர்கள். தெருவில் இருந்தும், அடுத்த வீடுகளில் இருந்தும், மனிதர்களிடம் இருந்தும் தன்னைத் துண்டித்துக்கொண்டதான குறியீடாக இருந்துகொண்டிருந்தன அந்தக் காம்பவுண்டுச் சுவர்கள். சில சுவர்கள், கல் அடுக்குச் சுவர்களின் மேல், ஈட்டிகளைச் செருகி வைத்திருந்தன. ஒன்றிரண்டு சுற்றுச் சுவர்களின் தலைப்பகுதியில் உடைந்த பாட்டில் ஓட்டுத் துண்டுகள் புதைத்து வைக்கப்பட்டிருந்தன. அடுத்த மனிதனை, அடுத்த வீட்டை, அடுத்த வெளியை இவை விலக்கி வைத்திருக்கின்றன. எச்சரிக்கின்றன. அச்சம் ஊட்டுகின்றன. ஒவ்வொரு வீடும் தனித்தனித் தீவுகள். இப்படியும் சொல்லலாம். ஒவ்வொரு வீடும் அடுத்த வீட்டை, அடுத்த மனிதனை அஞ்சின, தன்னை ஒளித்துக் கொள்ளும் முகத்தான் தன்னைக் குறுக்கிக்கொண்டும், தன்னை மறைத்துக்கொண்டும் வரம்பு எழுப்பிக்கொண்டன.

தமிழர் வாழ்க்கையில், அவர்கள் வீடுகளுக்கு சுற்றுப்புறச் சுவர் ஏது? மன்னர்கள், எதிரி மன்னர்களுக்குப் பயந்துகொண்டு சுற்று மதிலைத் தங்கள் கோட்டைகளுக்கு வெளியே கட்டிக்கொண்டார்கள். மக்களின் வீடுகள், அவர்களின் தெருக்களின் வாசல்களில் தொடங்கின. தெருக்களையும் தங்கள் வீடுகளின் தொடக்கமாகவே அவர்கள் கருதினார்கள். அதனால்தான், தங்கள் வீட்டுக்கு முன் உள்ள தெருப் பகுதியில்

கோலம் போட்டுத் தங்கள் விஸ்தீரணத்தை, அல்லது பரவலை ஊர்ஜிதம் செய்துகொண்டார்கள். தங்கள் வீட்டு வாசலுக்கு முன் உள்ள குறடுகள், பாதசாரிகளுக்கானவை; திண்ணைகள் வழிப்போக்கர்களுக்கு உரியவை என்று தங்கள் வீடுகளைப் பங்கிட்டுக் கொடுத்த மரபில் வந்தவர்கள் தமிழர்கள். தெருவில் நின்று பார்த்தால் வீட்டுத் தோட்டத்துக் கிணற்றடி தெரிகிற திறந்த மரபு அவர்களுடையது; மட்டும் அல்லாமல், வாயில் கதவுக்கு உட்புறம் இருண்ட ரேழியை அடுத்து, வானம் தெரிகிற வாசல்கூடம் இருக்கும். வெயிலும் மழையும், வெளிச்சமும் காற்றும் உள்நுழைய இடம் கொடுக்கும் அமைப்பைக்கொண்டவை மத்திய தர மக்கள் வாழ்ந்த வீடுகள். ‘வெளியே போ’ என்று உத்தரவு போட்டுக்கொண்டிருக்கும் இந்தச் சுற்றுச் சுவர்கள், ஆங்கிலேய, பிரஞ்ச், டேனிஷ், போர்ச்சுக்கீசியர்களிடம் இருந்து பெற்ற கலாச்சாரக் கொழுந்து. அந்த அன்னியர்கள், தங்கள் ஆளும் மக்களை அஞ்சிக்கொண்டே இருந்தவர்கள். மிகக் குறைந்த எண்ணிக்கையினராகிய அவர்கள், தங்கள் ஆதிக்கத்துக்குட்பட்ட மக்களிடம் அச்சம்கொண்டிருந்ததன், தங்கள் பாதுகாப்பு குறித்த உள்ளுணர்வின் வெளிப்பாடே அந்தச் சுவர்கள். ஆதிக்கம் செலுத்துபவர்கள் அனைவருமே கோழைகள். விதேசிகளிடம் இருந்து தங்கள் வாழ்க்கைக் கூறுகளைக் கற்ற, கற்க வேண்டிய அவசியத்தில் இருந்த, அதிகாரங்களை அண்டி வாழ்ந்த மேட்டுக் குடியினர், அதிகார வர்க்கம், அதிகார வர்க்கமாக இருப்பதாலேயே செல்வம் ஈட்டிய பணக்கார வர்க்கம், ஜாதியப் படி முறையில் மேற்பட்ட மனிதக்கும்பல், தங்கள் குடியிருப்புகளையும் அவ்வாறே ஒரு சுற்றுச் சுவருக்குள் அடக்கிக்கொண்டன. மேல் மட்டத்துப் பழக்கவழக்கங்களை அனைத்து மட்டங்களும் ஏற்பது என்பது ஒரு சமூகப் பொதுவிதி.

இந்தச் சாணார் வீதியில்தான் என் இளமைக் காலம் சென்றது. இந்தத் தெருவில், தெருப் பையன்களோடுதான் கால்பந்து, கிட்டிப்புள், சடுகுடு விளையாட்டுகள் நிகழ்ந்தேறின. விளையாடிக் களைத்த பையன்கள் யார் வீட்டுக்குள்ளும் நுழைந்து தண்ணீர் கேட்டுக் குடித்தோம். சிலவேளைகளில் பனங்கல்கண்டு எலுமிச்சை ரசம் சேர்ந்த பானகம் கிடைக்கும். எல்லாச் சாதியாருமே – பிராமணர்கள் இல்லை, முதலியார்கள் இல்லை, ஒரு ரெட்டியார் குடும்பம் இருந்தது – தெருவில் இருந்தார்கள். எங்களுக்கு எல்லா வீடுகளும் சொந்த வீடுகள்போலவே இருந்தன. சமையல் அறை வரை சென்று, “அத்தை... தண்ணீர் வேணும்” என்று கேட்டுக் குடித்தது, என் நினைவில் நிற்கிறது. எந்தத் தடையும் எந்த உருவத்திலும் எங்களுக்கு இருந்தது இல்லை. எங்கள் குடும்பம்

கூட்டுக் குடும்பம். எங்கள் வீட்டுக்கு எதிரே, பால் வியாபாரம் செய்த யாதவக் கோனார் வீடு இருந்தது. அடுத்த சில வீடுகள் கோனார்கள். அப்புறம் ஒரு பெரிய வீடு. அது செட்டியார் வீடு. ஆலைகளில் வேலை செய்த ஆலைச் சுவர் வீடுகள், ஆலை ரைட்டர் (குமாஸ்தாக்கள்) வீடுகள், ஒரு மாரியம்மன் கோயில், சில கள் சார்ந்த கிராமணிகள் குடும்பம், சில கிறிஸ்தவர் வீடுகள், ஒன்றிரண்டு வன்னியர் வீடுகள், இரண்டு இசுலாமியர் வீடுகள் என்று இருந்தன. ஒரு விளக்கம் காரணமாகவே சாதிகள் பற்றிக் குறிப்பிட்டேன். சாதிகள், அந்தக் காலங்களில் திருமணங்களின்போது சிந்திக்கப்பட்டிருக்கக்கூடும். மற்ற வாழ்க்கை ஊடாட்டத்தில் அவர்களின் அடையாளம் சாதி சார்ந்ததாக இல்லை. அண்ணன், மாமன், சித்தப்பா, பெரியப்பா, அத்தை, அண்ணி, அக்கா, பெரியம்மா என்றுதான் எங்கள் உறவுகள் இருந்தன.

கிறிஸ்துமஸ் வந்தால், தேவசகாயம் டீச்சர் வீட்டிலிருந்து அருமையான, அவர்களே செய்த கேக்குகள் எங்கள் வீட்டுக்கு வரும். இசுலாமியப் பண்டிகைகளின்போது ஜின்னாவின் அப்பா, எங்கள் வீட்டுக்குக் கறி எடுத்துக் கொடுத்து அனுப்புவார். பாய் வீட்டுப் பிரியாணி, எடுப்புப் பாத்திரத்தில் வந்து சேரும். தெருவில் இருக்கும் அனைத்து வீடுகளுக்கும் தீபாவளி, பொங்கலின்போது பலகாரம்கொண்டு போகும் பொறுப்பு என்னைச் சார்ந்ததாகிவிடும். நான் இதை விரும்பிச் செய்வேன். தீபாவளிப் புதுச் சட்டை, புதுக் கால் சட்டை போட்டுக்கொண்டு எல்லா வீடுகளுக்கும் எம்பிராய்டரி பூ வேலைப்பாடுகள் செய்த துணியால் மூடிய பலகாரத்தட்டுகளை எடுத்துக்கொண்டு வீடு வீடாகச் சென்று வினியோகம் செய்துவிட்டு வருவேன். ஒற்றைக் குடும்பமாக இருந்த மராத்தியர் வீட்டு மஞ்சு அக்கா, ஆலையில் வேலை பார்த்தவனோடு ஓடிப்போனதாக எல்லோரும் பேசிக்கொண்டார்கள். நான் நாலாம் வகுப்பில் இருந்து ஐந்தாம் வகுப்புக்கு மாறினேன். புதுப் புத்தகம் வாங்கி வந்து, அந்தப் புதுசுகளின் ரம்யமான வாசனையைப் பிடித்துக்கொண்டு உட்கார்ந்திருக்கும்போதுதான் தெருவே கலகலத்தது. மஞ்சு அக்காவின் அம்மா தெருவுக்கு வந்து சத்தம் போட்டு அழுது, மராத்தியில் புலம்பிக்கொண்டிருந்தார். முந்தின நாள்தான் 'கர்' பண்டிகை (கரிநாள்) கொண்டாடி, அவர்கள் வீட்டிலிருந்து எங்களுக்குப் பிரசாதம் வந்திருந்தது. கர் நாளில் இருந்து வீட்டில் இருந்த துஷ்ட ஆவிகள், ஈக்கள், கொசுக்கள் தொலைந்து போய்விடும் என்று மஞ்சு அக்காவின் அம்மா சொன்னதை என் அம்மா எனக்குச் சொல்லி இருந்தாள். ஆவியோடு

அக்காவுமா போகும்? தெருப் பெரியவர்கள், அவர்களின் நித்திய வேலைகளை விட்டு விட்டு வேட்டையாடக் கிளம்பினார்கள். பையனை எங்கிருந்தாலும்கொண்டு வருவது என்பது அவர்களின் லட்சியம். மறுநாளே அந்தப் பையனைப் பிடித்துவிட்டார்கள். அவனைக் கொண்டு வந்து அம்மணமாக்கி, மஞ்சு அக்கா வீட்டுத் தூணில் கட்டி வைத்தார்கள். யாரும் அவனை அடிக்கவில்லை. ஒரு இளைஞனின் நிர்வாணம் என்னைத் திடுக்கிட வைத்தது. முதன்முறையாக அப்படியான காட்சியை நான் பார்க்க நேர்ந்தது. அவன் அம்மாவும் அப்பாவும் வந்து, தெருவில் மண்டியிட்டு மன்னிப்பு கேட்டு அவனை அழைத்துச் சென்றார்கள். அந்த வாரத்திலேயே அவன் தூக்கு போட்டுச் செத்துப் போனதாக எங்கள் வீட்டில் மிகத் துக்கமாக அதைப் பேசிக்கொண்டார்கள். தெரு, அந்தப் பாவத்தை ஏற்றுக்கொண்டது. 'நம்ம வீட்டுப் பெண் மஞ்சு' என்றார் ராமசாமி அண்ணன்.

விக்டோரியா அக்காவும் நானும் சைக்கிள் கற்றுக்கொண்டோம். சின்ன சைக்கிள். ஒரு மணிக்கு இரண்டணா. நான் ஒரு அணா, அக்கா ஒரு அணா என்று பங்கிட்டுக்கொண்டோம். அக்காவை நம்பி சைக்கிள் கொடுக்கும் 'பெரியார் மிதி வண்டி நிலைய' உரிமையாளர் என்னை நம்பியது இல்லை. ஆகவே, அக்காவைத் தூண்டி என் சைக்கிள் வித்தையைக் கற்க வேண்டியதாக இருந்தது. நான் அரை மணி, அக்கா அரை மணி சைக்கிள் பழகுவோம். அக்கா, வெகு சீக்கிரமாகச் சைக்கிள் கற்றுக்கொண்டது. எனக்குத்தான் அது படிய பல நாளாயின. நான் சைக்கிளில் ஏறி உட்கார்ந்தால் மட்டும், சைக்கிள், அதன் முன் சக்கரம் எல்லாம் ஒன்று சாக்கடையை நோக்கியோ, எதிரே வரும் மனிதரை நோக்கியோதான் போகும். எனது பெரும் பிரச்சினை, கடலைச் சுண்டல் விற்கிற பாட்டிதான். சைக்கிளுக்கும் பாட்டிக்கும் என்ன நெருக்கம் என்று இன்றுவரை எனக்குப் புரிந்தது இல்லை. பாட்டியை நோக்கியே சைக்கிள் போகும். இரண்டு முறை பாட்டிமேல் மோதி, அவர் கூடையைக் கவிழ்த்திருக்கிறேன். பாட்டி வண்டை வண்டையாகப் பேசும். சாதா நேரங்களிலேயே கெட்ட வார்த்தை கலக்காமல் பாட்டியால் பேச முடியாது. பேச்சும் மிகவும் செட்டாக, ஒரு பழமொழிபோல எதுகை மோனையோடு இருக்கும். பாட்டிக்கு எழுதப் படிக்கத் தெரியாது. தெரிந்திருந்தால், மிகச் சிறந்த கவியரங்க அரசியாகி, கவிப் பேரரசியாகவும் விளங்கி இருக்கும். உதாரணத்துக்கு, சோத்துக்கு நாதி இல்லேன்னு வீதி மேல வந்தா சைக்கிளைக்கொண்டு... மேல விடறான்... என்பதுபோலவும், 'சண்டைக்கும் வரலை, என் தொண்டைக்கும் வரலை, என் மண்டைக்கும் வரலை, ஏண்டா

என்... வரே, கண்ட சாதிப் பயலே' என்பது போலவும், 'அட... என்... மேல சோறு போட்டு தின்ன பயலே' என்பதுபோலவும் பாட்டியின் வசை அமையும். ஒரு வாழை இலை விரிக்கும் அளவுக்கா, அல்லது தட்டு வைக்கும் அளவுக்கா பாட்டியின் ...ப் பரப்பளவு இருக்கும்? பின்னாட்களில் அந்த வசை எனக்குப் பாரிய கற்பனைகளைக் கொடுத்திருக்கிறது. தண்டி அலங்காரம் இது போன்ற கற்பனைகளை விபரீத அணி என்கிறது. பூமிக்கு உன் ஒற்றை முலையைச் சுற்றி வர எத்தனை நாட்கள் தேவைப்படும் என்பது போன்றது அது. உண்மையில், கெட்ட வார்த்தைகள் என்பவையே மனிதர்க்கு நிறைய கற்பனைகளைத் தூண்டச் செய்திருக்கின்றன. தெருவில் போவோரும் வருவோரும், பாட்டியின் அமுத மொழிகளில் கிறங்கிப்போய், அவர் மேலும் கோபம் கொள்ளாமலும் என் மேலும் கோபம் வைக்காமலும் பஞ்சாயத்து பண்ணி, என் அம்மாவிடம் காசு வாங்கிக் கொடுத்து அனுப்புவார்கள்.

அந்தக் காலத்து வீடுகள் என் நினைவில் இருக்கின்றன. தெருவுக்கு இருபுறமும் வீடுகள் ஒரு ஒழுங்காகக் கட்டப்பட்டிருக்கும். நடுவாக்குக்கு இருபுறமும் மயிர்க்கற்றைகள் படிந்துள்ளது போன்று, மிக அழகாக இருக்கும். பெரும்பாலும் ஓடு வேய்ந்த வீடுகள், முன் திண்ணையைத் தாங்கிக்கொண்டு நிற்கும் தூண்கள் மிகவும் கவர்ச்சியாக இருக்கும். தூண்களை அடிப்படையாகக்கொண்டு நிறைய விளையாட்டுகள் எங்களிடம் இருந்தன. திண்ணைகள் எங்கள் சந்திப்பு மற்றும் விளையாட்டுக்கூடங்கள். எங்கள் வீட்டுத் திண்ணைகள் மிகப் பெரியவை. ஒவ்வொரு திண்ணையிலும் பத்துப் பேர்கள் படுக்கலாம். அப்பா மதிய உணவுக்குப் பிறகு சுருட்டு குடிக்கும் இடம் திண்ணைதான். எனக்கு அப்பாவின் சுருட்டு மணம் மிகவும் பிடிக்கும். திண்ணை முழுக்கவும் பரவும் புகையிலை மணம், தெருவுக்குச் சாம்பிராணி போடுவதுபோல இருக்கும். அப்பா சாப்பாட்டுக்குப் பிறகு சுருட்டும், மற்ற நேரங்களில் சிகரட்டும் பிடிப்பார். முதலில், பிளேயர்ஸ் டின் சிகரட்டுகள் பிடித்துக்கொண்டிருந்தார். 50 சிகரட்டுகள் கொண்ட டின் அது. அவரது பொருளாதார வீழ்ச்சிகளின்போது சார்மினாருக்கு மாறினார். அவர் பாக்கெட்டிலிருந்து நான் பல சமயங்களில் சிகரட்டுகள் எடுத்துக் கொள்வது என் பழக்கமாக இருந்தது. தெரியும் அப்பாவுக்கு. அவர் எதற்காகவும் என்னைக் கோபித்ததும் இல்லை. வருத்தப்பட்டதும் இல்லை. ஏழாம் வகுப்பில் சிகரட்டும், ஒன்பதாம் வகுப்பில் சாராயமும் எனக்கு அறிமுகம் ஆயின. ஒன்பதாம் வகுப்பில், காதல் தோல்வியைச் சுவைத்த பிறகும், குடிக்காமலும், கவிதை எழுதாமலும் இருந்தால் எப்படி?

விஷயம் அதுவல்ல. அப்பா, அவருடைய அண்ணனுக்கு முன் அவருடைய எழுபத்து நான்காவது வயதிலும் உட்கார்ந்து பேசியது இல்லை. மணிக்கணக்கில் அப்பாவும் பெரியப்பாவும் பேசிக்கொண்டிருப்பார்கள். பெரியப்பா, அப்பாவைப் பார்த்து 'உக்காரு' என்பார். 'இருக்கட்டும்' என்பார் அப்பா. தவிரவும், தெருவில் மற்றும் கூட்டம் குழுமிய இடத்தில் அப்பா புகைப்பது இல்லை. வீட்டைத் தவிர எந்த வெளியிடத்திலும் அப்பா புகைப்பது இல்லை. 'பெரியவர்கள் மனம் புண்படும்' என்பது அவரது கொள்கை. என் அப்பாவுக்கும் பெரியப்பாவுக்கும் கடுமையான மனஸ்தாபம் இருந்தது, சொத்து வியாஜ்ஜியங்களில், எனினும் அவர் மறையும்வரை, பெரியப்பாவைக் குறித்து இழிசொல் ஒன்றையும் பயன்படுத்தியது இல்லை. பெரியப்பாவும் அப்படியேதான். இப்படியான பங்காளி உறவு அப்போது இருந்தது. அப்பா காலமானார். சென்னையிலிருந்த எனக்குத் தகவல் வந்து, புதுச்சேரி போனேன். அப்பாவின் ஆள் உயர, ரோஜா வாசம் வீசும் அலமாரியில் நிறைய பொட்டலங்கள் இருந்தன. நான் வந்ததும், என்னிடம் இதைச் சேர்ப்பிக்கச் சொல்லியிருக்கிறார். பொட்டலங்களைப் பிரித்துப் பார்த்தேன். அப்பா தன் கூட்டெழுத்தில் ஒரு கடிதம் எழுதி வைத்திருந்தார். பொட்டலம் நம்பர் 1. இதிலுள்ள பணம், என்னை அடக்கம் செய்யப் பயன்படுத்திக் கொள்ளவும். ஆடம்பரமான தேர்வேணாம். சுருக்கமாகவே பாடை இருக்கட்டும். பொட்டலம் 2. இது சுடுகாட்டுச் செலவுக்கு. வெட்டியானுக்குக் கொடுக்க வேண்டிய தொகை இன்னது. பொட்டலம் 3. இது மறு நாள் மூன்றாம் நாள் செலவுக்கு ஆனது. பொட்டலம் 4. இது என் எட்டாம்நாள் துக்கத்துக்கு ஆன செலவுத் தொகை. பொட்டலம் 5. இது பதினாறாம் நாள் செலவுக்கானது... என்றபடி இருந்தன.

அப்பாவின் அடக்கத்துக்கு நான் செய்ய ஏதும் இல்லை. தெருவும் என் உறவு மனிதர்களும் அனைத்தையும் கவனித்துக்கொண்டார்கள். உண்மையில் தெருவே அப்பாவின் அடக்கத்தையும் செய்தது என்பது பொய் இல்லை. நிறைய செலவாயிற்று யார் எவ்வளவு போட்டார்கள் என்று இன்றுவரை தெரியாது. பட்டுச் சட்டையும், பட்டு வேஷ்டியும், அமெரிக்கன் கிராப்பும், கட் ஷூக்களுமாக இருந்தவர் அவர். அவரது கடைசிக் காலங்களில், தன் வேஷ்டியைத் தினமும் தைத்துத் தைத்து, துவைத்து உடுத்திக்கொண்டிருந்தார் அவர். அப்பாவுக்குப் பட்டு வேட்டியும் பட்டுச் சட்டையும் எடுத்துத் தரவேண்டும் என்று அடிக்கடி நினைத்துக்கொண்டேன். கடைசிவரை நான் அதை நிறைவேற்றவில்லை. இது விஷயம் இல்லை. பதினாலு தையல்கொண்ட அந்த வேட்டியில்தான், அப்பா

தெருப் பிரச்சினைகளுக்கும் பஞ்சாயத்து செய்துகொண்டிருந்தார். மக்கள் மத்தியில் அவர் மரியாதை எந்தக் காலத்திலும் குறைந்தது இல்லை. மனிதர்கள் மனிதர்களை மனிதாயக் காரணங்களுக்காக மதித்த காலம் அது. அந்தக் காலத்தில் வீடுகளுக்குச் சுற்றுச் சுவர் எதுவும் இல்லை.

மூன்று விஷயங்கள் என் நினைவில் இருக்கின்றன. இருபதாம் நூற்றாண்டுத் தொடக்கத்தில், எங்கள் ஊர் அரசியல், வன்முறையின் வடிவமாக இருந்தது. இப்போது மட்டும் என்னவாம் என்று நீங்கள் கேட்டால் என்னிடம் பதில் இல்லை. வன்முறையின் வடிவம் மாறி மாறிக்கொண்டே, வன்முறையாகவே நீடிக்கிறது என்பதே உண்மை. சுதந்திரம், சமத்துவம், சகோதரத்துவம் என்கிற மாபெரும் கருதுகோள்களை உலகுக்குத் தந்த பிரஞ்சுக்காரர்கள்தான் எங்களை சுமார் 250 ஆண்டுகள் ஆதிக்கம் செய்தார்கள். என்றாலும், அந்த மூன்றையும் பிரான்சுக்குள் மட்டும் வைத்துப் போஷித்தார்கள். அவர்களின் காலனி நாடுகளில், யாரையும்விட கூடுதலான ஆதிக்கக் கொடுங்கோன்மைக்காரர்களாகவே இருந்தார்கள். பிரஞ்சு குவர்னர்களே வெளிப்படையான அரசியல் செய்தார்கள். காவல் மற்றும் நீதித் துறைகளைத் தங்களுக்குச் சாதகமாகவும் சுதந்திரப் போராட்டக்காரர்களுக்கு எதிராகவும் திருப்பி, மிகப்பெரும் வன்கொடுமை செய்தார்கள். என் அம்மா, அப்பாவைத் திருமணம் செய்துகொண்டு வந்த காலத்து அனுபவங்களைச் சொல்லி இருக்கிறார். விடியலுக்கு முன் எழுந்து தெருக்கூட்டிக் கோலம்போடும் தலைமுறை. அவர் ஒருநாள், கதவைத் திறந்துகொண்டு தெருவில் காலடி வைத்து பெருக்கி இருக்கிறார். துடைப்பத்தில், பல பொருள்கள் தட்டுப்பட்டிருக்கின்றன. தெரு விளக்குகள் எரிய விடப்படுவதில்லை தேர்தல் காலங்களில். வீட்டுக்குள் திரும்பி தாவிளக்கை எடுத்துக்கொண்டு வெளியே வந்து பார்த்து இருக்கிறார். ஒரு கையும் காலும் மட்டும் தட்டுப்பட்டுள்ளன. எங்கேயோ வெட்டி, எங்கள் குடும்பத்தை பயமுறுத்த இங்கேகொண்டு வந்து போட்டுள்ளார்கள். அலறிக்கொண்டு ஓடி வந்துள்ளார் அம்மா. அதன் பிறகு, விடிந்து மக்கள் நடமாட்டம் ஏற்படும்வரை தெருக்கதவைத் திறப்பதில்லையாம். அந்தச் சூழ்நிலையில், அப்பா வெளியூருக்குப் போக நேர்ந்தால், எப்படி இருக்கும். தெருக்களில் நாலைந்து ஆண்களாவது வந்து, வீட்டுத் திண்ணையில் படுத்துக்கொண்டிருந்துவிட்டுக் காலையில் எழுந்து பாயைச் சுருட்டிக்கொண்டு போவார்களாம். அம்மாவின் பாதுகாப்பைத் தெரு எடுத்துக் கொள்ளும்.

இன்னொரு நிகழ்ச்சி கோடை விடுமுறைக் காலங்களில், ஊரிலும் எங்கள் தெருவிலும் இரண்டு நிகழ்ச்சிகள் கட்டாயம் நடக்கும். ஒன்று அம்மை நோய் பரவும். தெருக்குழந்தைகள் கொத்துக் கொத்தாக அம்மை வார்த்துச் சாவார்கள். மற்றது, தீ. தீப்பிடித்து நாலைந்து வீடுகள் சாம்பலாகும். தீ வந்த வீடுகளில் பெண்களும் ஆண்களும் அலறித் துடிப்பது பெரும் அவலம். ஒருமுறை, விடுமுறையை முன்னிட்டு, நாங்கள், விருத்தாசலத்தில் இருந்த தாத்தா வீட்டுக்குப் போயிருந்தோம். கோடை விடுமுறையை அங்கே செலவிடுவது எங்கள் நோக்கம். ஒரு நாள் தாத்தாவுக்குச் செய்தி வந்தது. எங்கள் கீற்று ஓலைவீடு தீப்பற்றிக்கொண்டது என்பதே செய்தி. அடுத்த அடுத்த வீட்டுத் தீ, எங்கள் வீட்டுக்கும் பரவி இருக்க வேண்டும்.

அப்பா, அப்போதே பஸ்ஸைப் பிடிக்கக் கிளம்பினார். ஊர்போய்ச் சேர்ந்திருக்கிறார். வீடு, தீப்பற்றத் தொடங்கியதுமே அணைக்கப்பட்டுவிட்டது. மூன்றாம் வீடு தீப்பற்றிய உடனே, தெரு மக்கள் திரண்டு, எங்கள் வீட்டுக் கூரையின்மீது தண்ணீர் ஊற்றி இருக்கிறார்கள். அது காரணமாகவே எங்கள் வீடு தப்பித்தது. அப்பா வந்து பார்த்து ஜனங்களுக்கு நன்றி சொல்லி இருக்கிறார். 'என்ன அண்ணே, இதுக்குப் போயி... நம்ம வீடுக்கு வந்தா பார்த்துக்கிட்டா இருக்கும்...'

இன்னொரு நிகழ்ச்சி. திருடன் வந்தது. அந்தக் காலத்தில் பகிரங்கமாகத் திருடுபவர்கள் அதிகம் பேர் இருந்தார்கள். அரசியல், அதிகாரத்தில் இருந்தவர்கள் போக, மற்ற திருடர்கள் நிறையவே இருந்தார்கள். அப்படிப்பட்ட இருவர் எங்கள் பக்கத்து வீட்டில் புகுந்திருக்கிறார்கள். அந்த வீட்டுக்காரர்கள் பிரான்சுக்குப் போகும் தன் பிள்ளையை வழி அனுப்பச் சென்னைக்குச் சென்று இருக்கிறார்கள். தெரிந்தே, வீட்டுக்குள் புகுந்திருக்கிறார்கள். அறைக்குள் சின்ன மெழுகுவர்த்தியை ஏற்றி வைத்துக்கொண்டு ஆராய்ந்து இருக்கிறார்கள். இரவு மூன்று மணிக்கு ஆலை வேலை விட்டு வந்த எங்கள் தெருக்காரர், மணி அண்ணன் ஜன்னல் வழியாக இதைக் கண்டுபிடித்து இருக்கிறார். தெருவில் போகிறவர் அவர். ஒரு கடமையாக, ஊரில் இல்லாதவர் வீடாயிற்றே என்று ஒரு ஜாக்கிரதைக்காக பூட்டை இழுத்துப் பார்த்து இருக்கிறார். பூட்டு உடைக்கப்பட்டு, கதவு சும்மாவாகச் சார்த்தப்பட்டிருந்தது. பூனைபோல நடந்து ஜன்னல் வழி பார்த்திருக்கிறார். இரு உருவங்களைப் பார்த்து இருக்கிறார். உடனே எங்கள் வீட்டுக் கதவைத் தட்டி அப்பாவிடம் சொல்லி இருக்கிறார். அப்பாவும் அவருமாக எல்லா வீட்டுக் கதவையும் தட்டித் தகவலைச் சொல்லி

இருக்கிறார்கள். சற்று நேரத்தில் பத்து ஐம்பது பேர் திரண்டு விட்டார்கள். மணி அண்ணன், ஜன்னல் வழியாக, 'தம்பிகளா... வெளியே வாங்க... வெளியே அண்ணன்மார்கள் ஐம்பதுபேர் நிற்கிறோம்' என்றிருக்கிறார். போலீஸ்காரர்கள் வந்து, அந்த இருவரையும் அழைத்துச் சென்றிருக்கிறார்கள்.

துண்டு துண்டாக, தனித் தனியாக, நின்றிருந்தன புதிய வீடுகள். ஒன்றை ஒன்று அறியாத மூட வீடுகள். அடுத்த வீட்டு மனிதர்களை அறியாத, அவர்களின் சுக துக்கங்களில் பங்கு கொள்ளாத ஈரமற்ற வீடுகள். வாழ்க்கை அப்படியாகிவிட்டது என்பது ஒரு சமாதானம். அவசர கதி, இயந்திர சதி, மனிதப் பரவல், புதியவர்கள் பரவல் எதைச் சொன்னாலும், மனிதர்கள்தாமே நாம்? வீடு என்ன செய்யும். தெருதான் என்ன செய்யும். எவ்வழி நல்லவர் மக்கள், அவ்வழி நல்லது நமது தெருவும், நாடும்.

- மே, 2009

4 பேராசிரியர்களும் ஒரு பதிப்பகமும் - இலட்சியக் கூட்டணி

நான்கு பேராசிரியர்களும் ஒரு பதிப்பகமும் சேர்ந்து செயல்படுத்தியிருக்கும் ஒரு பெரிய, பல பரிமாணங்கள்கொண்ட ஊழலைத் தமிழ் நிலத்துக்கு வெளிப்படுத்த வேண்டியது என் கடமையாகிறது.

சுமார் இருபது ஆண்டுகளுக்கு முன் 'அகல்யா' என்ற பெயரில் ஒரு நவீன நாடகத்தை நான் எழுதி இருந்தேன். அகல்யாவும், முட்டை என்ற நாடகம் இரண்டையும் இணைத்து, 'முட்டை' என்ற பெயரில் நண்பர் கவிஞர் மீரா அவரது பதிப்பகத்தின்மூலம் வெளியிட்டார். அதன் அண்மைப் பதிப்பொன்றும் வெளிவந்திருக்கிறது. அகல்யா நாடகத்தை பேராசிரியர் அ. ராமசாமி இயக்கிப் புதுச்சேரியில் மிகச் சிறப்பாக அரங்கேற்றி இருக்கிறார்.

கடந்த 2006ஆம் ஆண்டில் 'பாவை' பப்ளிகேஷன்ஸ் (142, ஜானிஜான் கான் சாலை, இராயப்பேட்டை, சென்னை – 14) என்கிற புத்தக நிறுவனம், என் 'அகல்யா' நாடகத்தையும் சேர்த்து ஐந்து நாடகங்களைக்கொண்ட நாடகத் தொகுதி ஒன்றைத் 'தெரிவு' என்ற பெயரில் வெளியிட்டிருக்கிறது. அந்த ஐந்து நாடகங்களாவன–

1. அகல்யா – பிரபஞ்சன்
2. பரமபதம் – வளர்மதி
3. முள் – எஸ். பொன்னுதுரை
4. வேதாளம் சொன்ன கதை – தி. சு. இளஞ்செழியன்
5. குமாரின் கொலை வழக்கு – காஸ்யபன்

இந்த ஐந்து நாடகங்களையும் தொகுத்து தெரிவு என்ற பெயரில் 'பாவை' பப்ளிகேஷன்ஸ் புத்தக நிறுவனம் (ரூ. 35 விலையில்) வெளியிட்டிருக்கிறது. தொகுத்துக் கொடுத்தவர்கள் –

1. முனைவர் கா.வாசுதேவன், எம்.ஏ, எம்.ஏ, எம்.பில், பி.எச்.டி. முதுநிலை தமிழ் விரிவுரையாளர். பெரியார் ஈ.வெ.ரா. கல்லூரி (தன்னாட்சி), திருச்சி – 620 023.

2. முனைவர் மு. அருணாசலம், எம்.ஏ., எம்.பில், பி.எச்.டி. முதுநிலை தமிழ் விரிவுரையாளர், பெரியார் ஈ. வெ. ரா. கல்லூரி, திருச்சி.

3. முனைவர் வ. நாராயணநம்பி, பெரியார் ஈ. வெ. ரா. கல்லூரி திருச்சி.

4. ம. இளையராஜா எம்.ஏ., எம்.பில், பி.எச்.டி. தமிழ் விரிவுரையாளர், ஏ. வி. சி. கல்லூரி (தன்னாட்சி), மயிலாடுதுறை.

இந்த நான்கு பேராசிரியர்கள், எங்கள் ஐவரின் நாடகங்களைத் தொகுத்துப் 'பாவை' பப்ளிஷர்சுக்குத் தந்தவர்கள். இந்த நபர்கள் தங்கள் அணிந்துரையில், "தெரிவு தொகுப்பு நூல் முயற்சிக்குப் படைப்புகளை அளித்த படைப்பாளிகளுக்கு-நன்றி கலந்த ணக்கங்களைத் தெரிவித்துக்கொண்டிருக்கிறார்கள். கவனிக்கவும். வணக்கங்களை அல்ல. ணக்கங்களை. 'பாவை' பதிப்பகத்தின் அச்சு நேர்த்திக்கு இது ஒரு உதாரணம்."

இந்தப் பேராசிரியர்கள் தங்கள் அணிந்துரையில் குறிப்பிட்டிருப்பதுபோல, 'தெரிவு' தொகுப்பு நூல் முயற்சிக்குப் படைப்புகளை அளித்த படைப்பாளிகளில் நானும் ஒருவன் அல்லன். இந்தப் பேராசிரியர்கள் எவரும் என் அனுமதியை இந்தத் தொகுப்பு முயற்சியில் கேட்டுப் பெறவில்லை. என்னிடம் மட்டுமல்ல, நாடக ஆசிரியர்கள் வளர்மதி, எஸ். பொன்னுதுரை ஆகியோரிடமிருந்தும் அனுமதி பெறவில்லை. மற்ற இரண்டு நாடக ஆசிரியர்களிடமும் அந்த நபர்கள் அனுமதி பெற்றிருக்கமாட்டார்கள் என்றே நான் நம்புகிறேன்.

என் அனுமதி பெறாமலும், எனக்குத் தெரியாமலும் என் நாடகத்தைப் பயன்படுத்திக் கொள்வது என்பதற்கும், எனக்கு உரிமையான ஒன்றை என் அனுமதி பெறாமல் எடுத்துக் கொள்வதற்கும் என்ன பெயர்? முனைவர்களுக்கு நன்றாகவே தெரிந்திருக்கும். அதற்குப் பெயர் திருட்டு. இன்னொரு பழஞ் சொல் கள்ளம் என்பது.

இலக்கியப் பொறுப்பும் சமூகப் பொறுப்பும் அற்ற நான்கு பேராசிரியர்கள் ஐந்து படைப்பாளிகளின் நாடகங்களைத் தொகுத்துக்கொண்டு வந்து கொடுத்தால், ஒரு நாணயமுள்ள பதிப்பகம் என்ன செய்திருக்க வேண்டும்? தொகுப்பாளர்களிடம்,

“படைப்பாளர்களின் அனுமதிக் கடிதம் பெற்றீர்களா?” என்று கேட்டு, அந்தக் கடிதத்தைக் கண்ணுற்று இருக்க வேண்டும். அதன் மேல் பதிப்பகம், தொடர்புடைய படைப்பாளர்களிடம், ‘ராயல்டி’ தொடர்பான விஷயங்களைப் பேசித்தீர்த்து, உடன்பாட்டை எழுத்து பூர்வமாக வடிவமைத்து, ஒரு பிரதி படைப்பாளர்களிடமும் ஒரு பிரதி பதிப்பகத்திடமும் பகிர்ந்து கொள்ளப்பட வேண்டும். உரிய காலத்தில் முதல் பதிப்புக்கான ராயல்டி தொகையை அளித்து முடித்து, பதிப்பகம் விரும்பினால் இரண்டாம் பதிப்புக்கான புதிய உடன்படிக்கை எழுதப்பட்டு அமல்படுத்தப்பட வேண்டும்.

யோக்யப் பொறுப்பும், எழுத்து, இலக்கியம், கலாச்சாரம் ஆகியன மேல் மரியாதையும்கொண்ட பதிப்பகம் இதைத்தான் செய்யும். ‘பாவை’ பதிப்பகம் என்னுடன் (எங்களுடன்) இதுபோன்ற எந்த உடன்பாட்டையும் செய்துகொள்ளவில்லை. மேலும், என் ‘அகல்யா’ நாடகத்தையும் சேர்த்து மொத்த ஐந்து நாடகங்களையும் அச்சிட்டு விற்பனை செய்துகொண்டிருக்கிறது, எனக்குத் தெரியாமலும், நான் அறியாமலும்.

‘தெரிவு’ என்று பெயர் கொண்ட இந்த நாடகத் தொகுதியின் முதல் பதிப்பு, 2006ஆம் ஆண்டு 2000 பிரதிகள் அச்சிட்டு விற்கப்பட்டுள்ளது. அதன்பிறகு, 2008ஆம் ஆண்டுக்குள், திருச்சி பாரதிதாசன் பல் கலையில் இந்த நாடகத் தொகுதியை பட்ட வகுப்புக்குப் பாடத் திட்டமாக்கி இருக்கிறார்கள். அதை முன்னிட்டு, 22000 பிரதிகள் அச்சிடப்பட்டு விற்பனையில் இருக்கிறது. மூன்றாண்டுகளாக நடை பெற்று வந்த இந்த முறைகேட்டை, 2008ஆம் ஆண்டின் நடுப்பகுதியில்தான் நான் அறிந்தேன். ‘தெரிவு’ தொகுதியின் இரண்டாம் பதிப்பும் 2008இல் நான் அறியாமலே நடந்தது.

இப்படி ஒரு மெகா ஊழல் நடைபெற்றுக்கொண்டிருப்பதை, நண்பர் வளர்மதியின்மூலம்தான் முதன் முதலாக நான் அறிந்தேன். என் புரிதலுக்குள் இந்தச் செய்தி வந்த சேர்ந்தபோது, இதன் பரிமாணத்தை அதன் முழு விஸ்தீரணத்துடன் நான் விளங்கிக்கொள்ளவில்லை. அடுத்தடுத்து நிகழ்ந்த பல நிகழ்ச்சிகள், கள்ளக்கடத்தல் வியாபாரிகளை விடவும் இவர்கள் மோசமானவர்கள் என்பதை எனக்குணர்த்தின.

ஓவியர் ஆதிமூலத்தின் ஓவியத்தை நகல் செய்து விற்ற ஒரு மோசடிக் கும்பலை எதிர்த்தும், கலைஞர்கள் படைப்பாளர்களில் உரிமைகள் பாதுகாப்பது தொடர்பாகவும் சென்னையில் நிகழ்ந்த ஒரு கூட்டத்தில் இந்த மோசடியை முதல் முதலாக எழுத்துப்

பூர்வமாகப் பதிவு செய்தேன். அதன் பிறகும் பாவைக் கூட்டத்தினர் என்னிடம் பேச்சு வார்த்தைக்கு வரவில்லை. புதுச்சேரியில் நடந்த தமிழ்நாடு முற்போக்கு எழுத்தாளர் கலைஞர்கள் சங்கத்தின் ஒரு கூட்டத்தில் மீண்டும் 'பாவை' ஊழலைப் பதிவு செய்தேன். இதற்கிடையில் எழுத்தாளர் கு. சின்னப்ப பாரதிக்கு நாமக்கல்லில் நடந்த பாராட்டு விழாவில் கலந்து கொள்ளச் சென்ற நான் அங்கிருக்கும் தமிழ் ஆராய்வாளர் பொ. வேல்சாமியைச் சந்தித்து உரையாடிக்கொண்டிருக்கும்போது, 'பாவை' பதிப்பக மேலாளர் துரைராஜ் இன்னொரு நபருடன் அங்கு வந்தார். 'பாவை' பதிப்பகத்துக்காக என்னிடம் புத்தகம் கேட்டார். நான் பாவை பதிப்பக ஊழலைப் பற்றிக் கேட்டேன். அவர், "நான் பதவிக்கும் பொறுப்புக்கும் வருவதற்கு முன்னால் அது நடந்திருக்கும். நான் விசாரிக்கிறேன்" என்றார். விசாரித்துக்கொண்... டே.... இருந்தார்.

புதுச்சேரியின் விடுதலையின் ஒப்பற்ற தலைவரும், புதுச்சேரி மாநிலத்தில் கம்யூனிஸ்ட் கட்சியைத் தோற்றுவித்தவருமான மாபெரும் போராளி தோழர் வ. சுப்பையா அவர்களால் கவரப்பட்டே இடது சாரிகளின் இலக்கியங்கள் பக்கம் திரும்பினேன். மார்க்சியத்தையும் ஓரளவு கற்றேன். என் தொடக்க காலச் சிறுகதைகளை வெளியிட்டது தாமரை. கடந்த நாற்பது, நாற்பத்தைந்து ஆண்டுக்காலமாகவே இடது சாரி இயக்கங்களோடும், அவர்களது கலை பண்பாட்டு இயக்கங்களோடும்தான் நான் இருக்கிறேன். மாதத்தில் ஓரிரண்டு முறைகளாவது சி. பி. ஐ. யைச் சேர்ந்த திரு. நல்லகண்ணு, தோழர் மகேந்திரன் போன்றோரை இலக்கியம் சார்ந்த மேடைகளில் நான் சந்திக்க நேர்வதுண்டு. குறிப்பாக நல்லகண்ணு, அவ்வப்போது என் கட்டுரைகளைப் பற்றித் தொலைபேசியில் அழைத்துப் பாராட்டிப் பேசியதும் உண்டு. ஒரு பக்கம் இப்படியான நட்பை வளர்த்துக்கொண்டும், மறுபக்கம் என் நாடகத்தைத் திருடிப் பதிப்பித்துச் சுரண்டிக்கொண்டும் இருக்கும் ஒரு நிறுவனத்துக்குத் தலைவராகவும் இருப்பது எப்படிச் சாத்தியமாயிற்று என்பதே என் குழப்பமாக இருந்தது.

அரசியல்தளம், பண்பாட்டுத்தளம், இயக்கக் கட்டுமானத்தில் இருக்க வேண்டிய நெறிமுறைகள், தனிமனித வாழ்நெறிகளில் கடைப்பிடிக்க வேண்டிய அறம்சார் விழுமியங்கள் என்பதெல்லாம் கம்யூனிஸ்ட்களுக்கு இருக்க வேண்டியவை. கம்யூனிஸ்ட்டுகளால் நடத்தப்படும் நிறுவனங்களுக்கும் இது அவசியம்.

என்மேல் அன்புகொண்ட புதுச்சேரி சி. பி. ஐ சட்டமன்ற உறுப்பினர் தோழர் விசுவநாதன், நல்லகண்ணு அவர்களுடன்,

பாவை பதிப்பகச் சுரண்டலைப் பற்றிப் பேசினார். நானும் நல்லகண்ணுவுடன் பேசினேன். அதன்படி, ஒரு குறிப்பிட்ட நாளில், தி. நகரில் உள்ள இந்திய கம்யூனிஸ்ட் கட்சி அலுவலகத்தில், இது குறித்த பஞ்சாயத்துக்கு ஏற்பாடாயிற்று. பாவை பதிப்பகச் சுரண்டலுக்காளான நான், வளர்மதி, எஸ். பொன்னுதுரை ஆகியோர் கலந்துகொண்டோம். எங்கள் நண்பரும், புகழ்பெற்ற ஊடக இயலாளருமான கஜேந்திரன் அவர்களும் பார்வையாளராக இருந்தார். பாவை பதிப்பகம் சார்பாக துரைராஜும், இன்னொரு நபரும், நல்லகண்ணுவும் இடம் பெற்றார். பாவை பதிப்பகத்தின் கௌரவத் தலைவர் நல்லகண்ணு.

நல்லகண்ணுவிடம் நான் மிகக் கடுமையாகவே பேசினேன். 'முதலாளிகள் தொழிலாளிகளைச் சுரண்டினால் நாம் கொடி பிடிப்போம். நீங்கள் கொடி பிடிப்பீர்கள். கோஷம் போடுவீர்கள். நீங்களே எழுத்தாளர்களைச் சுரண்டலாமா' என்று தொடங்கி, எத்தனை காலம் இப்படி எழுத்தாளர்களை ஏமாற்றிக்கொண்டிருப்பீர்கள், தமிழின் மூத்த எழுத்தாளர் முதல் என் வரை எத்தனை பேரைச் சுரண்டி இருப்பீர்கள் என்பது போன்ற பலப் பல கேள்விகளை நல்லகண்ணுவிடம் நான் கேட்டேன். தான் தலைமை ஏற்று நடத்தும் ஒரு நிறுவனத்தின் மேல், நான் வைக்கும் குற்றச்சாட்டுகள் நல்லகண்ணுவை வெட்கமடையச் செய்திருக்கவேண்டும். கோபப்படுத்தி இருக்க வேண்டும். இல்லை. சாந்த சீலராக எல்லாம் சிவமயம் என்பதுபோல அவர் இருந்தார். எங்கள் நாடகங்களைக் களவாடி பாவைக்குக் கொடுத்த அந்தப் பேராசிரியர்கள் பற்றிக் கல்லூரி முதல்வர்கள், பல்கலை, உயர்கல்வித்துறை அமைச்சர், துணை வேந்தர்களிடம் நான் புகார் செய்ய இருப்பதை சொன்னபோது, நல்லக்கண்ணு, வாய்திறந்து, "அவர்கள் வாழ்க்கையைக் கெடுத்துவிடாதீர்கள்" என்று கெஞ்சும் தொனியில் கேட்டுக்கொண்டார். சுமார் இரண்டு மணி நேரத்துக்கு மேல் நீடித்த அந்த நேர்ப்பேச்சில், மூன்று முறைகளுக்கு மேல் இதை அவர் திருப்பித் திருப்பிச் சொன்னார். அப்போதுதான் என் சந்தேகம் வலுப்பட்டது. அந்தப் பேராசிரியர்களும், இந்தப் பதிப்பகமும் சேர்ந்தேதான் 'கருத்தொருமித்த காதலர்களாக' இயங்குகிறார்கள் என்பது எனக்குப் புரிந்தது. நல்லகண்ணு முதலான பாவை பதிப்பகத்தின் இயக்கச் சக்திகள், பதிப்பக நெறிமுறைகளுக்கு மாறான இந்தச் செயலைச் செய்த சம்பந்தப்பட்ட பொறுப்பாளரின் மேல் ஏதாவது நடவடிக்கை எடுத்தார்களா என்றால், அப்படி ஒரு தகவலும் இல்லை. அந்தப் பேராசிரியர்கள் நால்வரையும் ஒருங்கிணைத்து, படைப்புகளைக் களவாடச் செய்து, அதைப் பதிப்பகத்திடம்

சேர்த்து, அச்சிட்டு விற்கிற, இந்தக் காரியத்தை முன் நின்று செய்த அந்தக் 'கங்காணி' யார் என்பது நல்லகண்ணுவுக்கோ, இயக்குநர்களுக்கோ தெரியாதா? தெரிந்தும், அந்த இழிசெயலாளன் மேல் எந்த நடவடிக்கையும் எடுக்காமைக்கு என்ன காரணம்? பதிப்பகத்தின் 'புகழுக்கு' மாசு கற்பித்த அந்த மனிதருக்கு எதிராக நீங்கள் நடவடிக்கை எடுக்காமைக்குக் காரணம், இது மாதிரியான முறை மீறல் மற்றும் சட்ட மீறல் உங்கள் கும்பினியின் வழக்கமாக இருக்கிறது. அதனால் அந்த 'புரட்சிகரமான நடைமுறையே' நீடிக்கட்டும் என்று நீங்கள் வாளாவிருந்துவிட்டீர்கள் என்று நான் கருதலாமா?

ஆக, நல்லகண்ணு முன்னிலையில் நடந்த அந்தப் பஞ்சாயத்தின் முடிவில், தெரிவு நாடக நூலின் முதல் பதிப்பு 2000 பிரதிக்கும், இரண்டாம் பதிப்பு 22000 பிரதிகளுக்கும் பத்து சதம் ராயல்டி தொகையை, நாடக ஆசிரியர்கள் ஐந்து பேருக்கும் பிரித்து அளிப்பது என்று முடிவாயிற்று. அதன்படி ஒவ்வொரு எழுத்தாளருக்கும் 'செக்' அனுப்பப்பெற்றது. நான் எனக்கான ராயல்டியைப் பெற்றுக்கொண்டேன். தி. சு. இளஞ்செழியன், காஸ்யபன் ஆகியோருக்குப் பணம் சேர்ந்ததா என்பது எனக்குத் தெரியாது.

எழுத்தாளர் வளர்மதி, பணத்தை ஏற்கவில்லை. பஞ்சாயத்தின்போது, 'ராயல்டி தொகையோடு திருட்டுத்தனம் செய்த குற்றத்துக்கான தண்டனையாக ஒரு குறிப்பிட்ட தொகை சேர்த்துத் தரப்பட வேண்டும்' என்று நல்லகண்ணுவிடம் அவர் சொன்னார். நல்லகண்ணு அதை ஏற்கவில்லை. ஏற்காதது மட்டும் அல்ல, சீற்றத்துடன் மறுத்தார்.

ஆக, படிப்பும் எழுத்தும் என்று முழு நேரமாக வாழும் ஒரு எழுத்தாளனின் ரத்தம் இவ்வாறு பருகப்பட்டது. வளர்மதி அவருக்கான நீதியை நீதியின்படி பெறுவார். பெற வேண்டும்.

இலாப நோக்கம் மட்டுமேகொண்ட ஒரு புத்தக வியாபாரி, தன் கடையை நடத்துவதுபோல கம்யூனிஸ்ட்டுகள் செய்ய முடியாது. என்னைப் பொறுத்தவரை கம்யூனிஸ்ட் என்பவர் சமூக முன்மாதிரி மனிதர். நிலவுடமை மற்றும் முதலாளித்துவக் கலாச்சாரத்துக்கு மாற்றாகவே கம்யூனிஸ்ட்டுகள் அனைத்து வகையிலும் செயல்பட வேண்டும். செயல்பட்டால்தான் அவர்கள் கம்யூனிஸ்ட்டுகள். கம்யூனிஸ்ட் கட்சி சார்ந்த ஒரு புத்தக வியாபார ஸ்தாபனத்து ஆட்களின் கழுத்தில் துண்டைப்போட்டு ராயல்டி பெறுகிற நிலைமைக்கு அவர்கள் ஒரு எழுத்தாளனை

ஆக்கிவிட்ட கசப்புணர்ச்சி மேலோங்க நான் இந்தச் சம்பவத்தை மறந்துபோனேன்.

ஆனால் அவர்கள் என்னை மறக்க விடவில்லை.

தெரிவு புத்தகத்தைப் பாட நூலாக்கிய பேராசிரியர்களுக்கு எதிராகச் சிலர் இருப்பதாகவும் அவர்கள் 'அகல்யா' நாடகம் ஆபாசமாக இருப்பதாகவும் சொல்லி திருச்சிப் பல்கலை மாணவர்களைத் தூண்டிவிட்டார்கள் என்று எனக்கு ஒரு அதிகார பூர்வமற்ற தகவல் கிடைத்தது. அதுபற்றி நான் கவலைப்படவில்லை. 'அகல்யா' நாடகத்தைப் பாட நூலாக்கச் சொல்லி நான் கேட்கவில்லை. பாவைக் கூட்டம் அதைப் பாட நூலாக்கிய முயற்சியில் என் சம்மதத்தைக் கோரவில்லை. என் அனுமதி இன்றியே என் படைப்பைப் புத்தகம் போட்டு விற்றவர்கள் அனுமதி கேட்பார்களா என்ன?

ஆனால், இந்திய கம்யூனிஸ்ட் கட்சி சார்ந்த மாணவர் பெருமன்றத்து ஆட்களே 'அகல்யா' நாடகம் ஆபாசம் என்று சொல்லிப் போராட்டம் செய்திருக்கிறார்கள். அதாவது மாணவர் பெருமன்றம், தான் சார்ந்த அரசியல் கட்சி நடத்தும் புத்தக நிறுவனம் பதிப்பித்த புத்தகத்துக்கு எதிராகப் போராட்டம் நடத்தி இருக்கிறார்கள். இந்த விசித்திரம் எப்படி நடந்தது? மாணவர் பெருமன்றத்தின் இந்த நடவடிக்கைகளுக்குப் பின் கம்யூனிஸ்ட் கட்சி செயல்படுகிறது என்ற சந்தேகம் எனக்கு இயல்பாக ஏற்படுகிறது. கட்சித் தலைமை என்ன சொல்கிறது? பெருமன்றச் செயல்பாடு சரி என்கிறதா? தவறு என்றால், கட்சி என்ன நடவடிக்கை எடுத்தது?

இதில் நல்லகண்ணுவின் கருத்து என்ன?

இலக்கியத்தில் ஆபாசம் என்கிற பிரச்சினை ஆதாம் ஏவாள் காலத்தது. இதற்கெல்லாம் பதில் சொல்லிக்கொண்டிருப்பது வீண்வேலை. தொட்ட இடம் எல்லாம் ஈரம் சொதசொதக்கும் அல்குலையும், முலைகளையும் சங்க இலக்கியத்தில் மாணவர்கள் படிப்பதில் அவர்களுக்கு ஆட்சேபனை இல்லை. நான் ஸ்தனம் என்று எழுதியது மட்டும்தான் ஆபாசமாகிவிட்டது. கற்பு, புனிதம், ஒழுக்கம் என்பவற்றின் பேரில் கட்டமைக்கப்பட்ட சில கருத்துகளின்மேல் நான் சில கேள்விகள் எழுப்பியுள்ளேன். அவ்வளவுதான். இலக்கிய நோக்கமும் சமூக உணர்வும், கலைச் சிறப்பும்கொண்ட பிரதிகள், எதிர்வினையை ஏற்படுத்தவே செய்யும்.

திருச்சி பல்கலைத் துணைவேந்தருக்கு நான் ஒரு கருத்தைச் சொல்ல விரும்புகிறேன். ஒரு நூல் பாடப்புத்தகமாக வைக்கப்பட

சில அறிஞர்கள் பரிந்துரைக்கிறார்கள். அந்தப் பரிந்துரை அடிப்படையில் அந்நூல் பாடமாகிறது. அந்தப் பரிந்துரைகளில் கேள்வி எழுந்தால், தாங்கள் என்ன செய்வீர்கள்? மீண்டும் பரிந்துரைத்த அறிஞர்களிடம் தடைகளைச் சொல்லி விளக்கம் கேட்கலாம். புதிய குழுவிடமும் விளக்கம் கேட்கலாம். அதை எழுதிய எழுத்தாளன் என்ற முறையில் என்னிடமும் விளக்கம் கேட்கலாம். இது, அந்த நாடகம் 'ஆபாசம்' என்பதன் கீழ் வராது என்பதைக் கூறத்தான். நூல் வெளியீடு தொடங்கி, பாடப் புத்தக சர்ச்சை வரை எல்லாமே தவறுகளும், முறை மீறல்களுமாக இருப்பதால், 'அகல்யா' நாடகத்தைப் பாடப்புத்தகத்தில் இருந்து எடுத்து விடுவதுதான் சரி என்பது என்முடிவான யோசனை. தங்கள் மேலான முடிவுக்கு இதை விடுக்கிறேன். மேலும், 'அகல்யா'வைப் பாடமாக்க நான் யாருக்கும் அனுமதி தரவில்லை.

நான் மதிக்கும் தமிழ் எழுத்தாளர் பெருமாள் முருகன், என் 'அகல்யா' நாடகம், பாவை பதிப்பகம், பதிப்பு முதலான பல விஷயங்கள் பற்றி பிப்ரவரி 2009 காலச்சுவடில் ஒரு கட்டுரை எழுதி இருந்தார். அதற்கு எதிர்வினை என்ற பெயரில் முருகேசன் என்பவர் 'உங்கள் நூலகம்' இதழில் ஒரு பக்கத்தில் பதில் எழுதி இருக்கிறார். அதில் கருத்துகளுக்கு பதில் என்பதற்கு மாறாக அவர்களின் கலாச்சாரத்தின் படி பெருமாள் முருகனை இழிவுபடுத்தி இருக்கிறார்.

1. 'பெருமாள் முருகன் அவர் புத்தகங்களைப் பாடமாக்கப் பல பல்கலைக்கு ஏறி இறங்கி நிராகரிக்கப்பட்டார்' என்பது முருகேசன் கட்டுரையில் ஒரு வரி.

பெருமாள் முருகனின் படைப்புகள், இலக்கியம் சார்ந்த அவரது செயல்பாடுகள், வாழ்முறை தெரிந்தவர்கள், இந்த இழிவான குற்றச்சாட்டை ஏற்றுக் கொள்ளவே மாட்டார்கள். மட்டுமல்ல, இது ஒரு கேடு கெட்ட கேவலமான சேறடிப்பு வேலை என்றே கருதுவார்கள். பெருமாள் முருகன் மேல் எவரும் எதன் பொருட்டும் குற்றம் சொல்ல முடியாது.

2. பாவை பதிப்பக வருவாயில் எத்தனை குடும்பங்கள் வாழ்கின்றன? என்கிறார் கட்டுரையாளர்.

வாழட்டும். வாழவேண்டும் என்பதே நம் விருப்பமும்கூட. பாவை பதிப்பக ஊழியர்கள் நல நிதிக்காக நான் ராயல்டி பெறாமல் புத்தகம் தரத் தயாராக இருக்கிறேன். அந்த விற்றுவரும் பணத்தைத் தொழிலாளிக்கே தருவோம் என்று நீங்கள் உத்தரவாதம் தரத்

தயாரா? முதலில், உங்கள் ஸ்தாபனங்கள் சேர்த்து வைத்திருக்கும் பெரும் தொகையைத் தொழிலாளிகள் நலம் சார்ந்து செலவிட எத்தனை கோடிகளை ஒதுக்கத் தயாராகிறீர்கள்? தொழிலாளர்கள் குடும்பங்களை வாழவைக்க, எழுத்தாளர்களின் உரிமைகளைத் திருடலாம் என்று எந்த மார்க்சியம் சொல்கிறது?

3. தெரிவு நாடகத் தொகுப்புக்காக அதன் தொகுப்பாளர்கள் ஒரு ரூபாய்கூடப் பெறவில்லை என்கிறார் கட்டுரையாளர்.

ஒரு ரூபாய்கூடப் பெறாத அந்தத் தியாகிகள், எழுத்தாளர்களின் உரிமையைக் கோரிப் பெற்று அத் தொண்டைச் செய்வதில் என்ன தடை கண்டார்கள். பிரச்சினை என்று வந்தபின் அந்தப் பேராசிரியர்களைக் காப்பாற்றும் பொருட்டு நீங்கள் கட்டுரைக்கிறீர்கள் என்பதே உண்மை. ஒரு ரூபாய்கூடப் பெறாமல், அத்தொகுப்பைத் தயாரிக்க என்ன காரணம் அவர்களைத் தூண்டியது? இலக்கிய நோக்கம்தான் என்றால், திருடுவது இலக்கியப் புறம்பு என்பதை அவர்கள் அறியார்களா என்ன?

4. பிரபஞ்சனைக் குஷிப்படுத்தும் நோக்கம் பெருமாள் முருகனுக்கு என்கிறார் கட்டுரையாளர்.

என்னைக் குஷிப்படுத்தும் நோக்கம் பெருமாள் முருகனுக்கு ஏற்பட எந்த அவசியமும் இல்லை. 'குஷிப்படுத்துதல்' என்பது போன்ற பார்வையும் பாவை சார்ந்த இயக்கத்துக்கே உரிய கயமை சார்ந்த சொற்களை இடம் மாற்றிப் பெய்கிறார் கட்டுரையாளர்.

தமிழகத் துணைவேந்தர்கள், கல்லூரி முதல்வர்கள், துறைத்தலைவர்கள், உயர்கல்வி அமைச்சர் ஆகியோரிடம் எனக்குச் சொல்ல ஒன்றுண்டு.

எழுத்தாளர்களிடம் உரிமை பெறாமல், அவர்கள் படைப்புகளைக் களவாடிப் புத்தகம் போடுகிற பேராசிரியர்கள் மேல் உங்கள் நடவடிக்கை என்ன? ஆண்டுதோறும் அவர்களிடம் பயில்கிற நூற்றுக்கணக்கான இளைஞர்களின் எதிர்காலம் பற்றியே நான் கவலைப் படுகிறேன்.

எழுத்தாளர்களின் அனுமதி பெறாமல் அவர்கள் நூல்களைப் பல்கலைகளில் பாடப் புத்தகமாக்குவது அறம் இல்லை என்று நீங்கள் உணர்வீர்கள் என்றால் அப்பதிப்பகங்களின் நூல்களை உடன் தடை செய்யுங்கள். அப்பதிப்பகங்களின் நூல்களை (அவை திருடப்பட்டவை) என்பதால் இனிமேல் அவர்களின் பதிப்புகளைப் பாடமாக்குவதில் மிகுந்த கவனம் வையுங்கள்.

ஒரு பதிப்பாளர், அவரது புத்தகத்தைப் பாடமாக்க மேற்கொள்ளும் முயற்சிகளின் ஒவ்வொரு படியிலும் ஊழல் நேர்ந்து விடாமல் கவனம் வையுங்கள்.

பாடமாக்கும் பரிசீலனைக் குழுக்களில் எழுத்தாளர்களும் இடம் பெற ஏற்பாடு செய்யுங்கள். அந்த எழுத்தாளர் அப்பதவி வகிக்கும் காலங்களில் அவரது புத்தகம் பாடப் புத்தகமாகாமல் இருக்கச் சட்டம் இயற்றுங்கள்.

இரண்டு நோக்கங்களை முன்னிருத்தி இக்கட்டுரையை நான் எழுதினேன்.

1. கல்விப் புலத்துக்கும் படைப்புப் புலத்துக்கும் புரிந்துணர்வும், மரியாதையுடன் கூடிய தோழமையும் நிலவ வேண்டும் என்று ஆசைப்படுகிறேன். அதைச் சில வியாபாரிகள் கெடுத்து விடக்கூடாது என்றும் நான் கவலைப்படுகிறேன். பேரறிவும் பேருழைப்பும், மாணவர்கள் பால் மிகுந்த அன்பும் கொண்ட பல பேராசிரியர்கள் எனக்கு நண்பர்களாக இருக்கிறார்கள். அவர்களின் மரியாதை, சில போலிகளால் வீழ்ச்சியடைந்துவிடக்கூடாது என்ற கவலையால் இதை எழுதினேன்.

2. இயக்கங்களின்பாலும், கலை இலக்கிய அமைப்புகளின் மேலும் ஈடுபாடுகொண்டு நுழையும் புதிய இளைஞர்கள் விழிப்படைய வேண்டும் என்பதும் என் நோக்கம். அதோடு, எழுத்தாளர்கள், இத்தகைய பதிப்பகங்களை நிராகரிக்க வேண்டும் என்பதும் என் வேண்டுகோள்.

- ஜூன், 2009

அதிகாரத்துக்கு எதிரான சில குரல்கள்

சிறுமி ஒருத்தி குளிக்கப்போகிறாள். மாஞ்சோலையை ஒட்டி ஓடும் ஆற்றில் இறங்கிக் குளித்துக்கொண்டிருக்கிறாள். அப்போது ஆற்றில் அடித்துவரும் மாம்பிஞ்சு ஒன்று அவள் கைக்கெட்டும் தூரத்துக்கு வருகிறது. மாம்பிஞ்சு கையெட்டும் தூரத்தில். அந்தச் சிறுமி, அப்பிஞ்சைப் பற்றிக் கடித்து உண்ணத் தொடங்குகிறாள். காவலர்கள் வருகிறார்கள். அச்சிறுமியைக் கைது செய்து அரசனிடம் கொண்டு செல்கிறார்கள்.

ஆற்றில் அடித்துவரும் மாம்பிஞ்சைத் தின்பது ஒரு குற்றமா என்ன? குற்றம்தான். ஊதிக்கனத்த அதிகாரக் குவிப்பில் திளைக்கும் தலைவர்களுக்கு அது குற்றமாகவே படும். அந்நாடு நன்னன் என்பவனுக்குச் சொந்தமானது. அம்மாஞ்சோலை அவன் அதிகாரத்துக்குட்பட்டது. மாமரங்களில் ஒரு மரத்தைத் தன் காவல் மரமாக நன்னன் வைத்திருக்கிறான். காவல் மரம் என்பது மன்னனின் கொடி, முரசு, யானை என்பதுபோல ஒரு அதிகாரத்தின் சின்னம். அம்மரத்தின் பயனை அரசக் குடும்பம்தவிர பிறர் பயன்படுத்தல் குற்றம். அரச குற்றம். மாம்பிஞ்சு, அப்பெண்ணால் ஏறிப் பறிக்கப்படவில்லைதான் எனினும், அது ஆற்றின் போக்கில் அடித்து வரப்பட்டதுதான் எனினும், மாங்காய் சட்டத்தை மீறித் தின்னப்பட்டதா இல்லையா, ஆகவே அது குற்றம். இப்படியாக அரசன் நன்னனின் தீர்ப்பு அமைந்திருந்தது. அந்தச் சிறுமியின் குற்றத்துக்குத் தண்டனையாக அவள் கொல்லப்படவேண்டும் என்பது அரச நீதியாக இருந்தது. அந்தச் சிறுமியின் பெற்றோர் அலறித்துடித்து மன்னன் முன் விழுந்து, தண்டனையாக எண்பத்து ஒரு ஆண் யானைகளையும், அச்சிறுமியின் உயரம் மற்றும் பருமனுக்கு நிகர்த்த அளவில் பொன்னால் ஒரு படிவம் (சிலை) செய்து தருவதாகவும் இறைஞ் சுகிறார்கள். சட்டம் சட்டம்தான். குற்றம் என்று விதிக்கப்பட்ட ஒன்றைச் செய்தவரின் வயது, நோக்கம், மனோபாவம், சூழ்நிலை இவைகளையெல்லாம் கணக்கில் எடுத்துக் கொள்கிற நெகிழ்வுப் போக்கு அல்லது நியாயத்தின்பால் நிற்கும் போக்கு, எதிர்கால

அபாயத்துக்கு ஆதரவளிக்கக் கூடியது என்று அரசதிகாரம் நினைக்கிறது.

நன்னன் கட்டளைப்படி சிறுமி கொல்லப்படுகிறாள்.

உலக வரலாற்றுப் பக்கங்களின் நெடுகிலும், சகல ஆதிக்கச் சக்திகளுக்கும் எதிராக, அதிகார ஆணவ அத்துமீறல்களுக்கும் எதிராக, சமூக அவக்கேடுகள், மற்றும் மானுட உரிமைகள் மீறப்படும் போதெல்லாம், அவைகளுக்கு எதிராக பாதிக்கப்பட்டோர் பக்கம் நின்று முதல் குரல் கொடுத்தவர்கள், கொடுக்கக் கடமைப்பட்டவர்கள் 'அறிவு ஜீவிகள்' எனப்பட்ட, புலமை வர்க்கத்தினரே ஆவர். சிறிமியின் விஷயத்திலும் இதுவே நிகழ்ந்தது.

இது சங்க காலத்தில் நிகழ்ந்த நிகழ்ச்சி. பரணர் எனப் பெயரிய புலவர் வாழ்ந்த காலம். கபிலர், அவ்வை முதலான பலரும் பரணரின் சமகாலத்தவர்கள். 'ஒரு விஷயத்தைப் பரணன் சொல்லி முடித்த பிறகு எனக்குச் சொல்ல என்ன இருக்கிறது' என்று அவ்வையால் சிலாகிக்கப்பட்ட கவி பரணர். தன் கவிதைகளில் தன் காலத்து வரலாற்றுச் சுவடுகளைப் பெய்துவைப்பது பரணரின் கவிதைப்பாணி. நன்னனின் இக்கொடூரத்தைத் தன் குறுந்தொகைக் கவிதையில் (292) பதிவு செய்து வைத்திருக்கிறார். நன்னனின் கடந்த இரண்டாயிரம் வருஷத்து வாரிசுகளும்கூட 'பெண் கொலை புரிந்த நன்னன்' என்பதான வசை படிந்து வாழச் சபிக்கப்பட்டவர்களானார்கள். நன்னனுக்கெதிராக மிகப் பெரிய இயக்கத்தை அந்நிகழ்வு நிகழ்காலத்திலேயே பரணர் எடுத்துள்ளார் என்பது நாம் கவனத்தில் இருத்தவேண்டிய விஷயம்.

சில காலம் கடந்தது. நன்னனின் அக்கொலைக் குருதி படிந்த காவல் மரத்தைக் கோசர்கள் வெட்டி வீழ்த்துகிறார்கள்.

காலம், தன் அடிச்சுவடுகளோடு மேலும் நடந்தது. ஒரு சமயம், விச்சிக்கோ எனும் அரசன், நண்பனும் தன்னைப் போன்ற இளவரசனும் ஆன கண்டீரக்கோ அரண்மனைக்குச் சென்று அங்கு நண்பனுடன் வருகிறான். நண்பர்கள் உரையாடலின் ஊடாக, அக்காலத்துச் சான்றோனும் புலவனும் ஆன பெருந்தலைச் சாத்தனார் அங்கு வருகை தருகிறார். புலவர்க்கு அக்காலத்தில் எக்கதவும் அடைத்து இருந்ததில்லை. வந்த புலவரின் பெருமையும் அறிவு விகாசத்தையும் கருதி, இரு இளவரசர்களும் அவரை வரவேற்கிறார்கள். சாத்தனார், அந்த இருவரில், கண்டீரக்கோவை மட்டும் அள்ளி அணைத்துக்கொண்டு வாழ்த்தி அவனுடன் மட்டும் பேசிக்கொண்டிருந்தார். உடன் இருந்த விச்சிக்கோவை முற்றிலும் புறக்கணித்தார். இது, விச்சியைப் புண்படுத்தி இருக்க

வேண்டும். வெள்ளையான மனம்கொண்ட விச்சி, சாத்தனாரைப் பார்த்து, "நாங்கள் இரு இளவரசர்கள் இருக்கிறோம். இருவருமே உம்மை வரவேற்பு செய்தோம். இருந்தும் கண்டீரக்கோவை மட்டுமே பொருட்படுத்திப் பேசி, என்னைத் தவிர்த்தக் காரணம் என்ன" என்கிறான்.

சாத்தனார் சொன்னார்.

'இதுதான் கரணம், விச்சி இதோ நிற்கும் கண்டீரக்கோவின் ஆட்சி கொடை வண்மையும் நடை வண்மையும்கொண்ட ஆட்சி. இவன் நாட்டு ஆண்கள் வெளியூர் சென்ற காலத்திலும், உதவி கேட்டு வருவோர்க்கு, அவ்வீட்டிலிருக்கும் பெண்கள் கொடுத்து உதவும் பண்பினர். இதை இதை ஆண்கள்தான் செய்ய வேண்டும் என்ற நியதி இல்லை. வேண்டுபவர்க்கு இந்த நாட்டுப் பெண்கள் யானைகளைக் கொடுக்கும் சுபாவம் கொண்டவர்கள். ஆகவே, நல்லாட்சித் திறம் பற்றி கண்டீரக்கோவைத் தழுவினேன். நீயோ, (பெண்கொலை செய்த) நன்னனின் மருகன் மரபில் வந்தவன். அதை மறந்தாலும், உன் நாடு புலவர்களுக்கு அடைத்தக் கதவுகளை உடையதாக இருக்கிறதே. உன்னால் புலவர்கள் அடைந்த அவமானம் பல. ஆகவே, புலவர்களாகிய நாங்கள், உன்னையும் உன் நாட்டையும் புறக்கணிப்பது என்று முடிவு செய்து அதைச் செயல்படுத்துகிறோம்...'

ஒரு தேசத்து அறிவாளிகள், அத்தேசத்தின் மனசாட்சியாக, அத்தேசத்து மக்களின் அக உலகத் தூதுவர்களாகச் செயல்பட்ட உதாரணங்கள், தமிழ் இலக்கிய உலக வரலாற்றில் நிறையவே உள்ளன.

நன்னனுக்கு எதிராகக் கனன்ற கோபம், அவமானத்துக்குள்ளான புலவர்கள் சார்பாகத் திரண்ட அறச்சீற்றம் முதலான விழுமியங்களைப் பரம்பரை பரம்பரையாக ஓம்பிய அறிவாளிகளே சமூகத்தை முன் நடத்துபவர்கள் ஆகிறார்கள். அதிகாரம் குவிந்திருக்கும் பக்கத்தில் ஒதுங்கி, அதிகாரம் ஈனுகிற சின்னச் சுகங்களுக்குத் தம்மை ஒப்புக்கொடுப்பவர்கள் அறிவாளிகள் ஆகார். 'அதிகாரத்தை நோக்கி ஒண்மையைப் பேசுதல்' என்று இப்பெரும்பண்பை எட்வர்ட் சேய்த் நவீன மொழியில் சொல்கிறார். அதனால்தான் பரணர், வேறு ஒரு சந்தர்ப்பத்தில், பேகனைப் பார்த்து, "எனக்கு உன்னிடம் இருந்தோ, வேறு எவரிடமும் இருந்தோ எந்த எதிர்பார்ப்பும் இல்லை. செல்வம், பதவி, பெருமை என்ற எதனாலும் குளிரூட்டிக் கொள்ளும் நிலையில் நான் இல்லை. உனக்கு நல்லதைச் சொல்ல வந்திருக்கிறேன். கேட்டால் கேள்" என்று சொல்ல முடிந்திருக்கிறது.

மக்கள் சார்பாக நின்று, மக்களுக்கான வாழ்வாதாரங்கள் எவை என்பதையும் அரசு எத்திக்கில் சிந்திக்க வேண்டும் என்பதையும் அரசுகளுக்கு உணர்த்தும் பெரும் பணிகளையும் தம் தோளில் சுமந்து திரிந்த புலவர்களும் நம் வரலாற்றில் காணக் கிடைக்கிறார்கள். விவசாயம் சார்ந்த ஒரு தேசத்தை, விவசாயம் தவிர்த்த வேறு தொழில்களில் மனத்தளவிலும் தயாராகாத மக்களைக்கொண்ட ஒரு தேசத்தை, காலம் முதிரும் முன்னமேயே இரும்பு சார்ந்த தொழில்களின் பக்கமாக அவசரமாகத் திருப்பிவிட்டார் நேரு. தொடக்க கால ஐந்தாண்டுத் திட்டங்களின் கோளாறுகளில் இதுவும் ஒன்று. நிலம் கொஞ்சம் கொஞ்சமாகப் புறக்கணிக்கப்பட்டு, பின்னால் பாழ்படுத்தப்பட்டதும், நீர் வளம் வற்றிப் போனதும், தொழில்சார் கலாச்சாரமும் முழுமையாக வளர முடியாது திகைத்து நிற்க, நிலப்பிரபுத்துவப் பண்பாட்டுச் சொச்சங்கள் நவீன முகமூடிகளோடு வந்து நிற்கும் அவலமான ஒரு காலகட்டத்தில் நாம் நிற்கிறோம்.

தீர்க்க யோசனைகளும், முன் உணரும் தன்மையும்கொண்ட நம் அறிவுலக மூதாதைகளில் ஒருவர் புலவியன். குட நாட்டைச் சேர்ந்தவர் ஆகையால் இவரைக் குட புலவியன் என்றார்கள். இவர் பாண்டிய நாட்டின், நீர் வளம் இல்லாத பகுதியைச் சேர்ந்தவர். அப்பகுதி விவசாயிகளின் துயரை நாளும் கண்டவர். அந்தத் துயரம் காரணமாகப் பாண்டியன் நெடுஞ்செழியனைக் கண்டு மக்கள் பிரச்சினைகளைப் பேசுகிறார்.

'உன் ஆட்சி நல்லாட்சி என்று சொல்லப்படவேண்டும் என்றால், நீயும் ஒரு நல்ல அரசன் என்ற இசை உனக்குக் கைகூடவேண்டும் என்றால், நான் சொல்வதைச் செய். இந்த உடம்பு நீராலும் சோறாலும் ஆனது. மக்கள் உயிர் வாழ்க்கை என்பது உணவின் தேட்டத்தாலே ஆனது என்றால், உணவுக்கு ஆதாரமான நீர் வளத்துக்கு ஆவன செய். உணவைத் தருவது நிலம். நிலத்துக்கு உயிரைத் தருவது நீர். மழைவளம் குறைந்த காலம் எனில் நீருக்கு எங்குபோவது. ஆகவே, நிறைய நாடு முழுவதும் நீர் நிலைகளை ஏற்படுத்து. பள்ளங்களைப் பெரிய பள்ளங்களாக மாற்றி; குளமாகக் குட்டையாகச் செய்து நீர் ஆதாரங்களை உருவாக்கு. அந்த நீர் நிலைகள், உணவை உருவாக்கி உன் மக்களுக்கு (நாட்டு மக்களுக்கு) தரும்...'

புலவியன் மட்டுமல்ல, வெள்ளைக்குடியைச் சேர்ந்த நாகன் என்ற அரிய புலவரும் மக்கள் பணியை மேற்கொண்ட ஒரு கிளர்ச்சிக்காரராகத் தோற்றம் தருகிறார்.

பிரபஞ்சன் ● 113

சோழன் கிள்ளிவளவன், விவசாயம் சார்ந்த வரி பாக்கிக்காக மக்களை அச்சுறுத்துகிறான். விளைநிலம் கெட்ட, மழைகெட்ட ஒரு காலத்தில் மக்கள் படும் துயர் அதிகார வர்க்கத்தின் காதுகளில் விழத் தயாராக இல்லை. மக்களைச் சந்திக்க, அவர்களோடு ஒரு உரையாடலை நிகழ்த்த அதிகாரம் தயாராக இல்லாதபோது, அறிஞர்கள் கிளர்ந்தெழுகிறார்கள். நாகன், சோழனைச் சந்திக்கிறார்.

'மக்கள் உன்னைச் சந்திக்கவும், தம் குறைகளைச் சொல்லவும் முன் வரும்போது, அவர்களை நீ சந்திக்க மறுப்பது என்ன நியாயம்? வேண்டும் காலத்தில் மழை என்பது விவசாயிக்கு எங்ஙனம் மகிழ்ச்சி தருமோ அந்தளவு பாதிக்கப்பட்ட காலத்தில் கிடைக்கும் நீதியே மக்களுக்கு நிம்மதி தருவது என்பதை உணர்க. உன் தலைக்கு மேல் பிடிக்கப்பட்ட குடைக்கு என்ன அர்த்தம்? உன் மேல் விழும் வெயிலை மறைக்கவா? இல்லை மக்கள் மேல் எந்தத் துன்பச் சாயலும், படியாமல் நீ காப்பாய் என்பதன் குறியீடல்லவா என் கொற்றக் குடை? ஏதோ நீ பெற்ற, போர்க்கள வெற்றிக்காக மகிழ்கிறாய் என்றால், அந்தப் போர்க்கள வெற்றிக்கு ஆதாரமாக இருப்பது, உன் ஏர்க்களம் சீராகப் பேணிப் பாதுகாப்பதில் அல்லவா இருக்கிறது. பசித்தவன் போரில் வெல்வது எப்படி? நீ வைத்திருக்கும் நால்வகைப்படைகள் ஆதாரமாக நீ நாடுகளை வெற்றி கொள்வதாக நினைக்கிறாய் என்றால் அது தவறு. உன் நாட்டு உழுபடைகொண்ட உழவர்கள் உனக்குத்தந்த வெற்றி அவை என்று உணர். தொழுபடை அல்ல, உழுபடையே ஒரு நாட்டின் உயிர். இயற்கை உற்பாதமோ, செயற்கை விபத்துகளோ, ஒரு நாட்டில் எது நடந்தாலும் அவைகளுக்கான பொறுப்பை ஏற்றுக் கொள்ள வேண்டியது நீதான். ஆகையால், உன் நாட்டின் வாழ்வாதாரமான விவசாயத்தின்மேல் கவனம் செலுத்து... உன்னைச் சுற்றி உன் முகத்துக்கு எதிராக உன்னைப் புகழும் அற்பர்களின் வார்த்தைகளைக் கேட்பதை விடு. மக்களிடம் உரையாடு. அவர்களின் துன்பத்தைப் போக்கு.'

ஆச்சரியமாக இருக்கிறது இல்லையா? எல்லாக் காலத்திலும் அதிகாரத்து மனிதர்கள், மக்கள் என்பவரைத் தங்கள் கண்ணில் விழுந்த துரும்பாகவே காண்கிறார்கள். அவர்களை இடித்துரைக்கும் வேலையை நாகன் போன்றவர்கள் செய்து, அதனாலேயே சிலுவையைச் சுமப்பவர்கள் ஆகிறார்கள். தெரிந்தே சுமக்கிறார்கள். சுமப்பார்கள்.

மக்கள் இயக்கங்கள் ஒரு பக்கம் அதிகாரக் குவிப்புக்கு என்றும் எதிராகவே இயங்குகின்றன என்றால், மறுபக்கம் துரோகத்தின் கொடுங்கரங்களும் நீள்கின்றன. இதுவும் வரலாறுதான். மக்களை

முன்னிறுத்தி, மக்களுக்கு ஆதரவாக நின்று, மக்களே ஒரு தேசத்தின் உயிர், உணவும் நீரும் ஒரு சமுதாயத்தின் உயிர் என்று குரல் கொடுத்த அதே காலகட்டத்தில், அதிகார மையத்துக்கு ஆதரவான எல்லாக் காலங்களிலும் இரந்து தொலைக்கிற காட்டிக் கொடுக்கும் கங்காணிக் குரல்களும் இருக்கவே செய்கின்றன.

மோசிகீரன் இப்படிச் சொல்கிறார்:

நெல்லும் உயிரல்ல. நீரும் உயிரல்ல. இவைகளை உருவாக்க, ஆதாரமாக இருப்பது மன்னனின் முறை ஆதலால், மன்னனே உயிர் என்று கருதத்தக்கவன். இப்படிப்போகிறது மோசிகீரனின் சிந்தனை.

குழு வாழ்க்கைமுறை மற்றும் சிறுகுடி வாழ்க்கை போக்கு சிதைந்து, சிதைக்கப்பட்டு அரசுகள் உருவாகும் காலத்தில், அரசுகளையும் சிதைத்துப் பேரரசுகள் உருவான காலகட்டத்தில், மிச்ச சொச்சமாக மக்களிடம் இருந்த சிறிய அதிகாரங்கள் அனைத்தையும் தொகுத்து அரசு கையில் ஒப்படைக்கும் அரசு அதிகாரப் பிரதிநிதித்துவப் பணியையே, தம் அளவில் மோசிகீரனார் ஆற்றி இருக்கிறார். இந்தப் போக்கை ஊதி வளர்த்துக்கொண்டு போனார்கள் அரசு ஆதரவுப் புலவர்கள். மன்னன் உயிர் என்பது வளர்ந்து மன்னன் கடவுள், அவனே இறை, என்கிற போக்கு தலை எடுத்தது. அறிவு வர்க்கம் இந்தப் போக்கை ஆதரிக்கத் தொடங்கியது. எல்லோரும் அல்லர். அறிவாளிகளில் சிலர். அல்லது பலர். திருவுடை மன்னர்களைக் கண்டால் திருமாலைக் காண்பதாக ஒரு கோஷ்டி சொல்லத் தொடங்கியது. பக்தி இயக்கக் காலத்தில் இந்தப் போக்கு உயர்ந்தெழுந்தது. பக்தி இயக்கத்துக்கு முன் இருந்த வள்ளலார், மன்னன்போக்கு மக்கள் விரோதப் போக்காக மாறுகிறது என்றால், அவன் இடித்துரைக்க வேண்டியவன் ஆகிறான் என்கிறார்.

மன்னன் தன் அதிகார எல்லைகளை விஸ்தரிக்க விரும்பியோ, கொள்ளை அடிக்கவோ போர்களை உருவாக்குகிறான். கடந்த காலங்களில் முதலாளியம் தன் இருப்பை உள் நாட்டிலும் வெளிநாடுகளிலும் தக்க வைத்துக் கொள்ளவும் தன் பெயரை ஆதிக்கச் சக்தியாக உயர்த்திக் கொள்ளவும் இரண்டு பெரும் யுத்தங்களையும் உருவாக்கியதை வரலாறு மறக்க முடியாது. இன்று உலக அளவில் முதலாளியம், உள்நாட்டு யுத்தங்களைத் தன் நலத்தின் பொருட்டே, ஏதோ ஒரு பெயரில் உண்டாக்கிக்கொண்டிருக்கிறதை நாம் அறிவோம். சங்க காலத்திலும், மன்னர்களுக்கு உண்டான போர் வெறியைப் புலவர்கள் 'வீரம்' என்ற பெயரில் ஊக்குவிக்கும் இழி செயலைச் செய்தார்கள். அரச அதிகாரவளையத்துக்குள் இடம்

பெறவும் பரிசில் பெறவும், அரசர்களின் போர் வெறிக்கு நியாயம் கற்பித்தார்கள். மட்டும் அல்ல, போரை, ஒரு வாழ்முறையாகவும், புகழுக்கு அது காரணமாகவும் தத்துவம் கற்பித்தார்கள். தன் ஆட்சிக்குரிய இடம் மிகச் சிறியதாக இருக்கிறதே என்று கவலைப்பட்டு, ஊக்கம் தூண்ட அரசர்கள் போரிட்டார்கள் என்று மனநுட்ப அரசியல் சாதுர்யங்களைப் புலவர்களே சொல்லிக் கொடுத்தார்கள். வென்ற மன்னன், தோற்ற மன்னனிடம் பொருளை வாங்கிக்கொண்டு திரும்பாமல், ஊரைக் கொளுத்தியும், விளை நிலங்களைப் பாழ்படுத்தியும், நீர் நிலைகளைக் கெடுத்தும் மக்களுக்குச் செய்த (தோற்றவர்களும் மனிதர். அவர்களும் தமிழ் பேசியவர்கள்) மாபெரும் துன்பங்களைப் பாராட்டியும் ஊக்கியும் பாடிய பாடல்கள் நிறையவே கிடைத்துள்ளன. தோற்ற நாட்டின் பெண்களை அடிமை செய்தல் போன்ற பாரிய போர்க் குற்றங்கள், வெற்றிக் கொண்டாட்டங்களால் மறைக்கப்பட்டன. போரில் பெருவீரம் காட்டிச் செத்துப் போன தன் மகனைக் கண்டு அவன் வீரத்துக்காக அவள் மகிழ, அந்த மகிழ்ச்சியில் அவள் முலைகளில் பால் சுரக்கிறது என்று ஒரு புலவன் பாடுகிறான். போர் ஒரு மனிதனை, ஒரு மகனை தரைத் தளத்திலிருந்து எடுத்துவிட்ட சோகத்தை 'தியாக, அல்லது வீர'ப் போர்வையில் மறைத்து, ஒரு புதிய மானுட குலத்துக்கெதிரான பண்பாட்டை நிறுவும் முயற்சியும் தொடங்குகிறது. ஒரு மகன் அல்லது வேறு இல்லாதவள்கூட, மகனைப் பறிகொடுத்து 'மகிழ்கிறாள்' என்று புதிய சமூக மனம் கட்டமைக்கப்படுகிறது. ஊரை எரித்து, மக்களை திக்கற்று வெளிகளில் நிறுத்துதல் 'எரிபரந்தெடுத்தல்' என்று அழகான வீரப்பெயர் கொடுக்கப்படுகிறது. நெருப்பு அணைந்து, புகை அவிந்து, தயங்கி வெளிப்படும், வீடுகள் மொட்டையாகி, சிதிலமடைந்து குட்டிச் சுவர்களாக நிற்கும் அவலம், அவலத்தின் துயர நெடி பல பாடங்களில் வெளிப்பட்டு நம் மனத்தைக் கனக்கச் செய்கிறது. இவைகளுக்கெல்லாம் வீரம் என்று பெயரிட்டு, புதிய போர்க்கால 'அறங்களை' உருவாக்கிக் கட்டமைத்த புலவர்களை எண்ணி நம் தலை கவிழ்கிறது. யுத்தம், இரு முனைகளிலும் துயரம் செய்யும். அதை புஷ் செய்தாலும் ராஜராஜன் செய்தாலும் குற்றமே. கடாரங்காய் ஊறுகாய் வேண்டுமானால் மன்னர்களுக்கு ருசி தரலாம். கடாரம் வெற்றி எந்த வகையிலும் யாருக்கும் நன்மை தந்ததாகத் தகவல்கள் இல்லை.

என்னத்துக்கு வேலை கீலை என்று அவதிப்படுகிறாய், யவனர்களின் ஜாடிகளில் ஊறித்ததும்பும் மதுவை அருந்தி, அதோ காத்திருக்கும் பெண்களுடன் உல்லாசமாக இரு. எனக்கும் ஒரு குவளையை உறுதிசெய் என்று லஜ்ஜை இல்லாமல் மன்னனுக்குக்

காமத் தரகு வேலையைச் செய்த புலவர்களும் உளர். போரிலும் பாசறையிலும் காலம் கழிக்கும் இரும்பொறை என்பவனிடம், எதற்கு இத்தனைப் போர்கள் என்று கேட்காத புலவர், இடையில் ஒரு 'நைட்' மனைவியிடம் போய் வா, வந்து போரைத் தொடர் என்கிறார். அவரவர்க்கு ஏதோ ஒன்றில் தீவிரம். நற்கிள்ளியின் வெற்றிச் சிறப்பைக் கூற வந்த ஒரு புலவர், இசைக் கலைஞன் ஒருவனை 'இழிசினன்' என்று கூறி வருணாசிரமத்தைச் சிரம் தாழ்த்தி வரவேற்கிறார். இன்னொரு புலவர், துணி வெளுக்கிற பெண்ணைப் புலத்தி என்று சொல்லி தமிழ் இலக்கியச் சூழலை நோய் செய்கிறார். பாணர்கள், பாடினிகளோடு பழகுகிற மன்னர்களிடம், "இந்தப் படிக்காத மக்களுடன் என்ன உறவு வேண்டி இருக்கிறது. இவர்களை ஒழிந்த நேரத்தில் யாகம் செய், பிராமணர்களுடன் பழகு" என்பதுபோல 'புத்தி' சொல்கிறார்கள் சில புலவர்கள். 'உன் தலை பார்ப்பாருக்கு மட்டும் வணங்கட்டும், மற்ற எவர்க்கும் வணங்காமல் இருக்கட்டும்' என்று அறிவுரை சொல்கிறார் ஒரு புலவர்.

சங்க இலக்கியப் பெரும்பரப்பில், உண்மை அறிவுஜீவிகள் பலரை நாம் பார்க்க முடிகிறது என்பதே நம் பலம். அதே போல், அதிகாரத்துக்குப் பணிந்து, பல் இளித்த புலவர்களையும் நாம் காணக்கூடுமாக இருக்கிறது. அதிகாரத்தை நோக்கி உண்மை பேசியோரே, வரலாற்றை முன் நகர்த்துகிறார்கள். அவர்கள் காலம் தோறும் சிலுவை மரங்களில் அறையப்படுபவர்களாகவும் இருப்பார்கள். என்றாலும் என்ன உண்மைகளின் பக்கம்தான் மானுட குலம் சாய்ந்திருக்கிறது என்பதையே காலம் தோறும் வரலாறு உரத்துச் சொல்லிக்கொண்டே இருக்கிறது.

- ஆகஸ்ட், 2009

அபாயகரமானது கவிதை

துப்பாக்கியின் கண் உங்களை இமைக்காமல் பார்க்கும்போதும், அதிகாரத்தின் சவுக்குகளின் நாக்குகள் உங்கள் முதுகைச் சிதைக்கும்போதும், ஆதிக்கத்தின் கொடுங்கரங்கள் உங்கள் புறங்கழுத்தைப் பிடித்துத் தள்ளும்போதும், மொழியின் பெயராலும் இனத்தின் பெருமையாலும், பூமியின் அபகரிப்பாலும் பாசிஸ்ட்களும் நாசிகளும் கை கோர்த்து வன்முறை யுத்தங்களைத் தொடங்கும்போதும் நீங்கள் புலம் பெயர்கிறீர்கள். உங்களுக்கு எந்த யோசுவாக்காலும் கானான் பிரதேசத்தைக் கையளிப்பதில்லை. காற்றின் திக்கில் புயல்களின் வல்லழுத்தம் உங்களை ஏதோ ஒரு திசையில் தள்ளிக்கொண்டு போகிறது. உங்கள் மனதில், மூளையில், சட்டைப்பையில் உங்களின் வாழ்ந்த உங்கள் தந்தையர் தேசம் உறைந்து போயிருக்கும். நீங்கள் உங்களைச் சுமந்தபடி, உங்களை இழுத்துக்கொண்டு நடக்கிறீர்கள். மகமூத் தர்வீஷ் சொன்னதுபோல 'மல்லிகைத் தோட்டம் செய்ய நீங்கள் கற்பாறைகளைக் கடித்துத் தின்றுகொண்டு' நடக்கிறீர்கள். இரு புறமும் வீடுகளைக்கொண்ட, பசுக்களும் கழுதைகளும் குதிரை லாயங்களும்கொண்ட ஒழுங்கமை வீதிகளில் நீங்கள் நடக்க முடியாது. மாறாக, திமிங்கலத்தின் கூரிய பற்களுக்குள்ளே இருளை நோக்கி, அதன் அடிவயிற்றில் நடக்கிறீர்கள். உங்கள் பாதங்களுக்குக் கீழ் புதைக்கப்பட்ட கண்ணி வெடிகள் உங்கள் மூளைகளுக்குள் எந்தக் கணத்திலும் வெடித்துச் சிதறக் காத்திருக்கின்றன.

புலம்பெயர்தல், மாலை நேரத்தில் உங்கள் வரவேற்பறையில் உங்கள் காதலியுடன் அமர்ந்து பட்சணம் கொரித்துக் காப்பி குடிக்கும் விவகாரம் அல்ல. அது புலம் பெயர்தல்.

அகதி வாழ்க்கையின் நிரந்தர சாட்சியாக, நிலைபேறுடைய வானத்தையும் பூமியும்போல தர்வீஷ் விளங்குகிறார். அக்கவி காற்றோடு கலந்து இந்த ஆகஸ்ட் மாதத்தோடு ஓர் ஆண்டு திரும்புகிறது. அவர் வார்த்தையின் சூடு, அப்போதுதான் படுத்தெழுந்த தலையணையின் மிதச்சூடாக நம் விரல்களில்

அப்பிக் கொள்வதை இன்னும் உணர முடிகிறது. 1949இல் அவர் குடும்பத்தின் வேர் பிடுங்கப்பட்டு, அலையும் நீர்த் தாவரம்போல லெபனானுக்குக் குடியேறுகிறார். பத்தாண்டுகள் வலிக்குப் பிறகு, அந்தப் புகலிடக் கவிதை 'கள்ளிச் செடிகளாக' வெளிப்படுகிறது. தந்தையும் மகனும் உரையாடும் விதமாக அமைந்தது அக்கவிதை

என்னை எங்கே அழைத்துச் செல்கிறீர்கள் தந்தையே
காற்றின் திசையில் என் மகனே
தந்தை மகனிடம் கூறினார்
அச்சம் கொள்ளாதே
துப்பாக்கிக் குண்டுகளின் சலசலப்பொலி கண்டு அச்சம் கொள்ளாதே
நாம் புறப்பட்டுச் சென்றபின் நமது வீட்டில் யார் வசிப்பர் தந்தையே
அது எப்படி இருந்ததோ அப்படியே இருக்கும் என் மகனே
குதிரையை ஏன் தனியாக விட்டுவிட்டு வந்தீர்கள்
வீட்டுக்குத் துணையாக இருக்கட்டுமே என்றுதான், மகனே
குடி இருப்பவர்கள் வெளியேறிய பிறகு வீடுகள் இறந்து விடுகின்றன...

நாடு கடத்தல் என்பது பழைய தேசங்கள் தங்களைக் காப்பாற்றிக் கொள்ள நபர்களுக்கு அளித்த தண்டனைகளில் தலையாயதாக இருந்து வந்திருக்கிறதை நாம் அறிவோம்.

புத்தருக்கு முன் மரணதண்டனை அல்லது நாடு கடத்தல் என்பதுதான் தண்டனைகளாக வைக்கப்படுகின்றன. மரண தண்டனைக்கு நிகரானதாக அல்லது மாற்றாக நாடு கடத்தல் வைக்கப்படுகிறது, சரியாகவே. மரண தண்டனை, முற்றாக ஒரு மனிதனைச் சிந்தனைகளில் இருந்து விலக்கிவிடுகிறது. அதுவே விடுதலையின் மறு பக்கமும் ஆகிறது. மரண தண்டனையைக் காட்டிலும் குரூரமான நாடுகடத்தலை, கடத்தப்பட்டவர் சுமந்துகொண்டு திரிய வற்புறுத்தப்படுகிறார். நினைவில் தன் தேசத்தை, உறவை, சங்கீதத்தை, வாசனைகளைச் சுமைந்துகொண்டு வாழ்நாளைக் கழிக்க நிர்ப்பந்திக்கப்படுகிறார். அந்தச் சூழலில் அந்த மனிதர் பிறப்பிட வாழ்க்கை, புகலிட வாழ்க்கை இரண்டையும் ஏகக் காலத்தில் வாழ நிர்ப்பந்திக்கப்படுகிறார். ஒரே நேரத்தில் அவர் நேற்றையும் இன்றையும் சேர்ந்து வாழும் காலம் குழம்பிய குழப்ப நிலைக்கு தள்ளப்படுகிறார். அவர் மனம் எனும் குளத்தில் கல் எறியப்பட்டு, சதா நினைவு வட்டங்களைச் சுழற்றிவிடப்பட்டுக்கொண்டே இருக்கிறது. அவர் உணவாகக் கல் அப்பங்கள் பரிமாறப்படுகின்றன. தர்வீஷ் எழுதுகிறார்,

என் அம்மா தயாரிக்கும் ரொட்டிக்காக ஏங்குகிறேன்
எனது தாய் தயாரிக்கும் காபிக்காக
அவளது தொடுதலுக்காக
ஒவ்வொரு நாளும்
குழந்தைப் பருவ நினைவுகள்
எனக்குள் பொங்கி எழுகின்றன
எனது சாவு வருகையில்
எனது வாழ்கைக்குத் தகுதியுடையவனாக
எனது தாயின் கண்ணீருக்குத் தகுதியுடையவனாக
நான் இருக்க வேண்டும்
நான் திரும்பி வருவேனாகில்
உனது நெருப்பை மூடுவதற்கான விறகாக
உனது வீட்டின் கூரையில் துணி காயப்போடும் கயிறாக
என்னைப் பயன்படுத்து
உனது வாழ்த்துகளின்றி
எழுந்து நிற்கக்கூட பலமில்லாதவனாக நான்.

வரலாறு அறிந்த தமிழர்களின் வாழ்க்கை மிகப்பெரிய சிக்கலற்ற, பெரும்பாலும் பாதுகாப்பான வாழ்க்கையாகவே அமைந்திருந்தது. இயற்கையோடு கைகுலுக்கிக்கொள்ள அவர்களுக்குத் தெரிந்திருந்தது. தமிழ்நாடு, உஷ்ணப் பிரதேசமானதும், மிதக் குளிர்ப் பிரதேசமும் ஆனதால், சட்டை முதலாகிய இடுப்புடைக்கு மேலான ஆடைகள் அவர்களுக்குத் தேவையாக இருக்கவில்லை,'சட்டை போடுகிறவர்' என்று ஆச்சரியமாக பொற்கொல்லனை அறிமுகபடுத்துகிறார் இளங்கோவடிகள். மலைப்பகுதி என்கிற மலை அடிவார வாழ்க்கை, கடல்புற வாழ்க்கை, பயிர்செய்கிற ஆற்றங்கரை வாழ்க்கை, காட்டுபகுதி வாழ்க்கை என்கிற நிலபகுதிக்குள் அவர்களது வாழ்க்கை அமைந்திருந்தது. மன்னர்கள், அரசர்கள், கிழார்கள், வேளிர்கள், சிறுகுடித் தலைவர்கள் என்று சொல்லப்படும் அதிகார வர்க்கம், மக்கள் என்போர் பற்றிக் கவலைப்பட்டதாகப் பெரிய அளவில் சான்றுகள் இல்லை. மக்களும் தங்களை ஆள்வோர் பற்றிய புரிதல்கொண்டவர்களாக இருக்க வேண்டிய அவசியத்துக்குள்ளாவதில்லை. கடுமையான வரிகளும், கடுமையான தண்டனைகளும் என்று அவர்கள் சந்திக்கிற காலங்களில் அவர்களின் புலப்பெயர்வு இருந்துள்ளது. பெயர்வும் தமிழ் நாட்டுக்குள்தான். அல்லது தமிழ்நாட்டை ஒட்டிய

அயல்மொழிப் பிரதேசங்களிலோதான். அதாவது கொத்தோடு பிடுங்கப்பட்டு அவர்கள் எறியப்படுகிற சான்றுகள் பெரிதும் வரலாற்றில் இல்லை. அதிகபட்சமாக அவர்களின் பிரச்சினைகள் வைதீகமும், சைவ வேளாளர்களும் என்பன போன்றவை தவிர, சமுகத்தில் ஒரு பகுதியினர் இழிமக்களாக வைக்கப்பட்டதும் நேர்ந்திருக்கிறது. இலக்கியங்கள், மேட்டுக் குடி வகைப்பட்டவை. ஆங்கிலேயர் வருகைக்கு முன்பாகக் கல்வியோ, இலக்கியமோ ஜனநாயகத்தன்மை கொண்டதாக இருக்கவில்லை.

நிலம் தொடர்பான அவர்கள் வாழ்நிலை, தமிழர்கள், ஆண்டின் பாதி நாட்களில் சூரியனையே பார்க்காத பனிப்பிரதேசங்களில் தூக்கி எறியப்பட்டதாக இருந்தது இல்லை. கை, கால், ரத்த ஓட்டம் விறைத்துப் போகும் கடுங்குளிர்ப் பிரதேசங்களில் அவர்கள் வாழ்ந்தது இல்லை. முற்ற முழுக்க அந்நிய பூமியில், மொழி அறியாத அயலகத்தில் அவர்கள் நிறை அழிய நின்றதில்லை. நர்மதை ஆற்றைத் தாண்டி, வட புலத்து வழியாக வந்து சேர்ந்த படையெடுப்பாளர்களின் ஆதிக்கச் சுடுநெருப்பின் கடைசிப் பரவலையே அவர்கள் துய்த்து வந்திருக்கிறார்கள். தாது வருஷப் பஞ்சங்கள் போன்றவை தமிழர்களை வருத்தியபோதும் ஒன்று அவைகளைச் சந்தித்து மாண்டார்கள். அல்லது தமிழ் நாட்டுக்குள் பஞ்சம் பிழைக்கப் போனார்கள். நிலப்பெயர்வு என்பது, அவர்களின் மூளைகளில் பதிந்து, அச்சம் கொள்ளும் நிகழ்வாகப் பெரிய அளவில் இல்லை.

சங்க இலக்கியம், மலை, காடு, கடல், நன்செய் நில வாழ்க்கையைக் காதல் என்கிற மனிதகுல அடிப்படை அலகைக்கொண்டே புனைகிறது. மலைக் காதல், கடல் ஓரக் காதல், காட்டுக்குள் வருகை தரும் காதல், விபசாரம் என்று விரிகிறது சங்க இலக்கியம். அல்லது, தம் ஆட்சிப் பரப்பு சிறியது என்கிற ஊக்கம் தூண்ட, படையெடுப்பு நிகழ்கிறது. மனித வாழ்க்கையின் காதல், ஆதிக்கம் என்கிற அடிப்படைத் தூண்டுதல்களின் ஊடாகத் தமிழர் வாழ்க்கை புனையப்படுகிறது. இதற்குள் 'பிரிவு' என்கிற திணை முக்கியமாகக் காதல் வயப்பட்ட வாழ்க்கையைச் சார்ந்து இருந்தது.

ராஜஸ்தானத்துப் பாலை அல்ல தமிழ்ப் பாலை. மழை இன்மை காரணமாக நிலம் ஈரம் இழந்து, நன்செய்ப் பயிருக்குத் தகுதி இன்றி வறண்டு போவதையே பாலை என்று சொன்னார்கள். அந்த நிலத்தில் பாலைச் செடிகளும், கள்ளி போன்ற முள் தாவரங்களும் இருந்தன. மழை இல்லாத நிலம், நீர்நிலை இல்லாத சூழல் காரணமாக கடும் வெப்பம் நிலவுகிற பூமியே பாலை. இந்தச் சூழல் உயிர்களை எங்ஙனம் வாட்டுமோ, அங்ஙனமே காதலர்ப் பிரிவும்

உள்ளத்துச் சுடும் என்பதால் பிரிவுத் திணையைப் பாலையோடு வைத்தார்கள் இலக்கிய இலக்கணப் புனைவாளர்கள். ஆக, காதலர்களின் பிரிவைப் பாடும் திணையே பாலைத்திணை. இந்தப் பிரிவு என்பது, நிரந்தரமானதோ, பாரதூரமான விளைவுகளை ஏற்படுத்துவதோ அல்ல. பெரும்பாலும் காதலனோடு காதலி, தன் பிறந்த இடம் விட்டு காதலன் இடம் நோக்கிச் செல்வதே பாலை. உண்மையில் இந்தப் பிரிவு என்பது காதலிகளுக்கு என்பதைக் காட்டிலும், அவர்களை வளர்த்த தாய் தந்தை மற்றும் சுற்றத்துக்குத்தான் என்பது புரியும். தலைவியைக் காணாமல், அவளை வளர்த்த செவிலித்தாய் அவளைத் தேடிப் புறப்படுவாள். பாலை வழியாக அக்காதலர்கள் நடந்து சென்றது புனையப்படும். ஒரு கட்டத்தில் காதலர்களைக் கண்டு பிடித்து அழைத்து வந்து திருமணம் செய்விப்பார்கள். ஆக, பிரிவு என்பது, பெண், தன் வீட்டை விட்டுச் சென்ற சில நாட்களேதான். இன்னும், பெண், தன் காதலனிடம் சேர்வதற்காகத் தன்னந்தனியே புறப்பட்டுச் சென்றாள் என்பதற்கான சாட்சியம் தமிழ் இலக்கியத்தில் இல்லை. உண்மையில், அவ்வாறு நிகழ்ந்திருக்கக்கூடும். இலக்கியம், தமிழ் இலக்கியம், குடும்ப அமைப்பை, கல்யாணத்தில் முடிகிற முறை வழுவாத இல்லறத்தை ஓம்பி இருந்ததாலும், பெண்ணைச் சுயமாகச் சிந்திக்கும் பிராணி என்று ஏற்றுக் கொள்ள மனம் இல்லாததாலும், பெண்ணின் ஒழுகலாறுகளுக்குக் கற்பு என்கிற வடிவம் ஏற்பட்டுவிட்டதாலும், பெண்ணுக்கு அளிக்கப்படும் சுயேச்சைத் தன்மை பல உடைப்புகளைச் சமூகத்தில் ஏற்படுத்திவிடும் என்ற அச்சத்தாலும், பெண் தனியே வீட்டை விட்டுப் பிரிந்தாள் என்கிற துறையை, ஒரு பிரிவுத் துறையைத் தமிழ் இலக்கியம் புனையவில்லை. ஒரு பெண் தன் காதலனுடன் சென்ற பிரிவின் தூரம் அனேகமாக பத்து, பதினைந்து கிலோ மீட்டர் தூரத்துக்கும் மேல் போக வாய்ப்பில்லை என்பதே என் கருத்து. இந்தப் பிரிவையே பெரிதாகப் பேசும் சூழ்நிலை அந்தக் காலத்தில் இருந்திருக்கிறது.

சங்க இலக்கியத்தில் பாரியைப் பற்றிய புனைவுகள்போல, கபிலரைப் பற்றிய புனைவுகளும் மிகுதியாகவே இருக்கின்றன. கபிலர், பாரியை அதிகம் பாடியவர். பாரியால் ஆதரிக்கப்பட்டு, பல காலம் அவனுடைய விருந்தோம்பலில் திளைத்தவர். பாரி இறந்த பிறகு, பறம்பு மலையை விட்டு நீங்குகிறார். இந்தப் பிரிவை மிகச் சிறப்பான பிரிவாகச் சொல்வது புலவர் மரபு. கவிதைகள் மிக அழகானவை. சங்க இலக்கியத்தில் நூற்றுக்கும் மேலான பாடல்களைப் பாடி முதலிடத்தில் நிறுத்தி வைக்கப்பட்டவர் கபிலர். சங்க இலக்கியத் தொகுப்பு காலத்து அரசியலில் இதுவும்

ஒன்று. அந்த அரசியலை வேறு ஒரு இடத்தில் ஆராய்வோம். இப்போது பிரிவுக் கவிதைகளைப் பார்ப்போம்.

'எம்போன்ற விருந்தினர்க்குக் கொடுக்க மதுச்சாடிகள் திறக்கப்பட்டு விருந்துக்கு ஆயத்தம் செய்யப்படும். ஆட்டுக் கிடாய்கள் வெட்டப்படக் காத்திருக்கும். சமைத்து சமைத்து ஓயாத விருந்துசாலை. துவையலையும் ஊன் சோற்றையும் (பிரியாணி), தின்னும் மட்டும் தந்து உபசரித்தாய் பறம்பு மலையே. அந்த விருந்துக்கு முடிவு வந்து விட்டது. பாரி இறந்து விட்டான். நீர் ஒழுகும் கண்களோடு உன்னைப் பிரிகிறேன். (புறம் 113)

புறப்பட்ட கபிலர், நடந்துகொண்டே, அம்மலையை நின்று நின்று பார்த்தபடி செல்கிறார். 'அந்தப் பறம்பு மலை இதோ தெரிகிறது. இங்கே நின்று பார்ப்போருக்கும் அதன் உருவம் தெரியும். தொலைவில் நின்று பார்ப்போர்க்கும் அது தெரியும். பாரியின் வீட்டு முற்றம் எப்படிபட்டது. யானை மென்று துப்பிய சக்கையைப்போல, தேனடை பிழிந்த எச்சங்களால் தேன் ஊறித் ததும்பும் முற்றம் அல்லவா அது. நாங்கள் அமர்ந்து உறவாடிய முற்றம் அது. அதை நான் பிரிகிறேன்... (புறம் 114)

ஒரு பக்கம் அருவி வழியும் சப்தம். மறுபக்கம், கள்ளை மொந்தையில் பாணர்க்கு ஊற்றும் சப்தம், இந்தச் சப்தங்கள் இன்னும் சற்று நேரத்தில் அடங்கிப் போய்விடும்... (புறம் 115)

கபிலர் பிரிவு எய்த படைப்புகளின் அகண்ட பொருள் இது. அவர் தமிழகதுக்குள்தான் வாழப் போகிறார். நேராகச் சேரனிடம் சென்று பாடப்போகிறார். அவர் எங்கு சென்றாலும் மரியாதை கிடைக்கிறது. அவர் தன்னை அந்தணன் என்று சொல்லி அறிமுகப்படுத்திக் கொள்ளும் இயல்பினர்... அதுபோதும்தானே ?

தமிழர்கள், தங்கள் வரலாற்றுக் காலத்தில், கடந்த 1980களுக்குப் பிறகு, சந்தித்த பிரிவே, மேற்கொண்ட புலம் பெயர்தலே, அவர்கள் என்றும் சந்தித்திராத மிகப் பெரிய புலப்பெயர்வாகும். நான் இலங்கைத் தமிழர்களைச் சொல்கிறேன். வெள்ளை ஆதிக்கத்தில் இருந்து இலங்கை விடுதலை பெற்ற பிறகு, சிங்கள ஆதிக்கத்தைச் சந்திக்கும் கெடு துயரம் தமிழர்களைக் கவ்வியது. சிங்களர்கள் தமிழர்கள் மேல் செலுத்திய ஆதிக்கம், அதிகாரம் சார்ந்த, மொழி, இனப் பகைமை சார்ந்து திணித்த யுத்தத்தின் கொடு விளைவாக, தமிழர்களின் புலப் பெயர்வு நிகழ்ந்தது. 1980–க்கும் முன்னால், இனப்பிரச்சினை தோன்றும் காலகட்டத்திலேயே படித்த, வசதி மிகுந்த தமிழர் புலம்பெயர்ந்தார்கள். கறுப்பு ஜுலைக்குப் பிறகு (1983 ஜுலை) புகலிடம் தேடி பாரிய தமிழர்கள்

கனடா, பிரான்ஸ், நார்வே, சுவீடன், டென்மார்க், இலண்டன், சுவீஸ், ஜெர்மனி, அமெரிக்கா, நெதர்லாந்து, ஆஸ்திரேலியா ஆகிய நாடுகளுக்குள் வாழ அல்லது வதியும் நிலைக்குத் தள்ளப்பட்டார்கள். இந்த நாடுகளுக்குத் தமிழர் சிவப்புக் கம்பள வரவேற்போடு செல்வதில்லை. அகதிகளாகச் சென்றார்கள். மனித வாழ்க்கையிலேயே கடைசித் தர வாழ்க்கை அகதிகளின் வாழ்க்கை அவர்கள் வாழ்கிறார்கள் என்பதைக் காட்டிலும் வாழ்வதற்காகப் போராடுகிறார்கள் என்பதே சரியாக இருக்கும். அவர்கள் ஒரு 'மல்லிகைத் தோட்டத்துக்காக கற்பாறைகளைத் தின்றார்கள்'. நம்பிக்கையால் மட்டுமே காணத்தகும் எதிர்காலப் பச்சையங்களை, மனதில் இருத்தி உண்மைப் பாலையில் வதிகிறார்கள். அவர்களில் எழுதும் திறன் வாய்க்கப் பெற்றோர் தங்கள் புகலிட வாழ்க்கை அனுபவங்களைக் கவிதைகளாக, கதைகளாக, கட்டுரைகளாக வெளிப்படுத்தினார்கள். வெளிப்படுத்திக்கொண்டிருக்கிறார்கள். இப்படியாக, புகலிடத் தமிழ்க் கவிதைகளை மையப்படுத்தி, புகலிடத்திலிருந்து வாழும் தமிழர்களின் வாழ்க்கையையும் மையப்படுத்தி ஒரு ஆய்வு நூலை 'திசையெல்லாம் தமிழ்க் கவிதை' என்னும் தலைப்பில் தெ. வெற்றிச் செல்வன் எழுதி (தமிழ்க்கூடம், 14, சிவாஜி தெரு, தி.நகர், சென்னை–17) வெளிவந்திருக்கிறது. தமிழ் மொழியினதும், புகலிட இலக்கிய வரலாற்றினதும் மிக முக்கியமான வரலாற்று ஆராய்ச்சி நூல் இது என்பது மிகை இல்லை. அண்மைக்கால டாக்டர் பட்ட ஆய்வுகள் பற்றி எம். ஏ. சுசீலா, சமீபத்திய தமிழ் இதழ் ஒன்றில் மிகுந்த கவலையை வெளிப்படுத்தி இருந்தார். அவர் கவலை மிக நியாயமானதே ஆகும். சவலைகளும், தலை இல்லாததுமான ஆய்வுகளே மிகப் பெரும்பாலும் பட்டங்களைப் பெறுகின்றன என்பது கல்வித்துறை அவலங்களின் வெளிப்பாடு. பல்கலைக் கழகங்களின் மேசை, நாற்காலிகளிலிருந்து அனைத்தையும் மாற்றிப் புனரமைக்க வேண்டிய மாபெரும் பணியால் மட்டுமே புதிய சத்தான ஆய்வுகள் சாத்தியம். அந்த மாற்றம், இன்னும் இருபது ஆண்டுகளில் சாத்தியம் இல்லை. இவைகளை விடவும் மோசமான ஆய்வுகள் வரப்போகின்றன என்பதே என் எண்ணம்.

உண்மை ஆய்வாக, முதல் நூலாக வெற்றிச்செல்வன், இந்த நூலை முறையான ஆய்வுகளின்மேல் நின்று நிகழ்த்தி இருக்கிறார். புலம் பெயர்க் கவிஞர்களில் நாம் அறிந்த சேரன், ஜெயபாலன், அரவிந்தன், அருந்ததி, ஆழியான், சுகன், தமயந்தி, நட்சத்திரன், செவ்விந்தியன், மு. புஷ்பராஜன், சி. புஷ்பராஜா, சாந்தன் ஆகியவர்களோடு இன்னும் பலரையும் இணைத்து அவர்களின் பங்களிப்பையும் சேர்த்துச் செய்திருக்கும் முழுமைபெற்ற ஆய்வு

இது. 1984 தொடங்கி 2004 வரைப்பட்ட புகலிட இலக்கிய வெளிப்பாடுகள் மூலமாக, உலகம் முழுக்கப் பரவிய தமிழர்களின் வாழ்வியலைத் தொகுத்திருக்கிறார்.

மரணத்தைவிடவும் வாழ்க்கை மகத்தானதாக இருப்பதால்தான் அகதிப்பயணங்கள் ஏற்படுகின்றன. எதையும் திட்டமிடும் மனித இனம் அகதி வாழ்க்கை பற்றித் திட்டம் இடுவது இல்லை. அது அவர்களின்மீது கனவுகளிலிருந்து தட்டி எழுப்பித் தரப்படுகிறது. வாழ்ந்தே தீரவேண்டிய தண்டனை அது. புகலிடம் தேடி நாடுநாடாக உலகின் மூலை முடுக்கெல்லாம் பரவிய (சிலவகை) தமிழர், பட்ட காயங்களும், துன்ப துயரங்களும் விவரணைக்கு அப்பாற்பட்ட அனுபவமாக விரிகிறது என்று சொல்லும் வெற்றிச் செல்வன், பாலனின் கவிதை ஒன்றைத் தருகிறார், 'சிறப்பு முகாம் ஒரு மூடாத கல்லறை/ அப்படியானால் அகதிகள்/ உயிரோடு இருக்கும் பிணங்கள்.

ஐரோப்பாவில் கணிசமாகத் தமிழர் வதியும் நாடுகளில், அந்தந்த நாடுகளில் ஒரு லட்சம் பேருக்கு எத்தனை தமிழர்கள் வாழ்கிறார்கள் என்பதைக் கணிக்கும் ஒரு புள்ளி விபரம்: டென்மார்க்கில் 114 பேர்கள்; ஜெர்மனியில் 81 பேர்கள்; பிரான்சில் 58 பேர்கள்; நெதர்லாந்தில் 87 பேர்கள்; நார்வேயில் 96 பேர்; ஒஸ்ரியாவில் 10 பேர்; சுவிசில் 447; பிரிட்டனில் 34 பேர்கள்.

இந்தப் புள்ளி விபரங்கள், ஐரோப்பியர்களுக்குத் தரும் எண்ணங்கள் தமிழர்களுக்குப் பாதகமானவை என்பதை சுவாமிகள் கவலையுடன் குறிப்பிடுகிறார்.

பல நாடுகளில், தமிழர்கள், தங்கள் வேலைவாய்ப்பைப் பிடுங்கிக் கொள்ளும் போட்டியாளர்களாக ஐரோப்பியர்களால் கருதப்படுகிறார்கள். தங்கள் தேசத்துச் செல்வ வளத்தைப் பங்கு போட வந்தவர்களாகப் பொறாமையோடும், துவேஷத்தோடும் தமிழர்கள் பார்க்கப்படுகிறார்கள். பல நாடுகளில், சிலவகைத் தமிழர்கள் மேல் வன்முறை கட்ட விழ்த்து விடப்படுகிறது. ஒரு தமிழனின் கால்கள், ரயில் சக்கரத்தில் துண்டிக்கச் செய்யப்பட்டிக்கிறது. தமிழர்களின் பிள்ளைகள், பள்ளிகளில், அவர்களது பெற்றோர்கள் செய்யும் துப்புரவுப் பணியைக் குறித்து இழிவு செய்து ஒதுக்கப்படுகிறார்கள். அவர்கள் முடங்க, ஒரு வசிப்பிடம் அவர்களின் மிகப்பெரும் பிரச்சினை ஆகிறது. எல்லாவற்றுக்கும் மேலாக, அந்த நாடுகளின் குளிர். மனைவி ஒரு புறமும், கணவன் ஒரு புறமும், பெற்றோர் ஒரு புறமும் என்று சிதறிப்போன குடும்பங்கள் காரணமாக ஒற்றை இருப்புவாழ்க்கை வாழ நேர்ந்த துயரம், இவைகளே புகலிடங்களில் வாழ்வாகத் தமிழர்களுக்கு வாய்த்திருக்கின்றன.

யாழ் நகரில் என் பையன்
கொழும்பில் என் பெண்டாட்டி
வன்னியில் என் தந்தை
தள்ளாத வயதினிலே தமிழ் நாட்டில் என் அம்மா
சுற்றம் பிராங்போட்டில்
ஒரு சகோதரியோ பிரான்ஸ் நாட்டில்
நானோ வழிதவறி அலாஸ்கா வந்துவிட்ட ஒட்டகம்போல
ஓஸ்லோவில்
என்ன நம் குடும்பங்கள்
காற்றில் விதிக்குரங்கு கிழித்தெறியும்
பஞ்சுத் தலையணையா?

என்று எழுதுகிறார் ஜெயபாலன்.

தாழ்த்தப்பட்டவர்களுக்குச் சேரி இடம் என்று தமிழக வைதீகர் செய்தது போல் பல ஐரோப்பியர் நாடுகளில் அகதிகள் ஊருக்கு ஒதுக்குப்புறமாக, பாழடைந்த பழைய கட்டிடங்களில், காடுகளுக்குள்ளே தங்க வைக்கப்பட்டுள்ளார்கள். குறிப்பாக டென்மார்க்கில் என்கிறார் முல்லையூரான். ஜெர்மானியர்கள், தமிழக 'அந்தணர்கள்' போல், அகதிகளால் தம் நாடு அசுத்தப்பட்டு ஒழுங்கு கெட்டு, கலாச்சாரமும் கெட்டுப்போனதாகக் கவலைப்படுகிறார்கள்.

புகலிடங்களில் தமிழர்களுக்கு ஏற்படும் மிகப் பெரும் சோகம், மொழித் தனிமை. சேரன் இப்படி அத்துயரை வெளிப்படுத்துகிறார்,

> 'எப்படிப் புணர்வது என்பதைப் பாம்புகளிடமும், எப்படிப் புலர்வது என்பதைக் காலையிடமும் கேட்கலாம். மொழியின் தனிமையிலிருந்து பிறப்பது என்ன என்பதை யாரிடம் கேட்கலாம்? கேள்: முழுநிலவின் பாலத்தின்கீழ் உறைந்த பாற்கடலின் பாடும் மீன்கள் எங்கே போய்விட்டன என்பதைக் கார் காலத்திடம் மொழியின் தனிமையிலிருந்து பிறப்பது என்ன என்பதைத் திசை தொலையப் புலம் பெயர்ந்தவர்களிடம்...'

புலம் பெயர்ந்த இந்த மக்கள் உயிர் வாழ்க்கை, ஏதோ ஒரு கிடைக்கும் வேலையில் இருக்கிறது. என்றாலும், எந்த வேலையையும் உடனே அவர்கள் செய்ய இயலாது. ஒரு வேலை கிடைக்குதென்றால், அதை வேலைவாய்ப்பு நிறுவனத்தில் பதிய வேண்டும். அதிகாரிகள் அந்த வேலையை ஒரு ஜெர்மானியனுக்கு

முதலில் தருவார்கள். ஜெர்மானியன் அதை விரும்பவில்லை என்றால், ஒரு ஐரோப்பியனுக்குத் தருவார்கள். பின் அவனும் பிடிக்கவில்லை என்றால்தான் தமிழர்க்குத் தருவார்கள் என்கிறார் பார்த்திபன்.

இந்தியத் தமிழர்களுக்குப் பார்ப்பனர்கள் என்றால், இலங்கைத் தமிழர்களுக்குச் சைவர்கள். உடம்புடன் பிறந்த வியாதி. இலங்கைத் தமிழர்களுள் மேட்டுக்குடியினர், பஞ்சம் பிழைக்கப் போனாலும், போன இடத்திலும் சாதி பேணுகிறார்கள். தமிழனின் அடையாளம் போலும்! பாடையில் போனாலும் பழஞ்சாதி போகாது என்பது அவர்களது தத்துவம். ம. தி. சாந்தன் புகலிட இளம் பிராயத்தை நினைவுகூர்கிறார்.

கோலிக்குண்டு விளையாட்டு
நாம் இருவருக்கும் விருப்பமான விளையாட்டு
நம் இருவரிடமும் சில்லறைகள் இருந்தன
இருவரும் ஒரே கடையில்தான்
கோலிக்குண்டுகள் வாங்கினோம்
நான் விளையாட்டில்
வென்ற பிறகுதான்
கீழ்ச் சாதிப்பயல் என்ற
நினைவு வந்ததா?

பெண், உலகம் முழுக்கப் பெண்ணாகவே பார்க்கப்படுகிறாள். சதை மட்டும்கொண்ட பெண்ணாக. சுகம் தரும் பெண்ணாக. அதை எடுத்துக்கொள்ளும் எல்லார்க்கும் வழங்கி விட்ட பெண்ணாக. கல்வி, வாழ்க்கை வசதிகள், இயந்திரத் தொழில்நுட்பம் வளர்ந்துவிட்ட பூமிப் பரப்பிலும் பெண், படுக்கையோடேயே கட்டிப் போட்டு வைக்கப் பட்டுள்ளதை பெண்களும் ஆண்களும் பதிவு செய்திருக்கிறார்கள்.

‘மூக்கு சிந்துவதற்காக
எங்கள் மார்புக் கச்சைகளை
அவிழ்த்துக் கொள்பவர்கள்’

என்பது சில கவிதை வரிகள்.

எத்தியோப்பியாவைச் சேர்ந்த ஒரு அகதிக்கவிஞன் ஈல்மா தாப்ரே. நீ ஏன் உன் சொந்த ஊருக்குத் திரும்பிப் போக மறுக்கிறாய் என்ற கேள்விக்கு அவன் கோபம், வர்த்தமுடன் பதில் சொல்கிறான்:

Please. Don't kill my broken heart
By asking me
Why don't you go back?
I would not stay a moment
When the new dawn comes

தெ. வெற்றிச்செல்வனின் இந்தப் புகலிட இலக்கிய ஆய்வு, தமிழ் இலக்கியத்துக்கு ஒரு முக்கிய வரவு.

தமிழர் வதியிடம், குறிஞ்சி, முல்லை, மருதம், நெய்தல், பாலை மட்டும் இல்லை. புகலிடப் புலமும் சேர்ந்ததுதான். புகலிடப்புலம், மரங்களால், மலர்களால், பறவைகளால் ஆனது இல்லை. நிராசைகளால் ஆன புலம். பாலஸ்தீனியர்களைப்போலவும், உலகின் பல்வேறு ஒடுக்கப்பட்ட இனங்களைப்போல தமிழினமும் இன்று மரண வாசலைக் கடந்துகொண்டிருக்கிறது.

இந்தச் சூழலின் ஆவணங்களே அவர்களின் கவிதைகள்.

பாப்லோ நெருடா மரணப் படுக்கையில் இருந்த ஒருநாள். எதிர்ப் புரட்சி ராணுவம் அவர் வீட்டைச் சோதனை இட வந்தது. அவரைக் கைது செய்யவும்தான். நெருடா சொன்னார்:

'நாலா பக்கமும் பாருங்கள். உங்களுக்கு அபாயகரமான ஒரே ஒரு பொருள்தான் இங்கு இருக்கிறது. அதாவது கவிதை'.

- செப்டம்பர், 2009

காடுகளை மணக்கும் முகைப் பூக்கள்

கனிமொழியின் புதிய கவிதைத் தொகுப்பு

இருள் என்றும் இருட்டு என்றும் இரண்டு சொற்கள் நம்மிடம் உண்டு. இருள், ஒரு கருத்து. இருட்டு ஒரு பண்பு. கவிதைகள், சில சொற்களைக் கவனம்கொண்டு, அவைகளுக்கு இருக்கும் அர்த்தம் மீறிய அல்லது அர்த்தம் தாண்டிய இன்னொரு பொருட் பரிமாணத்தை வழங்குவதாகவே இருக்கின்றன. நான் நல்ல கவிதைகளைச் சொல்கிறேன். விடிந்தது, இன்னும் விடியவில்லை ஆகியன இரு சொற்கள். இச்சொற்களின் நேர்ப் பொருள் காலப்பொழுதைக் குறிப்பன. சொற்கள் கண்டுபிடிக்கப்பட்டபோது, இவைகளுக்கு அவைதாம் அர்த்தம். கவிதைகள், அவைகளின் அர்த்தங்களை நீட்சி பெற வைக்கின்றன. புதுப்புது அர்த்த நுட்பங்களைச் சாதாரண சொற்களின் மேல் ஏற்றுகின்றன. உண்மையில் கவிதையின் செயல்பாடே அதுதான்.

'விடிந்தது' என்ற சொல் 1947 ஆகஸ்ட் 15க்கு மறுநாள் தமிழில் எழுதப்படும்போது புதுப் பொருள் கொள்கிறது. ஆகஸ்ட் 14போது இன்னும் விடியவில்லை என்பதுக்கு வேறு அர்த்தம். விடிவதும், விடியாதிருப்பதும் சூரிய கோளம் சம்பந்தப்பட்ட காலம் என்பதன் பிரச்சினை. கவிதைகள் இந்தப் பிரச்சினை சொல்வதற்காக இல்லை. விடியல் என்பதற்கு, ஸ்தாபிக்கப்பட்ட அர்த்தத்துக்கு மீறிய பொருளைக் கொடுக்க முடியுமானால்தான் அது கவிதை. இல்லையெனில் ஒரு சொல். சொற் குவியல்கள், அவை எதுகை மோனை அழகுகளோடு இருந்தாலும் அவை கவிதைகளாக முடியாது. வாழ்க்கைக்கு இல்லாத வர்ணத்தை நாம் வாழ்தலின்மூலம் ஏற்றும்போதுதான் சொற்கள் கவிதைகளாக முகையும் மொட்டு விட்டு மலர்கின்றன.

வெந்து தணிந்தது காடு என்கிறார் பாரதி. இங்கு காடு என்றது மரத் தொகுதிகளை அல்ல என்பது முதல் புரிதலாக ஒரு வாசகர்க்கு வாய்த்தால் அவர் கவிதையைத் தொடுகிற, அதன் ஸ்பரிசத்தை உணர்கிற, அதன் மணத்தை நுகர்கிற, அதன் சங்கீதத்தைக் கேட்கிற, மொத்தத்தில் ரசிகராக உருமாற்றம்

அடைகிறார். இவரை, 'சக இருதயர்' என்பார்கள். சக இருதயர், மற்றுமொரு தண்டவாளமாகக் கவியுடன் பயணிப்பவன். இருவரும் இணைந்தே ஒரு கவிதையைச் சாத்தியப் படுத்துகிறார்கள்.

இருள், இரவு, இருட்டு என்பன கனிமொழியின் தற்புலப்பாட்டுச் சொற்களாக எனக்குத் தோன்றுகிறது. கனிமொழி ஒரு இரவின் மனுஷி. இருளைப் பல்வேறு படிமங்களாக அவர் ஆள்கிறார். அவரது பல்வேரு கவிதைகளில் இருளை, அதுபோல இரவைப் பல்வேறு பரிமாணங்களோடு, பாத்திரப்படுத்துகிறார். 'இரண்டாம் ஆட்டம் சினிமா விட்டு இரவில் வீடு திரும்பினேன்' என்பது போன்ற மொக்கையான சொற்பிரயோகம் அன்று அவரது இருள்கள்.

இரவைப் பகலின் நீட்சியாக மட்டுமே நாம் புரிந்து வைத்து இருக்கிறோம். அல்லது விடிவுக்கு முந்தைய கால ஒழுங்கு என்றும் அறிந்துள்ளோம். இரவு உறங்குவதற்கான பொழுது என்று சொல்லிக் கொடுத்து வைக்கப்பட்டிருக்கிறோம். உலகின் பல்வேறு நாடுகளில் இரவு, கொண்டாட்ட உற்சாகங்களின் பொழுது. சூரியனையும், பகலையும் பதிலி செய்ய விளக்குகள் வந்த பிறகு இரவின் பொருள் மாறுகிறது. இரவை ஒரு பொழுதாக இல்லாமல், கேட்டுப் பெறும் அல்லது ஒருவரிடம் இருந்து பெற்றுக் கொள்கிற செயலாகவும், தமிழ் அர்த்தம்கொண்டிருக்கிறது. கருமையைப் பட்டுக் கருமை என்று சிலாகிக்க ஒருமனதாய் முடிகிறது. இரவு இனிமை சார்ந்த ஒரு நன்னீர்க்குளம். இரவுதான் குளத்து நீராகப் படர்ந்திருக்கிறது. இரவுதான் குளமாகப் படுத்திருக்கிறது. 'க்ளக்' என்று தவளைகள் (ஜென் கவிதைகளில்) தாவிக்குதித்து எழுப்பும் சப்தமே இரவின் சப்தம். சத்தம் அல்ல.

ஒரு கூட்டத்திரள். திருவிழா–விடுதலைக் கொண்டாட்டம் –வெற்றிக்களிப்பு வெளிப்பாடு–ஏதோ ஒன்று. தாரை, முரசுகள் முழங்கிய எக்களிப்புச் சூழ்நிலை. கொடிகள் மற்றும் உதிர்ந்த இதழ்களும் மிச்சமிருந்தன என்கிற (மடந்தை) கவிதை வரியில், பிரதி வாசகர்க்களிக்கும் தகத் தகாயப் பகட்டுச் சித்திரம் உணரும் வகையாக இருக்கிறது. இந்த வெள்ளை வெளிச்சச் சிதறலுக்குப்பின் கவிதை இவ்வாறு முடிகிறது.

அவளது குறுகிய தாழ்வாரத்தில்
இருந்த பெரும் இருளை
விடியலின் மஞ்சள் கதிர்கள்
தாண்டவில்லை.

இந்த நான்கு வரிகளில் இருக்கும் குறுகிய, பெரும் இருளை, விடியலின் மஞ்சள் கதிர்கள் ஆகிய சொற்கள் முக்கியமானவை. இவை, அவைகளுக்குரிய முதல் பொருளைப் பெறவில்லை. மாறாக, கவிப் பொருளைப் பெறுகின்றன என்பதை நாம் அவதானிக்க முடியும். எனக்கொரு காட்சி தோன்றுகிறது. நமது வரலாற்று மாமன்னன் ஒருவனின் வெற்றி விழா ஊர்வலம். அகாரணமாகப் படையெடுத்து, கங்கை வென்று, கடாரம் வென்று காந்தளூர்ச் சாலை கலமறுத்து அருளி, மாற்று நாட்டைச் சிதைத்து, எரியூட்டி, கழுதை பூட்டி உழுது, பெண்களின் தலைமுடிகளைப் பற்றிக் கொணரும் பைத்தியக்காரர்களுக்கு விழா எடுக்கும் ஒரு திருநாளின்போது, குறுகலான, இருளையே சுவராகப் போர்த்த, அந்த ஜீவன் வாழும் இடத்துக்கு மட்டும் விடியலின் மஞ்சள் கதிர்கள் படரவில்லை என்கிற சித்திரமே அது. இதைத்தான் கனிமொழி, இந்தப் பொருளில்தான் எழுதினாரா என்பது நம் பிரச்சினை இல்லை. பிரதி நமக்கு என்ன தருகிறதோ அதுதான் நமக்கு. 'படைத்து முடித்த பிறகு கடவுளும், எழுதி முடித்த பிறகு கவிஞரும்' தேவையற்றவர்கள்.

இன்னொரு கவிதை, 'இருட்டான' என்றே தொடங்குகிறது.

இருட்டான அறைகளில்
பூதங்கள் இருக்கும் என்று
பாட்டி சொன்னாள்

என்பன தொடக்க வரிகள்.

அந்த அறை இருட்டு ஆக்கப்பட்ட அறை. முடை நாற்றம் வீசும், மூடச் சிந்தனைகளின், கற்பனைகளின் திரண்ட இருட்குகை அந்த அறைகள். குறிஞ்சியிலும், முல்லையிலும் வாழ்ந்த புராதன மனிதர்களின் அச்சத் திரட்சியே பூதங்கள். உலகம் முழுக்கவே அதிகமாக எழுதப்பட்ட, பேசப்பட்ட கதைப் பொருட்கள் மூன்று. அதில் முதலில் வருவது பேய், பிசாசு, பூதக்கதைகள் மற்றவை பாம்பு மற்றும் திருடர் கதைகள். இந்தக் கல்லறைச் சிந்தனைகள், பெண்களின் உடம்பின் மேல் படர்ந்து அவர்களின் சிறகுகளை அரிவதற்காக எழுப்பப்படும் கற்பனைகள். இந்தப் புராதனத்துக்கு இன்னுமொரு சான்று, விளக்கு வைக்கும் முன்பு பெண்களை வீடு திரும்பக் கோருதல். விளக்கு வைத்த பிறகு நடக்கக்கூடியதாக நம்பும் விஷயங்கள், விளக்கு வைக்கும் முன்பு நிகழாததா என்ன? நிகழ்த்தக்கூடாததா என்ன?

இந்தக் கவிதை முழுதும், மை கசிந்து சட்டையைக் கறைப்படுத்துவதுபோல இருள் கசிந்து, இருட்டு, பெண்களின்

வாழ்க்கை வெளியில் பரவுகின்றது. வரையப்பட்ட வட்டத்துக்குள் கவிதைப்பெண், தானே உருவாக்கிய அறைக்குள், தாழிட்டுக் கொள்கிறாள். அந்த அறைக்குள் அவனும் அவளும் மாத்திரமே. அல்லது அவனும் இருட்டுமே. இரவிருட்டு, நிகழ் இருட்டாக, நவீன கால இருட்டாகவும் தொடர்கிறது. இருட்டை, ஒரு காலத்து மனோபாவமாக மாற்றுகிறார் கனிமொழி, இந்தக் கவிதையின்மூலம்.

ஒரு கவிதை, ஒரு புதிய தினத்தின் அவிழலைச் சித்தரிக்கிறது. ஜன்னலுக்கு இப்பால் இருந்து, வெளியே, ககனப் பெருவெளியின் ஒரு அதிகாலைப் புலரலைப் பார்த்துக்கொண்டிருக்கிறாள், கவிதைப் பெண். அவள் இருளில்தான் இருக்கிறாள், நம் எல்லோரையும்போல இருள், நீலச்சாயம் நீரில் கரைவதுபோல, கொஞ்சம் கொஞ்சமாகத் தனக்குள் கரைந்து, முதலில் வானம் சிவக்கிறது. பார்த்துக்கொண்டிருக்கையிலேயே அது நிகழ்கிறது. ஒரு மொட்டு மலர்வதுபோல வைகறை மலர்கிறது. விடிந்ததை, தெரு விளக்குகள் அணைந்து தெரிவிக்கின்றன. மனிதர்கள் நடைப்பயிற்சி, குழந்தைகள் பள்ளிக்கூடம் போதல், மக்கள் அலுவலகங்களுக்குச் செல்லுதல், மதியத்தில் மேயும் மாடுகள், பிள்ளைகள் அற்ற தெருவில் கூவித்திரியும் ஐஸ் வியாபாரி என்று பகலின் நிகழ்வுகள் பட்டியல் இடப்படுகின்றன. மாலைகளின் வெளியில் டி. வி. பெட்டிகள் ஓடத் தொடங்குகின்றன. உணவு முடித்து எல்லோரும் உறங்க போகிறார்கள்.

'அவிழும் தினங்கள்' என்ற இக்கவிதையின் கடைசிப்பகுதி, மிக உக்கிரமானது.

> தெருவிளக்கு வெளிச்சத்தில்
> தகதகக்கும் தெருக்களில்
> அலையும் நாய்கள்
> அவள் இன்னும் எத்தனை
> நாட்களைக் கடத்துவது
> அவை ஒவ்வொன்றாய்
> அவிழ்ந்து விழட்டும் என...

இந்தத் தனித்து விடப்பட்ட, அல்லது விதிக்கப்பட்ட கவிதைப் பெண்ணின் ஒரு நாள் இரவில் தொடங்கி இரவிலேயே முடிகிறது. இரவை, ஒரு தொடர் கண்ணியாக, நம்பிக்கைகள் சிதைந்து விழும் ஒரு பழம், புறக்கணிக்கப்பட்ட கட்டிடம்போல, உருவாக்கம் செய்கிறார் அவர். நசிந்துகொண்டிருக்கும் ஒரு வாழ்வாக இங்கு இருள் கற்பிக்கப்படுகிறது.

தலைப்புக் கவிதையான 'சிகரங்களில் உறைகிறது காலம்' என்பதில் கடைசி வரிகள் இவ்வாறாக முடிகின்றன.

வன்புணர்வின் புழை கிழிந்து
கதறும் சிறுமியைப் போல்
மருண்டு அழுகிறேன்
இருண்மையின் இருள் சூழ்ந்த
பகல் பொழுதுகளில்...

இருண்மையின் இருள் என்கிற சொற்கள் பாரதூரமான அர்த்தங்களையும் படிமச் சுருள்களையும் தனக்குள் கொண்டிருக்கிறது. இது விளக்கத்தக்கது அல்ல. உணரத்தக்கது. வன் புணர்வுக்காளான ஒரு குழந்தையின் உச்சபட்ச வலியும், திகைப்பும், அதிர்வும் மட்டுமே, இருண்மையின் இருளை உணர்ந்து கொள்ளச் சாத்தியப்படும்.

கூடு வந்து சேர்ந்த ஒரு
சிறு பறவையின் அமைதியுடன்

என்று முடிகிறது ஒரு கவிதை. கூடு வருதல் பறவைகளுக்கு' எப்போதும் ஒரு முன்னிரவுப்போது என்பதை நாம் அறிவோம். இந்த நகரத்தில் அலைந்து அலுத்த ஒரு அமைதி. இங்கு இரவு, கவிப்பெண்ணுக்குப் பாதுகாப்பு தரும் இல்லம். அமைதி தருகிற அடைக்கலம். பொதுவாக கலைஞர்களின் கண்டனங்களுக்கே எப்போதும் ஆளாகும் நகரம், கனிமொழிக்கு அப்படியாக இல்லை. இது மிக நல்ல மனோநிலை. நகரம் என்ன செய்யும், மனிதர்கள் கெட்டுப்போனால். 'எவ்வழி நல்லவர் ஆடவர்/ பெண்கள்/ அவ்வழி நல்லதாக வசிப்பிடம் இருக்கும்' என்கிறாள் அவ்வை.

'இருண்டு இருகிய சுவர்கள்' என்பது இன்னுமொரு படிமம். சுவர்களே பிரிப்பதற்காக வடிவமைக்கப்பட்டதுதான். சிலவேளைகள் பாதுகாப்புக்காக என்பதற்குமாம். என்றாலும் அவரின் வேலையே தடுப்பதுதான். அது மேலும் இருண்டிருக்கிறது. இங்கு இருள், அச்சத்தை ஆதி அச்சத்தை மீண்டும் மனிதகுலத்துக்குள் விதைக்கும் எத்தனமாக விரிகிறது.

ஓய்ந்து விரிந்த இரவுகளில்...
எங்கள் போதாமைகளின்
இருண்ட ஆழங்களில்
நிலவும் வரமறந்த இரவை

சில்லிட்ட நடு யாமத்தை
இருள் கவியத் துவங்கி இருந்தது.

போன்ற பல இடங்களில் கனிமொழியின் கவிதைகளில் இருள், காலத்தின் ஒரு கூறாக வர்ணிக்கப்படவில்லை என்பதே அவர் சிறப்பு. மாறாக, ஒரு மனோநிலையை விவரிக்கும், பேசும் ஒரு பாத்திரமாகவே அவை விரிகின்றன. இரவு, இருட்டு, இருள் என்பதை இடங்களுக்கேற்ப பொருள்களை, அர்த்தங்களைக் கொள்ளும். அந்த அர்த்தங்களை, கனிமொழி வழங்கவில்லை என்பதே இவை கவிதைகளாகும் இடங்கள்.

தமிழ் மரபில் இரவு, இருட்டுகள் எப்படிச் சித்தரிக்கப் பட்டிருக்கின்றன என்று பார்ப்பது இந்த இடத்துக்குப் பொருந்தும். முதலில் காதலைப் பேசும் அக இலக்கியங்கள். பெரும்பாலும் தலைவியைப் சந்திக்கும் தலைவன் வரும் நேரமாகவே சித்திரிக்கப்படுகிறது. இரவில் காட்டுப் பக்கம் வருகிற தலைவனைப் புலிகளோ, யானைகளோ, யானைகளுடன் சண்டையிடும் மிருகங்களோ மோதித் தாக்கிவிடக் கூடுமோ என்று இருட்டு, இருள், தலைவிக்கு அச்சம் ஏற்படுத்தும் களமாகப் பேசப்படுகின்றன. தவிரவும், தலைவிக்கு, அந்த இரவே வேறு வகைகளில் இன்பங்களைத் தருகின்றன. ஒன்று காதலின்பம். அது பிறர் அறியாமல் நடப்பதால், இரவு இனிது. இரண்டு, இப்படி ஆபத்துக்களுக்கு உட்பட்டு விடுவதைக் காட்டிலும் என்னைத் திருமணம் செய்துகொண்டால் பிரச்னைகள் இருக்காதே என்கிறாள் தலைவி. ஆக இரவைக் காட்டித் திருமணத்துக்கு ஆக்கிக் கொள்ளும் இன்பம். இரவுகள், இதைத் தாண்டி கற்பிக்கப்படவில்லை.

நான் படித்தவரைக்கும் வாழ்க்கையை, தனக்களிக்கப்பட்ட வாழ்க்கையை, தனக்கு அனுமதிக்கப்பட்ட சிறு வாழ்க்கையை, தான் பெற்ற உணர்ந்த அனுபவங்களை மிகத் தீவிரமாக எழுத்துக்கு நேர்மையாக இறக்கி வைத்தவர்கள் பெண்களாகவே இருக்கிறார்கள். சங்க காலத்திலிருந்து இன்று வரைக்கும். இன்று கூடுதலான திறப்பு பெண்களுக்கு வாய்த்திருக்கிறது என்பதால் இன்று எழுதப்படும் பல கவிதைகள் மிக உயர்வானவை. இரண்டாயிரம் ஆண்டுகளுக்கு முந்தைய பெண் கவிஞர்கள், வழங்கப்பட்ட வாய்ப்புகளுக்குள் ஆச்சரியம் நிகழ்த்தி இருக்கிறார்கள். பல தூதுப் பெண்கள் அன்று எழுதி இருக்கக்கூடும் என்றாலும் தொகுக்கும் காலத்து அரசியல், ஆண் மேலாதிக்கம் என்பதெல்லாம் சேர்ந்து, ஆண் கவிஞர்கள் எண்ணிக்கையில் நாலில் ஒரு பங்குக்கும்

குறைவாகவே பெண்கள் கவிதைகள் சங்கத்தில் சேர்ந்திருக்கிறது. இரு பெண்களுக்கு எதிராகத் தமிழர் செய்த சதி. கபிலர் ஒப்பற்ற கவிஞர் என்று யாரேனும் சொன்னால், எனக்கு அவ்வை மாத்திரமே நினைவுக்கு வருகிறாள். பரணர் முதலான பலரும் எனக்கு வெள்ளிவீதிக்கு மேலானவர்கள் இல்லை. எனக்குப் பல சமூக, இலக்கியக் காரணங்களால், அவ்வையும், வெள்ளி வீதியும் மகத்தானவர்களாக தெரிகிறார்கள்.

கனிமொழியின் பாட்டிகளாகிய (நம் எல்லோருக்கும்தான்) சில அரிய கவிதாயினிகளைக் காண்போம். எல்லோரும் சங்கத்துக் கவிஞர்கள்.

அள்ளூர் நன்முல்லை என்னும் அருமையான கவி, இரவை ஒரு ஆயுதத்தால் வெட்டப்படும் உயிர்ப்பொருளாகப் பார்க்கிறாள்.

'குக்கூ' என்றது கோழி. திடுக்கிட்டுப் போய்விட்டாள் தலைவி. திடுக்கிடலை 'துட்' கென்கிறாள் முல்லை. ஏனாம். தலைவனும் தலைவியும் இணைந்து இரவைச் சாப்பிட்டுக்கொண்டிருக்கிறார்கள். உண்டு முடியாப் பேருணவு அது. கோழி கூவியது இரவு விடியலை உணர்த்துகிறது. அதனால் அந்தத் திடுக்கிடல். அழகிய இரவைக் கொல்லும் வாள்போலல்லவா வைகறை வந்துகொண்டிருக்கிறது.

கவிதை இவ்வாவுதான். இங்கு இரவு மலர்ந்த ஒரு மலர்போல, பழம்போல, படுக்கைபோல, சிறிய நீர்போல, அந்த உயிர் ஓர் இரவுபோலவும் அதை வெட்டிச் சாய்க்கும் வாளாக வைகறையாம்.

அடுத்து நம் இனிய அவ்வை வருகிறாள். அவ்வை மாதிரி, ஒரு மகாகவியின் பெயரைக்கூட அறிந்து கொள்ளாத சமூகம், நம் சமூகம். அவரது இயற்பெயர் மறைந்தே போயிற்று. இலக்கியமும், சினிமாவும் சேர்ந்து அவள் பிறக்கும்போதே கிழவியாகப் பிறந்ததாகத் தோற்றத்தை உருவாக்கி வைத்திருக்கின்றன. அவ்வையும் பல பருவம் கடந்து வந்தவள்தான். காதலின் துறக்கத்தை, துயரத்தை அவள் அறிந்தே வந்தவள்தான் என்பது அவளின் ஒப்பற்ற கவிதைகளால் மட்டுமே அறியக் கிடைக்கின்றது.

கனிமொழி, யாமத்தை எப்படி உள்வாங்கிக் கொள்கிறாரோ, அதேபோலவே அவ்வையும் என்பது ஆச்சரியம் தரவில்லை. மனித மனம், சிருஷ்டி மனம் எப்போதும் எல்லாக் காலத்திலும் ஒன்றுதான்.

நிலவும் வர மறந்த இரவை
வியாபிக்கின்றன உன் விழிகள்
சர்ப்பங்கள் நெளியும்

சில்லிட்ட நடு யாமத்தை
நிறைக்கிறது உன் சுவாசக் காற்று

இது கனிமொழி.

கேழ்கிளர் உத்தி அரவுத் தலை பனிப்ப
படுமழை உருமி உரற்று குரல்
ஒருநாள் யாமத்தும் தமியம் கேட்டே....

இது அவ்வை.

இதன் பொருள்: புள்ளிகளைக்கொண்ட படத்தை உடைய பாம்பின் தலை நடுங்கும்படி, பெருமளவு பெய்யும் மேகத்தின் இடி முழக்கத்தை நடுநாள் யாமத்திலும் நாம் தனியாகக் கேட்டுக்கொண்டு உயிர் வாழ்ந்துகொண்டு இருப்போமாம். இது நகைப்புக்குரிய செய்தி அல்லவா?

இரண்டு உலகமும் ஒருலகம்தான். உறவுக்கும் அன்புக்கும், புரிதலுக்கும் ஏங்கும் கவிதைப் பெண்கள் இரண்டு கவிதைகளிலும் நம்மை இணைக்கிறார்கள். அவ்வையின் தலைவி, காதலரை ஒருநாள் பிரிந்தாலும் உயிர் வேறுபடும் மனம்கொண்டவள். கனிமொழியின் தலைவி, வீதி ஓரத்து மரக்கிளைகளில் காய்ந்துவிழும் மலர்களை ஏந்தியபடி சுழிகிறது காலம் என்று தன் பிரிவை வேறு வார்த்தைகளில் சொல்கிறாள். காய்ந்து விழும் மலர்களும், எதிர் அன்பால் கருதப்படாத விலக்கமும் எத்தனை அழகாகப் பொருந்துகிறது.

அவ்வையின் இன்னுமொரு நற்றிணைக் கவிதையில், மழைக்கால இரவு, கோவலர்களின் புல்லாங்குழல் இசையோடு இணைந்து இசை இரவாகவே மாறிவிடுகிறது. அவ்வையின் புகழ்பெற்ற ஒரு பாடல் காதல் மற்றும் பிரிவுத் துயரை இப்படி வெளிப்படுத்துகிறது,

'முட்டுவேன் கொல்? தாக்குவேன் கொல்?' என்று தொடங்கும் கவிதை, 'என் காதல் நோயை அறியாமல் இந்த ஊர் எப்படி உறங்கலாம்? என் நிலைமையை நான் எவ்வாறு சொல்வேன்? முட்டிக் கொள்வேனோ? தாக்குவேனோ? அலறிக் குரல் எடுத்துக் கத்துவேனோ? என்ன நான் செய்ய?' என்று வெடிப்புறப் பேசுகிறது. காதலின், பிரிவின் துயரத்தை இப்படி உக்கிரமாகப் பேசிய கவிதை, தமிழில் இருக்கிறது.

கனிமொழியின் கவிதைகள், இயல்பில் வெளிப்படையானவை இல்லை. படித்ததும் தொற்றிக்கொண்டு தொங்கும் இயல்பைப் பெற்றவை இல்லை. கொஞ்சம் நிதானித்து, வரிகளுக்கு மேல்

வந்து இன்னுமொரு வாசிப்பில் பளீரென்று வெளிப்படுபவை. கவிதைக்குள் இருண்மை இருக்காது. மாறாக, மேல் வாசிப்பின் கீழ், மற்றுமொரு பொருளை வைத்துக்கொண்டிருப்பவை. அவ்வையின் அதே தீவிரத்தைக் கனிமொழி இப்படிக் கூறுவார்.

கடக்க முடியாக் கடலின்
அலைகள் நனைத்துவிட்டுப் போகின்றன
வெளிரிய கரைகளை
தீராத தனிமையின்
தணியாத பசியடங்க
தசை தேய்ந்துத் தருகையில்
படபடத்து முறிகிறது
புறாவின் சிறகு

இது, இவருடைய வெளிப்பாட்டுப் பண்பு.

'பசுவின்பால், அதன் கன்றாலும் உண்ணப்படாது, பாத்திரத்தில் கறக்கப்படாது, மண்ணில் சிந்தி வீணாவதுபோல, என் பேரழகுகொண்ட என் உடல் எனக்கும் பயனின்றி, என் காதலனுக்கும் பயன்படாமல் நாட்கள் வீணே கழிகின்றதே' என்ற கவிதையைத் தந்த வெள்ளிவீதி தமிழ் மொழியில் மிக முக்கிய, அவ்வைக்கு நிகரான கவி. வாழ்க்கை நோக்குகள், கால வித்தியாசங்கள் கவிதைகளில் தட்டுப்படவே செய்யும். அனைத்தையும் மீறி, வாழ்க்கைக் குறித்த பொதுப்பார்வையே காலம் கடந்து இன்றைய கவியையும், நேற்றைய கவியையும் ஒன்று சேர்க்கின்றன. மானுடத்தில் சத்தான திரட்சி எங்கு குவிக்கப்பட்டுள்ளதோ, அந்தப் புள்ளியில் இவர்கள் சந்திக்கிறார்கள். கனிமொழியின் கவிதை.

நேசிக்காமல் இருந்ததில்லை
நேசித்ததை தொடர்ந்து
நேசித்ததும் இல்லை.
நேசிக்கத் தொடங்கியவர்
நேசித்தவர்களாகவே
இருப்பதும் இல்லை
நேசிக்காமல் வாழவும்
தெரியவில்லை.

கனிமொழியின் இந்தச் சிகரங்களில் உறைகிறது காலம். தொகுப்பின் கவிதைகளை மேல் உள்ள கவிதையின் சாராம்சமாகக் கொள்ளலாம். மனிதர்களை இணைக்கும் புள்ளியை அவர் யோசிக்கிறார். அர்த்தமற்ற பிணக்குகள் மனித இணைவைத் துண்டிக்கும் சோகங்கள். அவர் கவிதைகளின் ஊடுபொருளாக இருக்கின்றன. ஒரு புன்னகை, ஒரு தொடுதல், ஒரு துளி ஈரம், போதுமே, பூமியைச் செழுமை செய்ய என்கிறார். அர்த்தம் அற்ற, மிகைச் சொற்களை அவர் நாடவில்லை. அனைத்துச் சோகங்களினூடேயும், 'மெல்ல விடிந்தது அவ்விரவு' என்று சொல்லவும் அவர் மறக்கவில்லை. 'இரவொழித்த கதிர் வெம்மை குறைந்தது' என அரசியல் ரீதியாகவும் சமூக ரீதியாகவும் உறுதி கூறவும் அவர் தயாராகவே இருக்கிறார்.

- அக்டோபர், 2009

உலகத் தமிழ் மாநாடு செய்ய வேண்டியது என்ன?

தமிழின் பெயரால் இன்னுமொரு மாநாடு நடக்க இருக்கிறது. கோவையில் அடுத்த ஆண்டு நடக்க இருக்கும் செம்மொழி உலகத் தமிழ் மாநாட்டை நான் மகிழ்ச்சியுடன் வரவேற்கிறேன். நான் எந்த மொழியில் எழுதுகிறேனோ, அம்மொழி குறித்த மாநாடு, என் மொழிக்குக் கூடுதலான சில ஆக்கங்கள்கொண்டு வந்து சேர்க்கும் என்ற எதிர்பார்ப்பிலேயே இத்தகைய நிகழ்வுகளை நான் பார்க்கிறேன்.

கடந்த காலங்களில் நிகழ்ந்தேறிய பல மாநாடுகள், முடிந்ததும் புறப்பட்ட பற்பல சர்ச்சைகளை நாம் அறிவோம். அந்த சர்ச்சைகள், முகாந்திரமற்றவை. அடிப்படைகள் அற்றவை. உண்மைக்கு மாறானவை என்று சுலபமாகப் புறந்தள்ளிட முடியாதவை. குறைகள், எதிர்க்கட்சிகளால் மிகுத்துச் சொல்லப்பட்டவை என்றும் ஒதுக்க முடியாதவை. அந்த அனுபவத்தைக் கவனத்தில்கொண்டு, புதிய மாநாட்டுக்குத் திட்டமிடுதல் அவசியம். நிகழ இருக்கும் மாநாடு, சொல்லும்படியான பெரும் குறைகள் அற்று, ஆக்கப்பூர்வமாக, மொழிக்கும் அது சார்ந்த கலாச்சாரத்துக்கும் மிகு ஊக்கம் தருவதாக அமைய வேண்டுமே என்ற கவலையிலும் அக்கறையோடும்தான் இதை எழுதுகிறேன்.

முதலில், முன்னர் நடந்த மாநாடுகள், ஒரு கூட்டத்துக்குமேல் 'திருவிழா' என்று சொல்லத்தக்க வடிவை எடுத்துக்கொண்டது என்றே உண்மையான அறிஞர்கள் பலர் அன்று கருத்து தெரிவித்திருக்கிறார்கள். கூட்டம், கூட்டம் பார்க்கக் கூட்டம், கூட்டத்தைக்கொண்டு ஒரு நிகழ்வை வெற்றியாகக் கருதிக் கொள்ளும் மனப்பான்மை, கூட்டத்தின் அடர்த்தியைக்கொண்டே நிகழ்ச்சியின் தர அடர்த்தியைக் கணக்கிட்டுக் கொள்ளும் பாமர மனோபாவம். பொதுவாக அண்மைக்கால அரசியல், கலாச்சாரச் சூழலில் அதிகமாகக் கானக் கிடைக்கிறது. உண்மையில், தமிழ் மக்களுக்காகவே தமிழ் மொழி சார்ந்த மக்களின் எதிர் காலத்தை முன்னிட்டுத்தான் மாநாடு போன்றவை நடத்தப்பட்டாலும்,

மாநாடுகள் வெகுமக்கள் பங்கேற்பினால் ஆனவை அல்ல. மாறாக, தமிழ்ப் படைப்பறிவும், தமிழ்ப்புல அறிவும், தமிழின் எதிர்காலம் குறித்த புரிந்தறிவும் கூடிய அறிஞர்கள் செயல்படும் களமே தவிர மாநாடுகள் வேறு காரணங்களுக்காக அல்ல என்ற தெளிவோடு மாநாடு அமைப்பின் முதல் கூட்டம் திட்டமிடப்பட வேண்டும்.

தமிழ் அறிஞர்கள் யார், தமிழ்ப் படைப்பாளர்கள் யார் என்பது போன்ற கேள்விகளுக்குச் சரியான பதில்கள் வைத்திருக்கும் மனிதர்களைத் தேடிப்பார்க்க வேண்டியே இருக்கிறது. இன்றைய சூழலில் 'அறிஞர்கள்', உரக்கப் பேசும் நிலையில் வைத்திருக்கப்படவில்லை. ஒன்று அவர்கள் அதிகாரத்தைச் சார்ந்தே செயல்படுகிறார்கள். அல்லது வெறும் எதிர்ப்பாளர்களாகவே செயல்படும் நிலையில் இருக்கிறார்கள். அதிகாரத்தை நோக்கி உண்மையைப் பேசுபவர்களே படைப்பாளர்கள் மற்றும் உண்மை அறிஞர்கள். தமிழில் அப்படியான அறிஞர்கள் இருக்கவே செய்கிறார்கள். ஆனால் குறைவாக.

இதிகாசங்களை எளிய தமிழில் எழுதியே, வியாசருக்கும் வால்மீகிக்கும் போக வேண்டிய பரிசுகளை முன்னாள் கவர்னர் ஜெனரல்கள் தட்டிக்கொண்டு போகிறார்கள். திருக்குறளுக்கு உரை எழுதுபவர்கள் அகாதமி பரிசைப் பெறுகிறார்கள். அவலம் என்னவெனில், இவர்களைப் போன்றவர்களே நம் தலைமுறை அறிஞர்கள். மகாபாரதத்தை ஒரு படைப்பாளி எவ்வாறு அணுகி, அதைத் தன் 'படைப்பாக' மாற்றும், படைப்பிலக்கியமாக மாற்றக்கூடும் என்பதை மராத்தியில் பிரபாவதி எழுதிய நூலை உதாரணமாகச் சொல்கிறேன். படித்துப் பார்க்க வேண்டும் தமிழர்கள். உரையாளர்களுக்கும் படைப்பாளர்களுக்கும் உள்ள வித்தியாசம் தெரியும், அப்போது.

பண்டை நூல்களுக்கு எளிய தமிழில் உரையும் விளக்கமும், இந்தத் தலைமுறைக்குத் தருவது ஒரு கடுந்தொண்டு. அந்தத் தொண்டர்களை உரையாளர்கள் எனலாம். கலைஞர்கள் எனலாம். கருத்தாளர்கள் எனலாம். அறிஞர்கள் எனலாகாது. கருத்துப் பிழை.

தமிழின் பெயரால் நிகழும் மாநாடு, முதலில், தன் சம காலத்தில் நிகழும் தமிழ் மொழி அசைவுகளைக் கணக்கில் எடுத்துக் கொள்ளவேண்டும். தமிழில் மிகச் சிறந்த கவிதைகளை, கதைகளை, அறிவாழம் பொருந்திய கட்டுரைகளை, ஆய்வுகளை யார் யார் செய்துகொண்டிருக்கிறார்கள் என்ற அடிப்படைப் புரிதல்கொண்டவர்கள் மாநாட்டுக் கமிட்டிகளில் இடம் பெற வேண்டும்.

சங்கத்து வெள்ளிவீதி, நன்முல்லை, ஔவை போன்ற காத்திரமான கவிதைகளைப் படைத்திருக்கிற கவிஞர்கள், சமகாலத்தில் நிறைய பேர் உருவாகி நிலை பெற்றிருக்கிறார்கள். இந்த (பெண்) கவிஞர்களுக்காக தனி அரங்கு தரப்பட வேண்டும். இதைச் சுதந்திரமாக அக்கவிஞர்களே செயல்படச் சூழல்கள் உருவாக்கித் தரப்பட வேண்டும். அக்கவிஞர்களின் தத்துவம், வாழ்க்கை நோக்கு, சமூகப் புரிதல்கள் ஆராயப்பட வேண்டும். தமிழ் நவீனக் கவிதை தொய்வடைந்தபோது, அதை முன் நடத்திச் சென்றவர்கள் பெண் கவிஞர்களே என்பதை மாநாடு கவனத்தில் கொள்ள வேண்டும்.

அண்மைக் காலத்தில் மிகுந்த வீச்சுடன் செயல்பட்டு வரும் தமிழ் இலக்கியங்கள் மேல் கவனம் – தீவிர கவனம் – குவிக்கப்பட வேண்டும். அதற்கெனத் தனி அரங்குகள் அளிக்கப்பட வேண்டும்.

இசுலாமியர்க்கும் தமிழுக்கும் சம்பந்தம் இல்லாதது போன்ற இந்துத்துவச் சக்திகள் உருவாக்கிக்கொண்டிருக்கும் பொய்மைகள் களையப்பட, சிறுபான்மையர் அரங்கு அவசியம் உருவாக்கப்பட வேண்டும். தமிழ் இலக்கியச் செழுமைக்கு இசுலாமிய பங்களிப்பு கணக்கிடப்படவேண்டும்.

தமிழ் இலக்கணம், பால் இரண்டு என்கிறது. அது மூன்று. பெண், ஆண், அரவாணிகள் என்பதே அப்பகுப்பு. மேலெழுந்து வருகிற அரவாணிகளின் இலக்கியங்கள் கவனத்தில் எடுத்துக் கொள்ளப்பட வேண்டும். நான் இரண்டு நாவல்கள், மூன்று வாழ்க்கை வரலாறுகள், அரவாணிகள் பற்றிய கட்டுரை நூல்கள் இரண்டு படித்திருக்கிறேன். இது அரவாணி இலக்கியத் தொடக்ககாலம். தொடக்க காலத்திலேயே இவர்களின் படைப்புகள் பற்றிய ஆக்கபூர்வமான அனுசரணையைச் சமூகம் தரவேண்டும். உலக அளவில் தன் நாட்டியத்தால் புகழ் பெற்ற நர்த்தகி நடராஜுக்கு அவர் நடனம் குறித்துப் பேருரை ஆற்றவும், நடனம் செய்யவும் மாநாடு இடம் தரவேண்டும். நர்த்தகி நடராஜ் தமிழ் நாட்டியம் பற்றி ஒரு பெரிய ஆய்வே செய்திருக்கிறார். அவர் அறிவு பயன்படுத்தப்பட வேண்டும்.

அண்மைக்காலத்தில் தமிழிசை மேலெழுந்து வருகிறது. பலரும் அது பற்றிய கவனம் குவிக்கிறார்கள். அறிஞர் மம்முது போன்றவர்கள், அத்துறையில் மிகு பங்களிப்புச் செய்துகொண்டு வருகிறார்கள். தமிழ் இலக்கியம், தமிழ் இசைக் கண்ணோட்டத்தில் ஆராய அரங்கு தனி இடம் தரவேண்டும். தமிழிசை–தனி இசை என்ற எண்ணத்துடன் ஆய்வுகள் நடத்தப்படவேண்டும். தமிழ் இசை என்று சொல்லப்படும் ஒன்றுக்கும் கர்நாடக இசை

எனப்படும் ஒன்றுக்கும் உள்ள அடிப்படை முரண் அல்லது இசைவு அல்லது கலப்புச் சதவீதம் புலப்படுத்தப்பட வேண்டும்.

தமிழ்ச் செவ்வியல் இலக்கியங்கள், நாட்டுப்புற இலக்கியங்களில் இருந்து எழுந்தவை. நாட்டுப்புற மரபே, பாண் மரபு தோன்ற வழி செய்தது. பாண் மரபை முடித்தே புலமை மரபு தமிழில் தோன்றியது. பாண் மரபுக் காலம், அதிகாரமும் அறிஞர்களும் இணையாக இருந்த காலம். புலமை மரபுக் காலமே, இச்சகம் பேசும். அதிகாரப்புலத்தின் சௌகரியங்களைப் பங்கு கொள்ள ஆசைப்படும் புலவர்கள் மலிந்த காலம். சிறுபானமை, 'உன்னை அறிந்தோ தமிழை ஓதினேன்' என்று சொன்ன அறிஞர்கள் ஒரு பக்கமும், நீயே மழை, நீயே ஒளி, நீயே காற்று என்று மன்னர்களைப் புகழ்ந்த பெரும்பான்மைப் புலவர்களும் மலிந்த புலவர் மரபுக் காலம். நவீன காலத்திலும் தொடர்வது கவலை அளிப்பதாக இருக்கிறது.

நாட்டுப்புறக் கலைகளில் அண்மைக் காலத்தில் கவனம் குவிந்திருப்பது வரவேற்பதற்குரியது. பல நாட்டுப் புறக் கலைஞர்கள், மரியாதைக்குரியவர்களாகத் தம்மை உணர்வதை நானே நேரில் கண்டிருக்கிறேன். இதன் நீட்சியாக, நாட்டுப் புற இலக்கியங்களை, அவைகளின் இன்றைய தேவையை, பொருத்தப்பாட்டை ஆராயும் களம் ஒன்று மாநாடு நிரலில் இருப்பது அவசியம் என்றே நான் கருதுகிறேன்.

கதை, கவிதை, நாவல், கட்டுரைகள் முதலான புனைவுத்துறை, தமிழில் குறைவற வளர்ந்துகொண்டிருப்பதாகவே என் வாசிப்பு எனக்கு உணர்த்துகிறது. உலகுக்கு வழங்கும் தரத்தில் நம்மிடையே நவீனப் படைப்புகள் – அவை அதிகம் இல்லை என்றாலும் – இருக்கவே செய்கின்றன என்றே நான் கருதுகிறேன். இதை ஆய்வு பூர்வமாக நிறுவ இது இடம் இல்லை. மாநாடு இது குறித்துச் சிந்திக்கலாம் என்று கருதுகிறேன். உலக இலக்கியத்தில் தமிழின் இடம் பற்றிச் சிந்தித்தல் அவசியமான ஒன்றாகவே நான் கருதுகிறேன். இலக்கியம், பல மொழிகளில் எழுதப்பட்டாலும், அது ஒரு நோக்குக்காகவே – மானுடப் பரப்புக்கு – என்ற அளவிலேயே எழுதப்படுகின்றன. டால்ஸ்டாயும், டாஸ்டாவெஸ்கியும், செகாவும், காஃப்காவும், காமுவும், லெசிங்கும், நம் புதுமைப்பித்தனும், தருமு சிவராமும், ஆத்மாநாமும், குட்டி ரேவதியும் படைப்பிலக்கியம் என்ற வகையில் ஒரு குடையின் கீழ் வருபவர்களே. எனவே உலக இலக்கியத்தின் வெளிச்சத்தில் தமிழ் இலக்கியத்தைப் பார்க்கிற அரங்கு இருந்தால் அது மாநாட்டுக்குப் பெருமை சேர்க்கும் என்று நம்புகிறேன். நாம் நம்மில் சிலரை, நாம் விரும்பும் சிலரைக்

கவிதைச் சக்ரவர்த்திகள் என்றும், கதைக் கோமான்கள் என்றும் நினைத்துக்கொண்டிருக்கும் இந்தக் கணத்தில் காலம் என்கிற ஒன்று, நம்மை நோக்கிப் புன்னகைத்துக்கொண்டிருப்பதை நாம் அறிதல் வேண்டும். நம் தமிழ் மூளையில் படிந்திருக்கும் சில ஒட்டடைகளை உலக இலக்கியங்களின் வெளிச்சத்தில்தான் கண்டுணர முடியும். நம் இலக்கியங்களை உலக மேசையில் நாம் எதற்கு வைக்க வேண்டும் என்று கேள்வி எழுந்துகொண்டுதானிருக்கிறது. இந்தக் கேள்விக்குப் பின்னே, நம் அசட்டுத்தனங்களை மறைத்துக் கொள்ளும் சமத்காரமே மிஞ்சி இருக்கிறது என்றே நான் கருதுவேன். லத்தீன் அமெரிக்க இலக்கியங்களும், ஆப்பிரிக்க, இஸ்லாமிய நாடுகளின் இலக்கியங்களும், பாலஸ்தீன இலக்கியங்களும் உலகுக்காக எழுதப்படவில்லை என்பது சரிதான். ஆனால் உலகம் அவற்றை ஏற்றுக்கொண்டாடுகிறதே, அது ஏன் என்று எனக்கு விளக்குங்கள்.

சுதந்திரத்துக்கு முந்தியும், பிந்தியும் அரசியல் களத்தை இயக்கிய சித்தாந்தப் போக்குகள் பல. தேசியம், சுயமரியாதை மற்றும் திராவிடம், மார்க்சியம் முதலான பல கோட்பாடுகளை ஏற்று அவை சார்ந்த இலக்கியப் படைப்புகள் உருவாயின. நான் பட்டியலைத் தவிர்க்க ஆசைப்படுகிறேன். இன்றைய அளவிலும் அவை நீடித்துக்கொண்டுதான் இருக்கின்றன. கலைத் தன்மை மற்றும் தொழில்நுட்பம் முதலான தேர்ச்சிகளால், வெளிப்படையாகச் சித்தாந்தத் தொனிகள் வெளிப்படாமல் இருக்கலாம். இப்போக்குகள் ஆராயப்படவேண்டும். அரசியல் இல்லாது, எதுவும் இல்லை. அரசியல் கலவாத இலக்கியம் என்பதே ஒரு அரசியல் மாய்மாலம்தான்.

போர்க்கால இலக்கியப் போக்குகள் என்கிற துறையும் இப்போது உருவாகி இருக்கிறது. தமிழின அழித்தொழிப்புப் போரில் இலங்கையிலும், ஈழத் தமிழர் உலக அளவில் குடியேறிய நாடுகளில் இருந்து அவர்களால் உருவாக்கப்பட்ட புலம் பெயர் இலக்கியங்களிலும் மாநாடு கவனம் செலுத்த வேண்டும்.

தமிழ்ச் செவ்வியல் இலக்கியங்களில் சமூகப் பெருமதியை, மொழிப் பெருமதியை நான் நன்றாகவே அறிவேன். நவீன இலக்கியம் அறிந்தவர்களால், நம் செவ்வியல் இலக்கியங்களின் உயர் தன்மைகளை ஒன்றாகவே உள்வாங்கிக் கொள்ள முடியும். பாட்டும் தொகையுமான நம் இலக்கியங்களைப் பட்டிமன்றத் தோரணைகளிலோ, உரைச் சிறப்புப் பாங்கிலோ, நீட்டி முழக்குதல் மொழி வளர்ச்சிக்கு எந்தவகையிலும் பயன்படாது. மொழிப் பெருமையை பாடு பொருளாக்கிய நம்மை விடவும், மொழிப்

பெருமை பேசிக் கொள்ளாத மற்ற மொழியினர் அவர்கள் மொழியை நவீனமாக வளர்த்தெடுத்துக்கொண்டிருக்கிறார்கள்.

எது சிறந்த மொழி?

என் புரிதல் இதுதான்.

தமிழ் தவிர வேறு எந்த மொழியையும் அறியாத ஒருவர், தமிழ்மொழி ஒன்றினால் மட்டுமே, உலக அறிவையும், தொழில் நுட்பங்களையும், விஞ்ஞான வளர்ச்சியையும், தத்துவ தரிசனக்களையும், உலக இலக்கியங்களையும் கற்றுக் கொள்ள முடியுமானால், அந்த அளவுக்கு அம்மொழி அடர்த்தி மிக்கதாக இருக்குமானால், அதுவே சிறந்த மொழி.

தமிழ் அத்தகுதியை பெற்றிருக்கிறதா?

இல்லை. சத்தியமாக இல்லை. இதை மிகுந்த வருத்தத்துடனேயே சொல்கிறேன். என் மொழி இன்னும் அத்தகுதியைப் பெறவில்லை. ஆங்கிலம் போலவோ, பிரஞ்ச் போலவோ, ஜெர்மன் போலவோ, சீனம் போலவோ, ரஷ்யன் போலவோ, என் மொழி வளரவில்லை என்கிற உணர்வு என்னைத் தாக்குகிறதே, அதை மாநாடு நடத்துகிறவர்கள் புரிந்து கொள்ள வேண்டும். தமிழர்களைக் கூட்டமாகக் கூட்டி, நம் பெருமைகளை நம்மவர்களிடமே முழங்குவதில், ஒரு நயா பைசாவுக்கும் பயனில்லை என்பதை நான் சொல்லியாக வேண்டும்.

உலகக் கன்னட மொழி மாநாடு நடத்தப்பட்டது. குடை ராட்டினம் இல்லாமல், முறுக்கு சுண்டல் கடை இல்லாமல், நடத்தப்பட்டதாம் அந்த மாநாடு. அதன் விளைவாக மிகப் பழைய கன்னட செவ்விலக்கியங்கள் அச்சிடப்பட்டு, மிகக் குறைந்த விலையில் கன்னட மக்களுக்கு வழங்கப்பட்டதாக நான் அறிகிறேன். மாநாட்டின் பயனாக, கன்னட மக்களுக்கு அவர்களின் இலக்கியங்கள் சென்று சேர்ந்தன. தமிழ் இலக்கிய மாநாடு/விழாக்களின் அர்த்தமும் இதுவாகவே இருக்க முடியும். மாநாட்டார் யோசிக்க வேண்டும்.

பத்துப்பாட்டும், எட்டுத் தொகையும் மிகக் குறைந்த விலையில் லடசக்கணக்கில் அச்சிடப்பட்டுத் தமிழர்களிடம் சென்று சேர வேண்டும். இதை லட்சியமாகக் கொள்வது மாநாட்டின் வெற்றிக்கு உதவும்.

அதேபோல நவீன இலக்கியம் கவிதையில் பாரதியிடம் தொடங்குகிறது. பாரதி தொடங்கி 2010–வரையிலான நவீனக் கவிதைகளின் தேர்ந்தெடுத்த தொகுதி ஒன்று, இலக்கியத் தகுதியாக

அன்றி வேறு தகுதியால் பட்டியலில் இடம் பெற முடிகிற கவிஞர்களைப் புறக்கணித்து, நல்ல, அசலான கவிஞர்களின் தொகுப்பைக்கொண்டு வந்தால், அது மாநாட்டின் சீரிய பணியாக இருக்கும்.

அதேபோல, சிறுகதைத் தொகுதி ஒன்றையும்கொண்டுவரலாம். ஒரு இருபது முப்பது கதைகள்கொண்ட, அரசியல் சிபாரிசு இல்லாத கதைக்காரர்களின் அருமையான சிறுகதைகளைத் தமிழர்களுக்குத் தரலாம்.

தமிழில் மிக முக்கியமான நவீன நாடகங்கள் உருவாகிக் கொண்டிருக்கின்றன. அவைகளில் பலவற்றை மாநாடு அரங்கேற்றுவதோடு, அவைகளின் எழுத்து வடிவத்தையும் குறுந் தகடுகளாகவும், புத்தகமாகவும் கொண்டு வரலாம். மூன்றாம் தமிழுக்கும் நாம் கவனம் செலுத்த வேண்டிய சமயம் இது. மனோன்மணியம் சுந்தரம் பிள்ளையை இன்னும் எத்தனை காலத்துக்கு நாடக ஆசிரியராகத் தப்பாகச் சொல்லிக்கொண்டு இருக்கப் போகிறோம்?

மாநாட்டை முன்னிட்டு இப்படி உருவாகிற சிறுகதை, கவிதை, குறு நாடகங்களை ஆங்கிலம் முதலான பிற மொழிகளுக்கும் கொண்டு செல்லலாம். அது நம் புலமையை, படைப்புத் திறமையை பிற நாட்டார் அறிந்து கொள்ளப் பயன்படும்.

ஒரு நாட்டுப்புறக் கதை நினைவுக்கு வருகிறது. ஒரு ராஜா, சபையில் உள்ளவர்களைப் பார்த்து, 'உலகத்திலேயே ஒரே ஒரு அறிவாளிதான் இருக்கிறானாம். அது யார்' என்று கேட்டான். கேட்டுவிட்டுத் தன் கத்தியை எடுத்து சபையின் முன் வைத்தான். முதலில் அமைச்சரைப் பார்த்துக் கேட்டார். அமைச்சர் மிகுந்த லௌகீகம் தெரிந்தவர்.

'அதில் என்ன சந்தேகம். தாங்கள்தான் அந்த ஒரே ஒரு அறிவாளி' என்றார்.

அருகில் இருந்த புலவர் ஒருவரைக் கேட்டார் மன்னர்.

'மன்னரே, என்னவரே, தமிழை எனக்கும் சொன்னவரே, அந்த அறிவாளி, என் சொந்த அறிவாளி, இந்த அறிவாளிதான்' என்று மன்னரைச் சுட்டிக் காட்டினார் புலவர். சபையில் இருந்த 59 பேர்களும் அதையே வழி மொழிந்தார்கள்.

கடைசியாக அமைச்சரின் பேத்தியைப் பார்த்து, 'நீ என்னம்மா சொல்கிறாய்' என்றான் மன்னன்.

அந்தப் பெண்ணுக்கு வயது 12. சபையை வேடிக்கை பார்க்க வந்தவள். அவள் சொன்னாள்.

'யார் கற்றுக்கொண்டு இருக்கிறாரோ அவர் அறிவாளி.'

மன்னன் சொன்னான்.

'என் சபையில் 59 பொய்யர்கள் இருக்கிறார்கள் என்பதை இன்று கண்டுபிடித்துக்கொண்டேன். ஒரே ஒரு உண்மை அறிவாளி இருக்கிறாள். அவள்தான் இந்தக் குழந்தை.'

கபிலர் பெரிய கவி. பாரியின் உதவியில் வாழ்ந்தவர். பாரியின் உதவி இல்லாமலும் அவரால், அவரது புலமையைக்கொண்டு வாழ முடியும், என்றாலும் அவர் சொன்னார்.

'பாரி... பாரி என்கிறீர்களே, மாரி என்று ஒன்று இருப்பதை ஏன் மறந்தீர்கள்?'

பாரி, கபிலரைப் புரிந்துகொண்ட சந்தர்ப்பம் இதுதான். அறிவாளிகளுக்குத் தரும் இடத்தை நண்பர்களுக்குத் தருவதே, பிரச்சினைகளின் தொடக்கமாகப் பல சமயங்களில் இருந்துள்ளது.

மாநாடு, விழாக்கள் கூட்டத்தை மையம்கொண்டு, அவைகளுக்கு ஏற்ப, அவைகளை நடத்துபவர்களுக்கு ஏற்ப, ஆடும் ஆட்டக்களமாக இருந்ததுதான் கடந்த காலத்தில் வரலாறு. அதிகாரத்தில் இருப்பவர்களை மகிழ்விக்க அவர்களைச் சுற்றி ஆடை இல்லாமல் ஆடும் கூட்டம் ஒன்று எப்போதும் காத்துக்கொண்டிருக்கிற சூழல் நம்முடைய சூழல். இந்த மாநாட்டில், அறிவுத்தரம் மேலோங்க, ஆய்வுத் தரம் மேலோங்க, படைப்புத்தரம் மிளிரும் வகையில் நிகழ்ச்சிகள் ஏற்பாடு செய்யப்பட்டு, அப்படைப்புகள் பின்னால் புத்தக உருவிலும் கொண்டு வரப்பட வேண்டும்.

மக்களை மகிழ்விக்கும் நெருக்கடிகள் அரசியல் கட்சிக் காரர்களுக்குத் தேவையாக இருக்கலாம். மக்களை மகிழ்விப்பது தவறு அல்ல. மாறாக மக்களை அவர்களின் இருக்கையிலிருந்து மேலான கருத்து நிலைக்கு மாநாடு கொண்டுவர முயல வேண்டும். அவர்கள் நிலைக்குச் சரிந்துவிடக்கூடாது. மக்கள் கனமான விஷயங்களை ஆதரிக்க மாட்டார்கள் என்பது பொய். சரியான இடத்தில் சரியானவை மக்களால் ஏற்றுக் கொள்ளப்பட்டே வந்திருக்கின்றன.

என் அனுபவம் ஒன்று.

படிப்பே இல்லாத, மிகச் சிறிய கிராம மக்கள் முன் நாங்கள் எண்பதுகளில், சத்யஜித்ரே படங்களைப் போட்டுக் காட்டினோம்.

பிறகு விமர்சனம் செய்யச் சொன்னோம். நகர, புகழ் மிக்க விமர்சனங்களை விடவும் கூர்மையான விமர்சனங்களை அவர்கள் முன் வைத்தார்கள்.

மக்கள் எப்போதும் சரியாகவே இருக்கிறார்கள். நாம்தான் அவர்களைப் புரிந்துகொள்ள மறுக்கிறோம்.

ஒரு அரசியல் தலைமைக்கு ஏற்படும் மிக முக்கியப் பிரச்சினை, தன்னைச் சுற்றியுள்ள எல்லாத் தலைகளுக்கும், நாற்காலிகளைப் பகிர்ந்தளிக்கும் நிர்ப்பந்தம்தான். அதன் காரணமாகவே தலையே இல்லாதவர்கள் முக்கிய இடங்களுக்கு வந்து அமர்ந்துவிடக் கூடிய அபாயங்கள் அடிக்கடி நேர்ந்துவிடுகிறது. கலாச்சாரத் துறையில், மிகுந்த கறாரான அளவுகோலை தலைமை முன்வைக்க வேண்டும். "என் முதுகுத் தோலை உரித்தாலும் நான் ஒரு நல்ல கவிதையை, கதையை முழுமையாகப் புரிந்துகொள்ள முடியாது" என்கிற புரிதல் லெனினுக்கு இருந்தது, என்பது எனக்கு ஆச்சரியம் தருகிறது.

உலகத் தமிழ் மாநாடு என்கிற மாபெரும் முயற்சியைத் திருவினையாக்கும் வாய்ப்பு, தமிழ்நாடு முதல்வருக்கு வாய்த்திருக்கிறது. இதன்மூலம்,

தமிழ், தமிழரை அடையவும்,

தமிழ் உலகை அடையவும்,

உலகம் தமிழை அடையவும்,

என்கிற இலக்கை நோக்கிச் செயல்பட்டு மாநாடு வெற்றியடையும் என்று நம்புவோம். எதிர்பார்ப்போம். வாழ்த்துவோம்.

- நவம்பர், 2009

பரத்தையரும் கலைஞர்களும்

ஆண்கள், தம் காலத்துப் பொருளியல், சமூகக் கலாச்சாரச் சாதி மேலாண்மைக்குக் கட்டுப்பட்டுத்தான் வாழ நிர்ப்பந்திக்கப்பட்டுள்ளார்கள். வறுமை காரணமாக, சோழ நாட்டிலிருந்து பாண்டிய நாட்டுத் தலைநகர்க்கு வந்த கோவலனை அரசு ஊழியன் சுலபமாகக் கொலை செய்ய முடிகிறது. அப்படித்தான் இருந்தன சட்டம், நீதி என்றெல்லாம் சொல்லப்படும் அரசு நியதிகள். அதோடு, ஆண்கள் இத்தனை ஒடுக்குமுறைகளைச் சந்தித்தபோது, அத்தனை ஒடுக்கு முறைகளோடு கூடுதலாக ஒரு அடிமைத்தனத்தையும் சுமந்தார்கள் பெண்கள். எல்லா ஜாதிகளுக்கும் பிரிவுக்கும் கீழாக இருந்தவள், பெண். ஒரு சாதியின் மேலோன், கீழோனை ஒடுக்கும்போது, அந்தக் கீழே வைக்கப்பட்டவன் தான் ஒடுக்குவதற்குச் சௌகரியமாகத் தன் மனைவியை, மற்றும் தன்னைச் சார்ந்த பெண்களைத் தேர்ந்துகொண்டான். ஆகக் கடைசிப்படியில் பெண் இருந்தாள், என்பதே இதன் பொருள். இதற்குச் சமூக அங்கீகாரம் இருக்கவே செய்தது.

குடும்பத்தில் ஆண் குழந்தைகள் பெரிதும் வரவேற்கப்பட்டுள்ளார்கள். காரணம், புரிந்துகொள்ளத்தக்கதுதான். தந்தையின் சொத்து 9சொத்து என்பது நிலமும் பசுக்களின் எண்ணிக்கையும்) தனக்குப் பிறந்த ஆண் மக்களுக்கே சென்று சேர வேண்டும் என்று அவன் விரும்பினான். மகன், போருக்குப் பயன்படுவான். இது புற உதவி. அக உதவி - ஆண் பெறாத தந்தை, 'புத்' எனும் நரகத்துக்குச் செல்ல நேரிடும்.

ஆக, அக்காலச் சமூகத்தில் 'ஆண்' என்பவன், சமூகப் படி நிலையில் மேலேயே இருந்தான். போர்ச் சமூகமாக உருப்பெற்றிருந்த சங்கம் மற்றும் அதற்கு முன் இருந்த சமூகத்தில் ஆண் பிறப்பு கொண்டாடப் பெற்றது. ஆண் பிறப்பு உயர உயர, பெண் நிலை தாழ்வடைந்தது.

அத் தாழ்வின் பெரும் வெளிப்பாடே பரத்தையர் நிலை என்பது.

பரத்தை எனும் சொல், இல்லற வட்டத்துக்கு வெளியே இருக்கும் பெண் என்று பொருள்படும். கணவன் மனைவி குழந்தைகள் ஒரு வட்டம் என்றால், அவ்வட்டத்துக்கு வெளியே இருக்கிறாள் பரத்தை. நிலத்தை ஐந்து வகையாகப் பிரித்த இலக்கணக்காரர்கள், மருத நிலத்துக்கான ஒழுக்கங்களில் ஒன்றாக இந்தப் பரத்தைமையைக் குறிப்பிட்டுள்ளார்கள். மருத நிலம் - விவசாய வாழ்க்கை முறையைக் கொண்டது. அபிரிதமான விளைச்சல், செல்வம் முதலானவைகளைக் கைப்பற்றிய சிலர் மேற்கொண்ட உல்லாசச் செயல்பாடுகளின் ஒரு வடிவமாகப் பரத்தமை விளங்குகிறது. தலைவன் எனப்படும் ஆண், தன் மனைவியை விட்டு அகன்று பரத்தையர் தேடிப் போகும் வழக்கம், சாதாரணமாகவே அக்காலத்தில் கருதப்பட்டுள்ளது. ஒழுக்கத்தை வடிவமைத்த சமூகத்தின் மூத்த குடிகள், அந்த வழக்கத்தை லேசாகவே கடிந்துள்ளார்கள். கணவனைப் பிரிந்து வீட்டில் உறைந்த தலைவிகள் எனப்பட்ட பெண்கள் பட்ட இன்னல் அளவிட்டுக் கூற முடியாததாகும். என்றாலும், பரத்தையரிடம் சென்ற தலைவன், வீடு திரும்பினால், அவனைச் சீற, கண்டிக்க, அல்லது விட்டு விலகும் உரிமை பெண்களுக்கு இல்லை. அதிகபட்சமாக மனைவிகள், ‘ஊடல்’ கொள்ளலாம். ஊடல் என்றால், பொய்க் கோபம், சில நாழிகை கோபம், என்று அர்த்தம். இந்த இழி ஒழுக்கத்தை முன்வைத்து, மனைவி அவனைப் பிரிந்ததாக ஆதாரம் இல்லை. இன்னும் சொல்லப்போனால், பரத்தைமையை மனைவிமார்கள் சகித்துக்கொள்ள வேண்டும் என்று அகநானூற்றுச் செய்யுள் அறிவுரை கூறுகிறது.

பரத்தைமை வேரூன்றிய சங்கச் சமுதாயம், பரத்தைமையால் பாதிக்கப்பட்ட இல்லத்துப் பெண்களைச் சகித்துக் கொள்ள வேண்டும் என்று அறிவுரைக்கிறது. சங்கச் சமுதாயம் பற்றி ஆராய்ந்த அறிஞர் பெ.மாதையன் ஒரு அகநானூற்றுப் பாடலைப் பொருத்தமுற எடுத்துக் காட்டுகிறார். இது *316* - ம் பாடல்.

இப்பாட்டின் திரண்ட பொருள்:

“பரத்தையரை நாடிச் செல்லும் தலைவனோடு முரண்பாடு கொண்டு, அவன் செயலைப் பொறுத்துக்கொள்ள இயலாமல் கோபித்துக்கொண்ட பெண்கள், துன்பத்தையே ஏற்றுக்கொள்பவர்கள் ஆகிறார்கள். அவர்களை விட்டுத் திருமகள் நீங்கிவிடுகிறாள். உணவுப் பொருள் தேவையானது கிடைக்காமல், கிடைத்ததைச் சமைத்து உண்டும், உண்ணாமலும் வாழும் துன்பம் அவர்கள் பெறுவர். அவர்கள் பிள்ளைகள்கூட உண்ண வழியில்லாமல், தாயின் பாலைத் தேடி அலையும் நிலை ஏற்படும்.

ஆகவே, தலைவனைச் சகித்துக்கொண்டு அவனோடு வாழ்தலே சரியான முடிவாக இருக்கும்."

இப்படித் தலைவிக்கு அறிவுரை சொல்பவள் தோழி. இது தோழி சொல்வது மட்டும் அல்ல; சமூகம், மனைவிமார்களுக்குச் சொல்வது. கணவன் நீங்கியபின், மனைவிமார்கள் உண்ணா நிலைக்குச் செல்கிறார்கள் என்றால், பொருளாதாரம் ஆண்களைச் சார்ந்திருந்தது என்றே பொருள்.

பரத்தையரைத் திருமணம் செய்து, தன் வீட்டுக்கு அழைத்து வரும் கணவர்கள் அக்காலத்தில் இருந்தார்கள். பரத்தையர்க்கும் மனைவிமார்க்கும் உரிமை குறித்த பகையும் இருந்துள்ளது. ஒரு பரத்தை மனைவியைப் பார்த்து, "முடிந்தால் உன் கணவனை என்னிடம் இருந்து காப்பாற்றிக் கொள்" என்று சவால் விடுகிறாள். இதனால் பரத்தையர்பால் நாம் சீற்றம் கொள்ள வேண்டிய அவசியம் இல்லை. சமூகத்தின் மேலேயே கோபம் கொள்ள வேண்டும்.

பரத்தையருடன் அவர்களின் கலை அறிவு பற்றியும், தமிழ்ச் சமூகத்தில் இசை, ஆடல், நாடகம் முதலான கலை வளர்ச்சியில் ஈடுபட்ட கலை விறலிகளைச் சேர்த்தே யோசிக்க வேண்டும். இல்லத்துப் பெண்கள் கலைத்துறையில் அனுமதிக்கப்படாத சூழ்நிலையில், பரத்தையர் அப் பொறுப்பை ஏற்றுக்கொண்டிருந்தார்கள். இம் மரபும் தொடர்ந்து இருக்கிறது. பரத்தையர் அனைவரும் கலைஞர்களாக இல்லை என்பதுடன் கலைஞர்கள் அனைவரும் பரத்தையராக இருந்தார்கள் என்றும் கூற முடியாது. பாணன், துடியன் போன்ற ஆண் கலைஞர்களுடன் இணைந்து விறலியர்கள், பாடினிகள் முதலான பெண் கலைஞர்கள் இசைப் பணி புரிந்துள்ளார்கள். விறலியர்கள், மன்னர்களுடன் நெருங்கிய உறவைப் பேணி இருந்தார்கள். இக் கலைஞர்கள் ஆதரவு குன்றியவுடன், மீன் பிடித்தும் தங்கள் வாழ்க்கையை வாழ்ந்திருக்கிறார்கள். கலைஞர்களை வறுமையும் புறக்கணிப்பும் சேர்ந்து தாக்கினால், அவர்கள் அடையும் இழிவுகள் அளவற்றவை.

பாடினிகள், விறலியர்கள், கோடியர்கள், ஆடு மகளிர் போன்றவர்கள் கலைத் தொழில் பயின்றவர்கள்.

மன்னர்கள், பிற நாடுகளை வீரம் என்ற பெயரில் வென்று, அந்நாட்டுப் பெண்களைச் சிறைப்படுத்திக்கொண்டு திரும்புவார்கள். அப் பெண்களில் தாங்கள் 'அழகி'கள் என்று கருதும் பெண்களைத் தமக்கும், சுமாரானவர்களை மற்றவர்க்கும் கொடுத்துக் கொடையாளர்கள் என்ற புகழைப் பெறுவார்கள்.

அழகு என்பது அறிவும், ஆரோக்கியமும், ஒரு துறையில் ஆழ்ந்த முயற்சியும் என்பதைத் தமிழ்ச் சமூகம், இன்றுவரை உணரவில்லை.

பகை நாட்டிலிருந்து கொண்டுவரப்பட்ட பெண்கள், பரத்தையர் வகுப்பாக மாறினர்.

கோயிலுக்குத் தம்மை விற்றுக்கொண்ட பெண்கள். கொடுக்கபட்ட பெண்கள், ஆடலுக்கும் பாடலுக்கும் கோயில் நிர்வாகம் தேர்ந்துகொண்ட பெண்கள், கோயில் ஊழியம் செய்ய வந்த பெண்கள் இவர்களே தேவதாசிகள் எனப்பட்டார்கள். கோயிலும் இறைவனும் வறுமை அடையும்போது, இந்தக் கலைஞர்கள் புறக்கணிக்கப்பட்டு, ஜீவனோபாயத்துக்காக இழிவடைந்தார்கள்.

விபசாரம், மற்றும் தமிழ் அற இலக்கியங்கள் குறிப்பாகத் திருக்குறளும் கடிந்து பேசிய விலைமகளிர், தாமே மண்ணில் இருந்து வெடித்து வெளியே வந்தவர்கள் இல்லை. வரம் பெற்று விபசாரம் செய்ய வரவில்லை. ஆண்கள் என்கிற காமுகர்களும், அயோக்கியர்களும் கொடிய மனம் கொண்டவர்களும் உருவாக்கிய அமைப்பே விபசாரம். ஏதோ, ஓரிரண்டு பேர், கலைஞர்களாக இருந்து விபசாரத்துக்கு வந்திருக்கலாம். அதனாலேயே கலை மரபினர், அத் தொழிலைச் செய்பவர்கள் என்பது தவறு.

- டிசம்பர், 2016

தாழப் பறக்காத பரத்தையர் கொடி

ஒரு பெண்ணைச் சுட்டி அவள் பரத்தை அல்லது விபச்சாரி என்று சமூகம் விதிக்குமானால், அந்தப் பெண்ணின்மீது இரண்டாயிரம் வருஷத்து அபவாதங்கள் சுமத்தப்படுகிறது என்று பொருளாகும். சமூகத்தின் அனைத்துக் கோணல்களுக்கும், வானத்தின் கீழ் நிகழும் அனைத்துக் குற்றங்களுக்கும் அவளே பொறுப்பாளியாகி விடுகிறாள். அதுகாறும் கட்டமைக்கப்பட்ட சகல ஒழுக்க வரையறைகளுக்கும் புனித ஒழுகலாறுகளுக்கும் எதிராக யுத்தம் தொடுக்கிற துர்தேவதையாகி விடுகிறாள். மிக நேராகவும், மிக ஒழுங்காகவும் சென்றுகொண்டிருக்கும் சமூகத்தைத் திசைதிருப்பி விடுகிறவளாகவும், இறைவனால் ஆசிர்வதிக்கப்பட்ட குடும்பம் என்கிற புனித நிறுவனத்தைக் குலைத்து பத்தினிமார்களுக்குப் பதற்றத்தையும் இடையறாது ஒழுகும் கண்ணீர் மடையைத் திறந்துவிடுகிறவளாகவும் ஆகிவிடுகிறாள். அவள் பெண்ணாகி வந்த மாயப் பிசாசம். தேடி வருகிறவர்களின் பொருள்களை மாய முயக்கினால் கொண்டு செல்பவள். ஆகையால் தமிழ் இலக்கியம் அவளை மிக அதிகமான கடுஞ்சொற்களால் விமர்சித்திருக்கிறது. பொதுவாகப் பெண்ணை மிக அதிகமாகக் கண்டித்தவர்கள், எதிர்மறையாகவே அதிகமாக விமர்சித்தவர்கள் தமிழ்ப் பக்தி இலக்கியப் பரப்பில் வந்த ஞானிகளே ஆவர். குறிப்பாகப் பட்டினத்துப் பிள்ளையார்.

சலமலப் பேழை, வாத பித்தம் கோழை குடிபுகும் சீறூர், ஊற்றைப் புண்தோல் உதிரக் கட்டளை, நாற்றப் பாண்டம், பேய்ச்சுரைத் தோட்டம், ஆசைக்கயிற்றில் ஆடும் பம்பரம், ஓயா நோய்க்கிடம், ஒரு மரக்கலம். மாயா விகாரம், மரணப் பஞ்சரம், காமக் கனவில் கருகும் சருகு... என்று சுமார் நூறு உருவங்களில் தூற்றிச் செல்கிறார் அவர். அந்த அளவுக்கு அவர் தன் இதயத்தைப் பெண்களால் நிரப்பிக்கொண்டிருந்தார்.

பரத்தையர் எனப்படுபவளின் தோற்றம் உலக முழுக்க ஒரு தன்மையதாகவே இருக்கிறது. ஒரு இனக்குழுவின், ஒரு

கிராமத்தின், ஒரு நகரத்தின் நடுவில் இருந்து, அவர்களில் இருந்தே ஒருத்தி பரத்தையாவது சாத்தியம் இல்லை. மிக நெருக்கமான கிராம சமுதாயம் அதை அனுமதிக்காது. மன்னர்கள், மாற்றரசரை வென்று, பொருள்களை மட்டும்கொண்டு வருவதில்லை. அந்தத் தோற்ற நாட்டுப் பெண்களையும் பல நூற்றுக்கணக்கில் கொண்டு வந்தார்கள். வெற்றிச் சிறப்புகளில் அயல் பெண்களைப் பிடித்துவருதல், பெரிய வெற்றியாகக் கருதப்படுகிறது. அப்படிக்கொண்டு வந்த பெண்களைத் தனிக் குடியிருப்புகளை ஏற்படுத்தித் தங்கவைத்தனர். அப் பெண்கள் இருந்த இடம் 'வேளம்' எனப்பட்டது.

3ஆம் குலோத்துங்கனின் மெய்க் கீர்த்தி, 'பாண்டியன் முடித்தலைக்கொண்டு சமர் முடித்து அவன் மடக்கொடியை வேளம் ஏற்றி' என்று புகழ்ந்து கொள்கிறது. பாண்டியன் மடக்கொடியை மட்டும் அல்ல, அவள் தோழிகள், பணிப்பெண்கள் சுமார் நூறுபேருடன் என்பதும்; அவர்களில் மன்னர்க்குப் பிடித்தவர்கள் அந்தப் புரத்திலும், மற்றவர்கள் அரசிகளின் சேவகத்திலும் வைக்கப் பட்டார்கள். அதனால்தான் அரசர்களின் அந்தப்புரங்கள் பெண்களால் நிரம்பி வழிந்தது. இப்படிக் கொண்டு வரப்பட்ட பெண்களில் சிதறுண்டவர்கள், பாலியல் தொழிலுக்கு வந்திருக்க வேண்டும். அரண்மனைப் பணியில் அமர்த்தப்பட்ட பெண்கள், 'பெண்டாட்டி' என்று அழைக்கப்பட்டார்கள். பிற்காலத்தில்தான், அச்சொல்லுக்கு மனைவி என்கிற பொருள் வந்தது.

சமூகத்தின் பொருளாதார உறவுகள் மாறின. நெல் விளைச்சலும், பொருள் வருவாயும் பெருகியபோது, புதிய புதிய கருத்தாக்கங்கள் உருவாகின. தலைவி பணக்காரப் பெண் என்பது மாதிரியும், நிறைய நெற்குதிர்களுக்குச் சொந்தக்காரி என்பது போன்ற சித்தரிப்புகள் தமிழ் அக இலக்கியத்தில் உருவாகத் தொடங்கின. குறிஞ்சியின் வேடனும், வேடர்குலப் பெண்ணும் காதலித்ததுபோக, குறிஞ்சி நிலத் தலைவனும் தலைவியும் காதலிக்கத் தொடங்கினார்கள். நால்வகை நிலத்திலிருந்து உற்பத்தியும், உபரி மதிப்பும் அதிகாரங்களாக மாறும் போக்கை சிவத்தம்பி மிகச் சிறப்பாகக் கட்டமைக்கிறார்.

தலைவியோடு, அவள் அறிவும், சிந்தனையும், பேச்சுமாக இருந்த தோழி, தலைவிக்கு நிகராக பெரிய தோழி, திடுமெனப் பணிப்பெண் போன்ற சொல்லாடல்களாகக் கட்டமைக்கப்படுகிறாள். கருத்து சொல்லும் நிலையிலிருந்து தாழ்கிறாள். 'நான் சொல்வதைக்கேள்' என்கிறாள் தலைவி.

தமிழர்களின் அடிப்படைத் தொழிலான விவசாயத்தில், நில உடைமையாளர்களும், கூலித் தொழிலாளர்களும் உருவாகிறார்கள்.

தமிழ் இலக்கியத்தில் முதல்முறையாக 'விளை வலர்' என்கிற கூலித் தொழிலாளி அறியப்படுகிறார். அதுவரையில், துணி துவைக்கும் வேலையில் இருந்த பெண்மணி, புதியதாக அறியப்படுகிறாள். எடுப்பிடிகளாக ஏவலர்கள் உடன் தோன்றுகிறார்கள். கீழ்மக்கள், இழிசளர்கள், முதலான பெயர்களில் மனிதர்கள் அறியப்படுகிறார்கள். ரோம, கிரேக்க வரலாற்றில் இருப்பதுபோல அல்லாமல், சிறு அளவில் அடிமைகளும் ஏற்படுகிறார்கள். உச்சபட்ச அதிகாரம் மன்னனாக உருவகம் செய்யப்பட்டான். ஊர் காவல்வேலை செய்துகொண்டு, மக்களின் கூலியைப் பெற்று வாழ்ந்தவன் வசம் அதிகாரம் குவிக்கப்படுகிறது. அவன், இறை (வரி) வசூலிக்கும் பொறுப்பிலிருந்து, இறைப் பொறுப்புக்கும் உயர்த்தப்படுகிறான். திருவுடை மன்னன், திருமாலாக மாறுகிறான்.

அரசவை, அதிகாரத்தால் நிரப்பப்படாத நிலை ஒரு காலத்தில் இருந்தது. அப்போது பாணர்கள், பாடினிகள், விறலிகள் என்கிற கலைஞர்களால் மன்னர் சூழப்பட்டிருந்தான். கலைஞர்கள், அரசுக்கும் மக்களுக்கும் பாலமாக இருந்த காலம் இருந்தது. மன்னர்களும் வேளிர்களும், கலைஞர்களும் ஒன்றாக அமர்ந்து, கள் உண்ட இனிய காட்சி மறையத் தொடங்கியது. நாட்டு மக்களின் பாடல், இசையை எடுத்துக்கொண்டு பாணர்களாகவும், பாடினிகளுமாக உருவான அந்த மக்கள் கலையின் நகர பட்டினப் பிரவேசம், கொஞ்சம் கொஞ்சமாகத் தடை செய்யப்படுவதைக் காண முடிகிறது. பாணர்கள் வசித்த இடத்தைப் புலவர்கள் எடுத்துக் கொள்வதைக் காண்கிறது. கலித்தொகை போன்ற இலக்கியங்களிலும், தனிப்பாடல்களிலும் கல்லா மாக்கள், கல்வி அறிவற்ற பாணர்கள் என்பது போன்ற சொல்லாடல்கள் வருவதைப் பார்க்க முடிகிறது. அறிவுத் தளத்தில் மண்ணுக்கே உரிய ஞானம், புறக்கணிப்புக்குள்ளாகி, கற்ற புலவர்கள் சிறப்படையும் சூழல் உருவாகிறது. மதுரைக் காஞ்சி போன்ற இலக்கியங்கள் மன்னர்க்கு 'வேள்வி' செய்து புகழடையும் படியும், இந்தப் பாணர்களோடு காலம் கழிப்பதை நிறுத்திக் கொள்ளும்படியும் அறிவுறுத்துகின்றன. புலவர்கள், படித்த, மேட்டுக்குடி, பார்ப்பனப் பின்னணியில் இருந்து உருவாகி வருகிறார்கள். கபிலர், தான் 'அந்தணன்' என்று பெருமையோடு, அறிமுகம் செய்து கொள்கிறார்.

பாணர்கள் நிலை தாழ்கிறது. பாணர்களோடு தமிழ் மக்களின் மண்ணின் இசையும், நடனமும்கூடப் புறக்கணிப்புக்குள்ளாகித் தாழ்கின்றன. இதன் உச்சக்கட்டமாக, பாணர்கள், தலைவன், தலைவியின் காதல் தூதுவர்களாக மாறுகிறார்கள். 'வாயில்கள்' என்று இலக்கணம் வகுக்கப்படுகிறது. வாயில்கள்–தூதர்களில்

ஒருவர் பாணர். பாணிக்கு அல்லது பாடினி, கொஞ்சம் கொஞ் சமாக நிலை குறைந்து, ஏறக்குறைய பரத்தையின் நிலையை அடைகிறாள். சிலர் பல தொழில்களுடன் தம்மைப் பொருத்திக் கொள்கிறார்கள். ஒரு பாடினி, மீன்விற்கப் போகிறாள். இப்படியாகவும் பரத்தையர்கள் உருவாகிறார்கள்.

பெண் அடிமைத்தனத்தின் உச்சமான பரத்தமை, அசைக்கமுடியாத விதத்தில் புதிதாக உருவாகும் ஊர்களில் நிலைபெறுகிறது. மதுரைத் தெருக்களில் பரத்தையரின் கொண்டாட்டம், மதுரைக் காஞ்சியில் வர்ணிக்கப்படுகிறது. குடும்பத்தில் இருந்த 'பத்தினிகளுக்கு' எப்போதும் பதற்றம் தருபவர்களாக இந்தப் பரத்தையர்கள் இருந்திருக்கிறார்கள். பேகன் முதலான சிற்றரசர்கள் பரத்தையர்கள் சகவாசம்கொண்டு ஒழுகியதைச் சங்க இலக்கியம் துயரத்துடன் சொல்லிச் செல்கிறது. பரத்தமைக்கு சமூக அங்கீகாரம் இருந்திருப்பதையும் காணமுடிகிறது. பரத்தையர்கள் பலமுறைகளில் தங்கள் வாழ்க்கையை அமைத்துக்கொண்டு வாழ்ந்திருக்கிறார்கள். தனிநபர் ஒருவனுக்கு உரிமை பூண்டு, பொதுவாகத் தம்மை விரும்பி வருபவர்களிடமும், தாம் விரும்பும் நபர்களிடமும் அவர்கள் உறவுகொண்டு வாழ்ந்திருக்கிறார்கள்.

பரத்தையர்களின் ஜீவனோபாயம் பற்றிய பதிவு சங்க இலக்கியத்தில் எனக்குத் தெரிந்து இல்லை. கைமாறும் பணம் அல்லது நெல் அளவுகள் பேசப்படவில்லை. அதெல்லாம் இல்லாமல் இத்தொழில் நடைபெறும் சாத்தியம் இல்லை. எனினும் அந்த விலைகள் பேசப்படாத ஒரு நாகரிகம் நிலவி இருக்கிறது. இதில் ஆறுதல் அடையக்கூடிய ஒரு அம்சம், பரத்தையர், பத்தினிகளுக்குக் கிடைத்த சுதந்திரத்தைக் காட்டிலும் கூடுதலான சுதந்திரத்துடன் வாழ்ந்து இருந்ததன் சுவடுகள் தென்படுகின்றன.

ஒரு பரத்தை சொல்கிறாள்: 'அவன் என்னிடம் இருந்து அவனே விரும்பித் தலைவியிடம் போகவில்லை. நான், ஐயோ பாவம் என்று அவளிடம் அனுப்பிவைத்திருக்கிறேன். ரொம்பவும் அலட்டிக் கொள்ள வேண்டாம் என்று தலைவியிடம் சொல்லுங்கள்.'

தலைவிகளை நோக்கி இதுபோன்ற சவால்களைப் பரத்தையர் விட நேர்ந்தாலும், அவர்கள் நிறைவாக இந்த வாழ்க்கையை வாழ்ந்தார்கள் என்பதுக்கான பதிவு இல்லை. அப்படி இருக்கவும் முடியாது. சமூகம், இருவகையான முகங்களை இது விஷயத்தில் கொண்டிருந்தது. ஒரு பக்கம், பரத்தையர் பிரிவு கடியப்படவில்லை. அதே சமயம், அது தற்காலிக அங்கீகரிப்புகள்கொண்ட அமைப்பாகவே இருந்திருக்கிறது. தொல்காப்பியர் பரத்தையர்

பிரிவை ஒரு பிரச்சினையாகப் பார்ப்பதைக் காட்டிலும், மிகு இளையர்களும் முதியவர்களும் காதல் கொள்வதையே பிரச்சினையாகப் பார்த்தார். சமூகத்தின் இயல்பான நிகழும் இந்தக் காதல்களை அவர் கண்டிக்கிறார். மாறாகப் பரத்தையர் இருப்பை அவர் ஏற்கிறார் என்பதைக் காட்டிலும் இருப்பதை ஏற்றுக் கொள்கிறார் என்பது பொருத்தமாக இருக்கும்.

பவுத்த சமணங்கள் இந்தப் பரத்தையர் ஒழுக்கங்களை மிகக் கடுமையாக எதிர்த்தன. அது அவர்கள் கொள்கை சார்ந்த பிரச்சினை. இதை வள்ளுவர் காலத்தில், வள்ளுவர் அதைக் கடியப்பட வேண்டிய முதல் ஒழுக்கமாகக் காண்கிறார். வள்ளுவருக்கு மாசு மருவற்ற சமூகம் வேண்டும். அல்லது அதுவே அவருடைய இலட்சியம். ஆனால் இலட்சியங்கள் வேறு யதார்த்தம் வேறு. இளங்கோ அடிகள்கூட, மாதவியைப் பகைப் பாத்திரமாகத்தான் எழுதுவதற்கு முன்பு வடிவமைக்க ஆசைப்பட்டிருப்பார். அவருக்குள் இருந்த படைப்பாளி, மாதவியை அப்படி அல்லாமல், அவர் படைத்திருப்பது போன்ற அகிருதியில் படைத்திருக்கிறான் என்றால், அது மிகு கற்பனையாகாது. பத்தினிகளின் கண்ணீரை அருந்திக்கொண்டுதான் பரத்தையரின் ஜீவியம் நிலைபெற வேண்டும் என்பதே உலக விதியாக இருந்துகொண்டிருக்கிறது. இன்னமும்.

பரத்தையர் சந்திக்க நேர்ந்த பிரச்சினைகளை நாம் புரிந்து கொள்ள வேண்டும். பரிபாடல் நமக்கு முதலில் உதவுகிறது.

வைகை ஆற்றில் வெள்ளம் வருகிறது. மக்கள் ஆற்றில் புதுவெள்ளத்தில் நீராடச் செல்கிறார்கள். தலைவனும் அவனது புதுக்காதலியாகிய பெண்ணும்கூட நீராடச் செல்கிறார்கள். அதேபோலத் தலைவியும் அவள் தோழிகளோடு நீராட வைகைக்குச் செல்கிறாள். தலைவனோடு நிற்கும் காதலியைத் தலைவியின் தோழி ஒருத்தி பார்த்துவிடுகிறாள். அவள் கண்டுகொண்டதைத் தலைவனும் கண்டு கொள்கிறான். அவன் முகம் வெளுக்கிறது. அவன் முகம் மாறுபடுவதைக் கண்டு காதலியாகிய அந்தப் பெண்ணும் கூட்டத்தில் மறைகிறாள். தோழிகள் வளைத்துத் துரத்திக்கொண்டு போகிறார்கள். தோழிகள் அவளைத் துரத்துவதன் காரணம், காதலியின் கையில் இருந்த வளையல்கள்தான். அந்த வளையல்கள் தலைவியுடையவை. காதலன், அவைகளை எடுத்துச் சென்று காதலிக்குத் தந்திருக்கிறான். தலைவி, அந்த வளையல்கள் காணாமல் போய்விட்டதாக நினைத்துக்கொண்டிருந்தாள். அதனால், தோழிகளுக்குக் காதலியின் கையில் உள்ள வளையல்களை மீட்டு வாங்கிவிடவேண்டும்

என்று வெறி. தப்பித்து ஓடும் காதலியை ஓர் இடத்தில் அவர்கள் பிடித்துவிடுகிறார்கள். தலைவி, அந்தக் காதலியைப் பார்த்து, அந்த வளையல் என் தந்தை எனக்குச் செய்துபோட்ட வளையல். அது எப்படி உன்னிடம் வந்தது என்று கேட்டு வைகிறாள். தோழிகளும் அவளது பரத்தைமைத் தொழிலை மிக இழிவாகப் பேசுகிறார்கள். கூட்டம் சேர்ந்துவிடுகிறது. கூட்டத்தில் இருந்த வயதான பெண்கள் பஞ்சாயத்துக்கு வருகிறார்கள். அவர்கள் கற்புடைய பெண்ணாகிய தலைவியின் சிறப்பை எடுத்துச் சொல்லிப் பரத்தையைக் கண்டிக்கிறார்கள். பரத்தை சினத்துடன் தலைவியைப் பார்த்து, 'ஆமாம். உன் கணவன் என்மேல் உள்ள காதலால்தான் வளையல்களை எனக்குக் கொடுத்தான். ஏன், இப்போது உன் காலில் அணிந்திருக்கும் சிலம்பைக்கூட நாளை எனக்கு அவன் தரத்தான் போகிறான்' என்கிறாள். சூழ்நிலை மோசமாகிறது. மூத்த பெண்கள் சண்டையை விலக்கிவிடுகிறார்கள். கணவன் கொடுத்ததை மனைவி கேட்பது முறையல்ல என்று சொல்லி தலைவியை அழைத்துப் போகிறார்கள்.

பரத்தையர்கள் சந்தித்த பிரச்சினை இதுபோலப் பல நமக்குக் கிடைக்கின்றன. பரத்தை பற்றி இப் பரிபாடலில் சொல்லப்பட்ட கருத்தே மிக முக்கியமாகக் காணத்தக்கது. தோழி சொல்கிறாள்:

'காமத்தை, வஞ்சத்தோடும், பொய்களோடும் சேர்த்துத் தன்னை நாடும் காமுகர்களுக்கு விற்கும் விலை மகளே. எல்லோரும் கூடுவதால் தனி மனிதரால் நேசிக்கப்படும் தன்மையை இழந்தவளே, பன்றிகளாகிய காமுகர்கள் நுகரும் இரண்டு உதடுகளைக்கொண்ட காமத் தொட்டியே. பழைய (உழப் பயன்படும்) படைச்சாலே! எல்லோரும் பயன்படுத்தும் பொதுத்துறையே'

இதுவே பரத்தையர் பற்றிய அக்காலத்துப் புரிதல்.

இந்தப் பரிபாடலில் மிக முக்கியமான சங்கதி ஒன்று வருகிறது. பத்தினியாகிய தலைவியைத் தொழுக என்று பஞ்சாயத்துப் பெண்கள் கூறும்போது பரத்தை சொன்ன சொற்கள் மிக அர்த்தம் பொருந்தியவை.

"அம்மா, பகைவரைப் பகைவர் தொழுவது, எனக்கும் அவளுக்குமே இழிவு தருவதாகும். அதுபோல, மாற்றாளை மாற்றாள் தொழுவதும் பெருமைக்குரியதன்று."

இப்படியான சொற்களைச் சொல்லத்தகுந்த தெளிவுடனேயே பரத்தையர்கள் வாழ்ந்திருக்கிறார்கள்.

பல்லவர் காலத்திலேயே கோயில்கள் சக்தி வாய்ந்த கலாச்சார பீடமாக மாறிவிட்டிருந்தன. கோயில்களில் இசைபாடியும் நடனம்

ஆடியும் இறைவழிபாடு செய்யும் பெண்கள் நியமிக்கப்பட்டிருந்தனர். அதாவது சமணர்களும் பவுத்தர்களும் புறக்கணித்த அல்லது கவனம் செலுத்தாத இசையும் நடனமும் நாடகமும் சைவம் பெரு மீட்சிக் காலத்தில் முக்கிய அங்கம் வகிக்க ஆரம்பித்தன. பிற்காலச் சோழர் காலத்தில் இந்த இசை நடனம் பெண் கலைஞர்களுக்கு பெரிய மவுசு ஏற்பட்டு இருக்கிறது. இராசராசன் எங்கெங்கு இருந்தோ 400 பெண்களைக் கொண்டு வந்து பணியில் அமர்த்தி இருக்கிறான். சோழர் காலத்தில், கோயில்கள், இசை பெருகி வழியும் நிலமாயிற்று. தளி என்றால் கோயில் என்று பொருள். கோயில்களில் பணியாற்றுவோர் தளிப் பெண்கள் எனப்பட்டனர். அவர்கள் இருந்த வாழிடம் தளிச்சேரி எனவாயிற்று. சோழர்களின் காலத்தில் கோயில்களைச் சுத்தம் செய்தல், கோலம் போடுதல், நைவேத்தியத்துக்கான அரிசியைத் தூய்மை செய்தல், மலர் தொடுத்தல் போன்ற கைங்கரியங்களைச் செய்தவர்கள் தேவரடியார் எனப்பட்டனர். இவர்களில் சிலர், நாடகம் நடிப்பவர்களாவும், கூத்தாடுபவர்களாவும் இருந்துள்ளார்கள். திருவண்ணாமலையில் கூத்தாடும் தேவரடியாள் ஒருத்தி – அவள் பெயர் உலக முழுதுமுடையாள் – இருந்ததை அந்த ஊர் கல்வெட்டு நமக்குச் சொல்கிறது. இவர்கள் இறைவனையே தங்கள் நாயகர்களாகக் கொண்டதால், இவர்கள் ‘பதியிலார்’ என்று அறியப்பட்டார்கள். நாட்டியத்தில் சிறப்படைந்தவர்களுக்குத் ‘தலைக் கோலி’ என்று மன்னர்கள் பட்டமும் விருதும் அளித்து மரியாதை செய்து இருக்கிறார்கள். கோயில் அடிமைகள் என்பதைக் குறிப்பதற்காக அவர்கள் உடம்பில் பழுக்கக் காய்ச்சிய நந்தி முத்திரை (சிவன் வாகனம் நந்தி) குத்தப்பட்டது.

எல்லாக் காலத்திலும் எல்லாத் தளிச்சேரிப் பெண்களும் அவர்களுக்குரிய தகுதியோடு வாழ்ந்தார்கள் என்று சொல்ல ஆதாரம் இல்லை. ஒன்று மட்டும் உறுதி. கோவில்கள் கைவிடப்படும்போது, கோயில்கள் வருவாய் இல்லாதபோது, தேவர் அடியார்கள் கைவிடப்படுகிறார்கள். அவர்கள் கலையை அவர்களின் ஜீவனோபாயத்துக்கு ஏற்பப் பயன்படுத்த முடியாதபோது, அவர்கள் பரத்தைமையை ஏற்க நேர்கிறது.

நீண்ட நாட்களுக்கு முன் படித்த ஒரு செகாவ் கதை நினைவுக்கு வருகிறது. அழகிய அர்த்தமுள்ள கதை.

ஒருவன், அவன் அறிந்த பெண் வீட்டுக்குச் சென்று உரையாடிக்கொண்டிருக்கிறான். அப்போது அந்த வீட்டுக் கதவு தட்டப்படுகிறது. அவன் ஒளிந்துகொள்கிறான். கதவைத் தட்டியவள் உள்ளே இருப்பவனின் மனைவி. திறந்த சினேகிதி,

அவளைப் பார்த்துத் திகைக்கிறாள். என் கணவன் இங்கு வந்தானா என்கிறாள் மனைவி. இல்லை என்கிறாள் சினேகிதி. இல்லை இங்குதான் வந்திருப்பான் என்கிறாள் மனைவி. இல்லை. இல்லை. அதற்குள் கூட்டம் சேர்கிறது. மனைவியின் குரல் உயர்கிறது. என் கணவன் அலுவலகத்தில் கையாடல் செய்தமைக்காகப் போலீஸ் அவனைத் தேடுகிறது. அந்தப் பணம், என் நகைகள் எல்லாமும் அவன் உன்னிடம்தான் கொடுத்திருக்கிறான் என்கிறாள் அவள். அவமானத்துக்கு உள்ளாகிறாள் சினேகிதி. மக்கள் கூட்டம் அவளையே பார்த்துக்கொண்டிருக்கிறது. இதோ இவள் போட்டிருக்கும் எல்லா நகைகளும் என் கணவன் இவளுக்குக் கொடுத்ததுதான் என்கிறாள். தானும் தன் குழந்தைகளும் பட்டினியாக இருக்கிறதாக அழுகிறாள். என் நகையை எனக்குக் கொடு, என்கிறாள் அவள். அவமானத்துக்குப் பயந்து சினேகிதி உள்ளே வந்து சில நகைகளைக்கொண்டுவந்து மனைவிக்குத் தருகிறாள். இவை மட்டும் இல்லை. இன்னும் பலப்பல நகைகளையும் அவன் கொடுத்திருக்கிறான் என்கிறாள் மனைவி. ஒரு கட்டத்தில், சினேகிதி, தன்னிடம் இருந்த எல்லா நகைகளையும் கொண்டுவந்து அவள் முன் போடுகிறாள். மனைவி எல்லாவற்றையும் எடுத்துக்கொண்டு போகிறாள். அழுதுகொண்டு, கதவைச் சாத்திக்கொண்டு உள்ளே வருகிறாள் சினேகிதி. கணவன் மறைவிடத்தில் இருந்து வெளியே வருகிறான். அவள் அவனைப் பார்த்து, நீ எனக்கு எப்போதேனும் எதையாவது கொடுத்திருக்கிறாயா என்று கேட்கிறாள். அந்த மோசக்காரி என்னிடம் இருந்த எல்லா நகைகளையும் எடுத்துக்கொண்டு போய்விட்டாள் என்று நொந்து கொள்கிறாள் சினேகிதி. கணவன் அவளைப் பார்த்து உன்னைப்போன்ற (மோசமான) பெண்ணிடம் என் மனைவி அழுது முறையிடும் நிலை நேர்ந்ததே என்று சொல்லிவிட்டுப் போகிறான். சினேகிதி விழுந்து அழுகிறாள்.

கதையின் தலைப்பு 'நாடகக்காரி'

இழந்த தலைவிகளின் கூத்துகள் பதிவு செய்யப்பட்ட அளவுக்குப் பரத்தையரின் குரல் அதிகம் பதிவு செய்யப்படவில்லை நம் இலக்கியங்களில். காரணம், பரத்தையர் மேல் பொதுப்புத்தி சார்ந்த அலட்சியமும் அவமதிப்புமே என்பது புரிந்து கொள்ளத்தக்கதே ஆகும். ஏதோ பரத்தையர், வானத்தில் இருந்து குதித்த புது இனம் என்கிற மாதிரியே இலக்கியங்கள் அவர்களைக் கண்டும் காணாமல் கடந்திருக்கின்றன. அவர்கள் வசதி பெற்ற இளைஞர் உலவிய பெரும் தெருக்களில் மினுக்கியபடி திரிந்ததாகப் பதிவுகள் இருக்கின்றன. தலைவிகள் பெற்ற குழந்தைகளைத் தன் குழந்தை

என்று அன்பு காட்டிய பரத்தையரின் மனதைப் புரிந்து கொள்ள யாருக்கும் நேரம் இல்லை. ஒரு குழந்தை பெற்றுக்கொள்ள அஞ்சி அஞ்சிக் காலத்தைக் கழித்த பெண்கள் நிறையவே உளர். பரத்தையரின் துக்கம் மௌனத்தில் கரைந்த சத்தமற்ற சொற்கள்.

ஒழுக்கம், கற்பு, வரம்பு, பண்பாடு பற்றியெல்லாம் மிக அதிகம் பேசிய தமிழ் அகச்சூழல்கள்தான் பரத்தையர்க்கும் ஜென்ம பூமி என்பதைச் சௌகரியமாக மறந்துவிடுவது வழக்கமாகிவிட்டது. அந்தக் கட்டுப்பாடுகளுக்கெல்லாம், காலம் காலமாகச் சவால் விட்டபடியே பரத்தையர்கள் வாழ்ந்து தீர்கிறார்கள்.

சங்க இலக்கியப் பரத்தையர்க் குரலில் – அவை மிகக்குறைவே ஆயினும் தலைவியர் குரலைக் காட்டிலும் மிகவும் காத்திரமானவை. மிகவும் சவால்தன்மையும், நம்பிக்கை மிக்கவையாகவும் அவை இருக்கின்றன. சில குறுந்தொகைப் பரத்தையர்கள் சொல்வது கேட்போம்.

'என் வீட்டுக்கு, நான் அழைக்காமலேயே வந்து புகுந்த தலைவனை முடிந்தால் தலைவிகள் அழைத்துக்கொண்டு போகட்டுமே. கவர்ந்து செல்லப்பட்ட மாட்டு மந்தைகளை மீட்க வீரம் தேவை. தலைவனை மீட்க, அதற்கான காதல் யுக்திகள் தலைவிக்கு ஏது?

வந்த விருந்தை, விரும்பி வரவேற்று, அவர் விரும்பி உண்ணும் சிறந்த உணவு வகைகளைச் சமைத்து இடும் நல்ல மனிதர்களைப் போன்றவர்கள் நாங்கள். எங்கள் கலைத் தேர்ச்சியே, தலைவர்கள் இங்கு தங்கிவிடும் காரணம் தலைவிகள் அதை உணரட்டும்...

காற்றின் திசைகளில் பரத்தையர் ஏற்றிய கொடி எப்போதும் தாழப் பறப்பதில்லை.

- டிசம்பர், 2009